भिंतींना जिभाही असतात

डॉ. बाळ फोंडके

मेहता पब्लिशिंग हाऊस

Please contact us at **Mehta Publishing House,** Pune 411030.
✆ +91 020-24476924 / 24460313 / Mob. No. 9545000513
Email : production@mehtapublishinghouse.com
Website : www.mehtapublishinghouse.com

- *या पुस्तकातील लेखकाची मते, घटना, वर्णने ही त्या लेखकाची असून त्याच्याशी प्रकाशक सहमत असतीलच असे नाही.*

BHINTINNA JIBHAHI ASTAT by DR. BAL PHONDKE
भिंतींना जिभाही असतात : डॉ. बाळ फोंडके / विज्ञानकथा

author@mehtapublishinghouse.com

प्रकाशक : सुनील अनिल मेहता, मेहता पब्लिशिंग हाऊस,
१९४१, सदाशिव पेठ, माडीवाले कॉलनी, पुणे - ४११०३०.
मुद्रक : ट्रिनिटी ॲकॅडमी फॉर कॉर्पोरेट ट्रेनिंग लिमिटेड
मुखपृष्ठ : चंद्रमोहन कुलकर्णी
प्रथमावृत्ती : जानेवारी, २०२२
किंमत : ₹ ३२०

P Book ISBN 9789392482717
E Book ISBN 9789392482724
E Books available on : amazonkindle Apple Books Google Play Books

शिष्यात् इच्छेत पराजयम्
हे वचन सार्थ करणाऱ्या
श्रीराम शिधये
आणि त्यांची आयुष्याची साथ करणाऱ्या
रंजना शिधये
यांना आशीर्वादपूर्वक

अनुक्रमणिका

वाचेवीण संवादु? । १

हातचलाखी । १६

कौन? । ३३

ए फॅब्रिकेटेड स्टोरी । ५२

हुकुमाचा गुलाम । ७०

भिंतींना जिभाही असतात! । ८६

मेणबत्तीचं म्हणणं काय आहे? । १०४

आ बैल मुझे मार! । १२५

असली - नकली! । १४५

धनाची पेटी । १६६

मनकवडा । १८१

माणसाची भाषा । २०२

वाचेवीण संवादु?

"अमृतराव, लक्ष कुठं आहे तुमचं? ही बघा राणी गेली तुमची." पटावरून नजर न काढता कौशिक म्हणाले.

"गेली? कुठं गेली? कशी गेली? मी ऑर्डरसुद्धा दिली होती डॉक्टरांना, सर्वांत प्रथम मला कळवायला हवं अशी."

"डॉक्टरांना? म्हणजे मला? मला कधी सांगितलंत तुम्ही? तुमचं तर डावाकडे लक्षच नाहीय आणि मला तसं सांगितलं नसलंत, तरी मीच तुम्हाला सांगतोय ना की राणी गेली तुमची. सांभाळा आता."

"आता काय सांभाळायचं, ती गेल्यावर? आता मीही गेल्यातच जमा आहे."

आपण बोलतोय काय आणि अमृतराव त्याला उत्तर देताहेत काय, हे कौशिकांना समजतच नव्हतं. म्हणून तर त्यांनी पटावरून नजर हटवत अमृतरावांकडे पाहिलं. त्यांचं खरोखरच पटाकडे लक्ष नव्हतं. कुठंतरी शून्यात नजर लावून ते हरवल्यासारखे बसले होते. धोंडिबानं आणून ठेवलेले त्यांचे आवडते पॅटीसही थंड होत होते. अमृतरावांनी त्यांना हातही लावला नव्हता. एरवी त्यांनी आतापर्यंत दोनदा मागून घेतले असते. आपला होरा खराच ठरल्याचं कौशिकांना वाटून गेलं. त्याबद्दल आनंद मानायचा की अमृतरावांच्या या अवस्थेबद्दल त्यांची कणव करायची, असा प्रश्न कौशिकांना पडला; पण क्षणभरच. अमृतरावांची ही अशी स्थिती त्यांना पाहवेना. ती कशामुळे झालीय याचा अंदाज त्यांना आला होता आणि त्याविषयी त्यांनी बोलावं अशीच त्यांची इच्छा होती; पण त्या दोघांमधला नेहमीचा टॉम आणि जेरी आपापसांत खेळतात तसा खेळ चालू असल्यामुळे पहिलं पाऊल कोणी टाकायचं, सूतोवाच कोणी करायचं, यावर दोघेही

नेहमीप्रमाणे हटून बसले होते.

खरंतर सकाळच्या वर्तमानपत्रामधली ती बातमी वाचल्याबरोबर आज अमृतराव आपल्याकडे येणार, हे कौशिकांनी हेरलं होतं. त्यांनीच धोंडिबाला बोलावून पॅटीस बनवण्याची तयारी करायला सांगितलं होतं.

''म्हंजी रावसायब यायचेत जनु?'' धोंडिबानं विचारलं होतं. ''फोन आलावता का त्येंचा?''

''नाही, फोन नाही आला. तरीही ते आज येणार हे नक्की. अगदी सोळा आणे. तू आपला तयारीला लाग.''

अमृतरावांचा फोन न येताच त्यांना कळलं कसं, हे धोंडिबानं विचारलं नाही. आजवरच्या त्याच्या अनुभवावरून कौशिकांचा या बाबतचा होरा कधी चुकत नाही, हे तो ओळखून होता. त्यांनी पट मांडायला सुरुवात करताच तर त्याची खात्रीच पटली. त्यानुसार अमृतराव आलेही; पण आल्याआल्या त्यांनी नेहमीप्रमाणे धोंडिबाच्या पाठीवर थाप मारली नाही किंवा 'वा! वा! पॅटीसचा काय मस्त वास सुटलाय!' अशी मल्लीनाथीही केली नाही. त्यांची रयाही अगदी गेल्यासारखीच होती. कुठंतरी, काहीतरी बिनसलंय हे त्यानंही ओळखलं होतं आणि म्हणूनच नेहमीपेक्षा अधिक काळजी घेत, त्यानं पॅटीस बनवायला सुरुवात केली होती.

अमृतराव आले ते कौशिकांसमोरच्या आसनावर कोसळलेच आणि त्याच स्थितीत ते बसून राहिले. कौशिकांचं त्यांच्याकडे लक्षच गेलं नव्हतं. अमृतरावांनीच त्यांना कोणती विवंचना छळतेय हे सांगावं आणि मगच आपण नाइलाजानं, केवळ त्यांना मदत करण्यासाठीच त्या केसमध्ये रस घेतो आहे असा प्रतिसाद द्यावा, हा नेहमीचाच खेळ खेळायला ते उत्सुक होते. समोरचा बुद्धिबळाचा डाव हा निव्वळ बहाणा होता, अमृतरावांकडे लक्ष न देण्याचा; पण आता मात्र त्यांचा उतरलेला चेहरा आणि एकंदरीतच आलेली अवकळा पाहून कौशिकांना राहवलं नाही. धोंडिबाला हाक मारून ताजे गरमागरम पॅटीस आणायला सांगत ते उठले. अमृतरावांना हाताला धरून उठवत त्यांनी सोफ्याकडे नेलं. तिथे त्यांना व्यवस्थित बसवत त्यांनी प्रश्न विचारायला सुरुवात केली.

''अमृतराव, अहो काय दशा करून घेतलीत तुम्ही? आजवर कधीच तुम्हाला मी असं हताश झालेलं, हरल्यासारखं पाहिलं नाही. मग आताच काय झालंय? जोवर तुम्ही न बोलता असेच आतल्याआत कुढत राहणार आहात तोवर तुम्हाला मार्गही दिसणार नाही आणि तुमची प्रकृतीही खराब झाल्यावाचून राहणार नाही, तेव्हा आता काहीही आढेवेढे न घेता मोकळेपणाने सगळं सांगून टाका पाहू आणि तुम्ही ते मलाच सांगणार आहात. दुसऱ्या कोणालाही नाही, तेव्हा कोणतंही गुपित फुटण्याची, सीक्रेट लीक होण्याची चिंता करू नका. तुमचे कमिशनरही तुम्हाला

त्याबद्दल जाब विचारणार नाहीत.''

तरीही अमृतरावांची नजर शून्यातच लागून राहिलेली पाहून मात्र कौशिक दचकले. मामला वाटला त्याहूनही गंभीर आहे हे त्यांनी ओळखलं. अमृतरावांना जोरजोरानं हलवून जागं करत त्यांनी पलीकडच्या ग्लासमधलं थोडं पाणी हातात घेऊन त्याचा एक हबकाही त्यांच्या चेहऱ्यावर मारला. त्याबरोबर स्वप्नातून जागे झाल्यासारखे अमृतराव भानावर आले. क्षणभर त्यांना आपण कुठे आहोत तेच समजेना. कौशिकांकडेही त्यांनी एखाद्या अनोळखी व्यक्तीकडे पाहावं तसं पाहिलं अन् मग त्यांची ओळख पटताच मान झटकत, स्वतःला जागं करत त्यांनी कौशिकांना विचारलं.

''किती वेळ झाला?''

''तसा बराच झाला. आल्यापासून तुम्ही माझ्याशी, धोंडिबाशी काहीही बोलला नाहीत. स्वतःशीच काहीतरी बडबडत मात्र होतात. हरवल्यासारखे. अहो, धोंडिबानं तयार करून आणलेल्या, तुमच्या आवडत्या पॅटीसचा एकही घास घेतलेला नाहीत तुम्ही. आता असं करा, त्यानं हे गरमागरम पॅटीस आणले आहेत; आधी त्यांचा फन्ना उडवा. पाणी प्या, ताजेतवाने व्हा आणि मग मन मोकळं करत सगळं काही सांगून टाका. तुमच्या मनाला कोणता भुंगा पोखरतो आहे, ते कोणताही आडपडदा न ठेवता सांगून टाका. त्याशिवाय तुम्हाला बरं वाटणार नाही.'' पॅटीसनं भरलेली बशी बळेबळे त्यांच्या हातात कोंबत कौशिकांनी त्यांना जवळजवळ पहिला घासही भरवला. त्यानंतर मात्र अमृतरावांनी खायला सुरुवात केलेली पाहून त्यांनी आपली बशीही उचलली. अमृतरावांचं खाणं होईपर्यंत मग कोणीही बोललं नाही.

''हं आता बोला. काय झालंय? कोणती केस छळतेय तुम्हाला?'' खरंतर कोणती केस हे कौशिकांना पूरेपूर ठाऊक होतं; पण तेही अमृतरावांच्या तोंडूनच वदवून घ्यायचं ही त्यांची नेहमीची सवय आड आलीच.

''हंऽऽ'' एक लांबलचक सुस्कारा सोडत अमृतराव म्हणाले, ''खरं सांगू कौशिक, गेल्या काही वर्षांमध्ये आमचा मृदंग झालाय. एकीकडून सरकारचा धोशा तर दुसरीकडून जनतेचा आक्रोश. स्वतंत्रपणे कामच करता येत नाही आणि कोणासाठीही केलं तरी आम्ही आपले अपयशाचे धनी. सर्वांकडून शिव्या खायला, सस्पेन्ड व्हायला बळीचे बकरे.''

अहो, पण झालंय तरी काय? असे निराशेचे उद्‌गार काढायला, असं विचारावं असं कौशिकांच्या मनात आलं होतं. विषयाला हात न घालता अमृतराव नुसतीच नोमथोम करत असलेले पाहून कौशिकांना त्यांना हे विचारायचा अनावर मोह झाला होता; पण शेवटच्या क्षणी जिभेवरचे शब्द परतवून लावत ते काहीच बोलले नाहीत. आपण मध्येच हटकलं तर बोलायला लागलेले अमृतराव पुन्हा मिठाची गुळणी

धरून गप्प बसतील याची कल्पना त्यांना आली होती.

"आता हीच पाहा ना. मधुराणी रेप केस. ती मधुराणी खरंतर त्या सार्वजनिक इस्पितळात कशाला गेली हेच मला कळत नाहीय. कुठंतरी हिन्दुजा किंवा जसलोक अशा मोठ्या खासगी इस्पितळात जायचं. तिला ते परवडणारंही होतं; पण नाही. गेली त्या महापालिकेच्या इस्पितळात. बरं जायचं तर मग इतरांसारखं निमूटपणे रांगेत उभं राहत आपला नंबर कधी येतो याची वाट पाहत उभं राहावं तर ते नाही. नेहमीच्या सवयीप्रमाणे रांगेत पुढं घुसून, आपलं काम लवकर करून घ्यावं म्हणून तसं करायला तयार असणाऱ्या कोणातरी वॉर्डबॉयबरोबर की दलालाबरोबर गेली. त्यानं कुठंतरी आडबाजूला नेऊन तिच्यावर बलात्कार केला. मारझोडही केली असेल. खरंतर मरायचीच; पण नाही, कोमात गेली आणि तशीच पडून आहे तिथंच."

कौशिक काहीही न बोलता ऐकत होते. खरंतर आतापर्यंत अमृतरावांनी काहीच नवं सांगितलेलं नव्हतं. ही सगळी माहिती वर्तमानपत्रांमध्ये आलेली होती. नवं काही असलंच तर एवढंच होतं की, मधुराणीची खासगी इस्पितळात जाण्याची ऐपत होती; तरीही ती सरकारी इस्पितळामध्ये का गेली? पण तो प्रश्न मनातच ठेवून कौशिक पुढं ऐकत राहिले. अमृतराव आपल्याच तंद्रीत बोलत होते. जणू काही स्वतःशीच ते संवाद साधत होते. त्यांच्या त्या समाधीचा भंग कौशिकांना करायचा नव्हता.

"तेव्हापासून ती कोमातच आहे. ती त्यातून केव्हा बाहेर येईल, हे डॉक्टरही सांगू शकत नाहीत किंबहुना ती कोमातून बाहेर पडेल की काय, हेही त्यांना सांगता येत नाहीय. एरवी आम्ही शांतपणे त्याची वाट पाहिली असती. नाहीतरी दुसरं काय हातात आहे आमच्या? कारण गुन्हा घडला, तेव्हा ती पोरगी आणि बलात्कार करणारा तो नराधम यांच्याशिवाय तिथं दुसरं तिसरं कोणीही नव्हतं; त्यामुळे आयविटनेस नाहीच. शिवाय ज्या खोलीत ती सापडली, ती तशी आडबाजूलाच आहे. तिथं सहसा कोणी फिरकत नाही. सिक्युरिटीचा माणूस आपली नेहमीची फेरी घेत असताना त्याला तिथला दरवाजा उघडा दिसला म्हणून तो तिथं डोकावला; तर ही तिथं पडलेली त्याला दिसली. तिची काहीच हालचाल होत नाही हे पाहताच त्याला ती मेलीच असल्याचं वाटलं. त्यानं आरडाओरडा करून इतरांना बोलावून घेतलं. मग पुढचे सारे सोपस्कार झाले. मध्ये किती वेळ गेला होता हे सांगणंही अशक्य होतं. अर्ध्या-पाऊण तासापेक्षा फार वेळ गेला नसावा असं डॉक्टरांचं म्हणणं आहे, कारण तिची तपासणी केली, तेव्हा तिच्या योनीमार्गात आणि आतल्या कपड्यांवर जे वीर्य सांडलेलं होतं ते ताजं वाटत होतं. कपड्यांवरचे डाग अजूनही ओलसर होते. सुकलेले नव्हते; त्यामुळे तसा फार वेळ झाला नसावा,

असा त्यांचा अंदाज आहे.

"अर्थात फार आणि कमी या शब्दांना तसा विशेष अर्थ नाही. त्यांच्या दृष्टीनं तो वेळ फारसा नसला तरी आमच्या दृष्टीनं तो फारसाच आहे, कारण मग गुन्हेगाराला तिथून सहीसलामत निसटायची संधी मिळाली आहे. मात्र, त्या खोलीतून कोणीही बाहेर पडताना दिसलेला नाही; त्यामुळे कोणावरही संशय घ्यायला जागा नाही."

"हो, तेही खरंच आहे; पण ती पोरगी इस्पितळात शिरल्यापासून कोणाकोणाशी बोलली किंवा कोणाबरोबर होती याची काही माहिती मिळालीच असेल ना?"

"मिळाली ना. ती आली ती सरळ केसपेपर काढतात किंवा रजिस्टर करतात त्या खिडकीजवळ गेली."

"पण तिथं तरी ती रांगेत उभी राहिली की तिथंही तिनं घुसखोरी करत, रांग मोडण्याचा प्रयत्न केला?"

"नाही. बहुधा ती रांगेत उभी राहिली असावी. एक तर तिथली रांग काही फार मोठी नसते. साधारणपणे पाच-दहा मिनिटांमध्ये केसपेपर मिळतो. शिवाय असा काही प्रकार झाला असता तर नाही म्हटलं तरी काही वादावादी झाली असती, गदारोळ झाला असता. सिक्युरिटीला बोलावून घेऊन शिस्त लावावी लागली असती. तसं काही झाल्याचं कोणाचंही म्हणणं नाही. अर्थात असे प्रकार नेहमीच होत असतात. दिवसभरात पाच-सहा वेळा तरी सिक्युरिटी गार्डना बोलावून लोकांना आवरावं लागतं; त्यामुळे तसं काही झालंच तरी खास लक्षात ठेवण्याचा प्रश्न येत नाही."

"म्हणजे मग तो केसपेपर मिळाल्यानंतरच कोणीतरी तिला गाठून आपल्याबरोबर नेलं असणार. मग तिच्याशी बोलताना, बरोबर घेऊन जाताना कोणीतरी पाहिलं असेल."

"तुम्ही हे म्हणावं कौशिक! अहो, पाहिलं असलं तरी मुद्दामहून ध्यानात ठेवण्यासारखी गोष्ट आहे का ही? तिथं इतकी गर्दी असते की, एक स्त्री आणि एक पुरुष एकमेकांशी बोलताना किंवा एकमेकांबरोबर जाताना पाहण्यात काही विशेष आहे असं नाही. शिवाय तिथं येणारा प्रत्येकजण आपल्याच चिंतेनं ग्रस्त असतो. आपल्याच काळजीत चूर होऊन गेलेला असतो. दुसरा कोणी काय करतोय याकडे कोण कशाला लक्ष देईल!"

"तेही खरंच आहे. म्हणजे मग तुमच्या हाती कोणताच धागा लागलेला नाही तर!"

"धागा! एक धागाच लागलेला आहे कौशिक. त्या मुलीच्या नखांमध्ये एक धागा मिळालाय आम्हाला. तो इस्पितळाच्या युनिफॉर्मच्या कापडाचा आहे हेही

समजून चुकलंय. म्हणून तर तिच्यावर बलात्कार करणारा इस्पितळातल्या कर्मचाऱ्यांपैकीच कोणीतरी असावा असा आम्हाला संशय आहे.''

''म्हणजे मग बरेच लोक आले, कारण डॉक्टरापासून ते सफाई कामगारांपर्यंत शेकडो कर्मचारी तिथं काम करत असतात.''

''तरीही डॉक्टरांना त्यातून वगळायला हवं.''

''का? का? डॉक्टरांवर एवढी मेहरबानी कशासाठी?''

''मेहरबानीचा प्रश्नच नाही. पहिल्यांदा आम्ही त्यांनाही संशयितांच्या यादीत टाकलं होतं; पण मग लक्षात आलं की, तिथले सर्जन जे कपडे वापरतात ते वेगळे असतात. सहसा हिरव्या रंगाचे असतात. त्याचं कापडही वेगळं असतं. त्या धाग्याशी ते जुळणारं नाही. इतर डॉक्टर सहसा युनिफॉम वापरत नाहीत. फार फार तर आपल्या नेहमीच्या कपड्यावर पांढऱ्या रंगाचा कोट चढवतात. सहसा तो स्वच्छ असतो; पण तो धागा मळलेला होता. नर्सेसनाही वगळायला हवं, कारण मेल नर्स सात-आठच असतील अन् त्यांपैकी एकहीजण आपापल्या ड्यूटीच्या ठिकाणापासून हललेला नव्हता असा खात्रीलायक पुरावा मिळालेला आहे. म्हणजे त्यांपैकी प्रत्येकाकडे ॲलिबी आहे. आया-दायांनाही वगळायला हवं, कारण त्या सर्व स्त्रिया आहेत.''

''राहता राहिले वॉर्डबॉय आणि सफाई कामगार. ते बहुतांश पुरुष आहेत.''

''शिवाय त्यांच्याकडे संधीही होती, कारण ड्युटीवर असले तरी ते मोकळेच फिरत असतात. त्यांना सांगितलेलं कामच ते करत असतील, अशी ग्वाही कोणीही देऊ शकत नाही. सफाई कामगारांना तर कुठंही जायची मुभा असते आणि ही मंडळी वरकमाई करण्यासाठी अडल्यानडल्या पेशंटला गाठून त्याचं काम लवकर करून देण्याची लालूच दाखवत त्यांना इकडेतिकडे नेत असतात.''

''पण असेही काही थोडेथोडके नसणार. गेला बाजार निदान पन्नास-साठ तरी असतीलच.''

''एकशे सतरा आहेत. म्हणजे तसे रोस्टरवर त्याहीपेक्षा जास्त आहेत; पण त्या वेळी कामावर असणाऱ्यांची संख्या सांगतो आहे मी.''

''पण त्यांची सर्वांची झडती घेता आली असती. त्यांचा युनिफॉर्म तपासता आला असता.''

''तेही करून पाहिलं. सर्वांच्या अंगावरच्या युनिफॉर्मवर तसे असंख्य डाग आढळले. त्या सर्वांची छाननी करता करता आमच्या फोरेन्सिक सहकाऱ्यांची दमछाकच झाली. काय काय सापडावं त्यात? अगदी ड्रग्जपासून ते रक्तापर्यंत, पानाच्या पिचकाऱ्यांपर्यंत, गुटख्यांच्या रसापर्यंत, लाळ म्हणू नका, शेंबूड म्हणू नका. मूत्र म्हणू नका. विष्ठेचे अवशेष म्हणू नका; पण वीर्य तेवढं मिळालं नाही.''

''म्हणजे मग त्या सर्वांनाच वगळायला हवं. बाहेरचा कोणातरी दलाल असला पाहिजे.''

''नाही. तिथला कर्मचारीच आहे. एक तर मधुराणीच्या नखाखाली मिळालेला तो धागा. तो इस्पितळाच्या युनिफॉर्मच्या कापडाचाच आहे यात शंका नाही. दुसरं म्हणजे जेव्हा एकेकाला बोलावून आम्ही चौकशी करत राहिलो, तेव्हा प्रत्येकजण कोणत्या तरी अनामिक भीतीनं पछाडलेला असल्याचं आम्हाला जाणवलं. कसलं तरी भय वाटत होतं त्यांना.''

''याचा अर्थ तो गुन्हा कोणी केला असावा याविषयी सर्वांच्याच मनात काहीतरी अटकळ आहे; पण उघडपणे बोलायला कोणी धजावत नाही.''

''एक्झॅक्ट्ली!'' आपल्या सीटवर आपला तळवा जोरात आपटत अमृतराव ठासून म्हणाले. त्याचबरोबर त्यांनी समोरच्या प्लेटमधला एक पॅटीसही उचलला. अमृतराव आता पुरते नॉर्मल झाले होते आणि सर्व काही सांगायच्या मूडमध्ये आले होते, हे कौशिकांनी ओळखलं.

''पण का? का?''

''का म्हणजे? अहो उघड...'' अमृतराव आपलं वाक्य अर्ध्यावर सोडत तसेच थांबले. कारण कौशिकांनी तो प्रश्न विचारला, तेव्हा त्यांच्या पाइपमधून धुराची भलीमोठी वेटोळी बाहेर पडत असल्याचं त्यांना दिसलं होतं. त्यांचं विचारचक्र सुरू झाल्याची ती खूण होती. अशा वेळी काही सांगितलं तरी ते त्यांना ऐकू येणार नव्हतं. उलट आपली तंद्री का भंग केलीत म्हणून तेच चिडले असले. आता ते त्या तंद्रीतून जागे होईपर्यंत वाट पाहायला हवी. तोवर आपण धोंडिबाच्या पॅटीसचा समाचार घ्यायला मोकळे आहोत असं समजून अमृतराव खुशीत आले. ती खुशी कौशिक आता आपल्या मदतीला आले आहेत याची नव्हती, असं अमृतरावांना शपथेवर नसतं सांगता आलं.

''युनियन?'' आपला पाइप अमृतरावांवर रोखत भेदक डोळ्यांनी कौशिकांनी अशा थाटात विचारणा केली की, अमृतरावांना ठसकाच लागला. समोरचा पाण्यानं भरलेला ग्लास उचलत त्यांनी रिकामा केला. आपला श्वास परत थाऱ्यावर आल्याची खातरजमा करून घेतली अन् मगच परत कौशिकांकडे आपलं लक्ष वळवलं. ते काय विचारत होते हेही तोपर्यंत ते विसरून गेले होते.

''काय म्हणालात?''

''युनियन?''

''म्हणजे? मी नाही समजलो.''

''त्या वॉर्डबॉईजची एखादी युनियन तर नाही, पॉवरफुल? तशी असेल आणि तो गुन्हेगार त्या युनियनचा सेक्रेटरी, दादा असेल तर मग इतर बोलायला

घाबरतील यात शंका नाही.''

"आम्हालाही तशी शंका आलीच होती. आहे त्यांची युनियन चांगलीच शक्तिशाली. इस्पितळाच्या डीनना, इतर अधिकाऱ्यांनाही तिनं जेरीला आणलं आहे. त्यांनी चांगलंच सहकार्य केलं; पण ते त्या युनियनवाल्यांना अद्दल घडावी या इच्छेपायी तर नाही ना असंही वाटायला लागलं. शिवाय त्या युनियनला विरोधी पक्षाचाही भक्कम पाठिंबा आहे; त्यामुळे पक्की खात्री असल्याशिवाय, जबरदस्त पुरावा असल्याशिवाय त्याच्या पुढाऱ्यांना आमच्या कचाट्यात घ्यायला कचरतो आहोत. आहे तोच गुंता काही कमी नाही. अहो, तुम्हाला माहिती नाही ही मधुराणी कोण आहे ते.''

"कोण आहे ती? तेही विचारायचं होतंच मला. तुम्ही एवढे हवालदिल झालेले पाहिले, तेव्हाच मला तशी शंका आली होती.''

"एका आघाडीच्या मंत्र्याची भाची आहे ती. त्याच्याच घरी राहत होती. म्हणूनच तर म्हटलं ना की, कोणत्या तरी हायफाय इस्पितळात जाण्याऐवजी ती या पालिकेच्या इस्पितळात कशी गेली.''

"तेही एक कारण आहेच या केसला एवढी प्रसिद्धी मिळण्याचं. ती आहे एक फ्रीलान्स इन्व्हेस्टिगेटिव्ह जर्नालिस्ट. या इस्पितळाच्या कारभारामध्ये काय काय भानगडी चालतात, याचीच चौकशी करण्यासाठी ती गेली होती तिथं. तसं तिला काहीही झालेलं नव्हतं, कारण तिला कोणी रिफर केलं हे पाहण्यासाठी आम्ही तिचं रजिस्ट्रेशन पाहिलं तर ती आपणहूनच आली होती. एक्स-रे काढून घेण्यासाठी.''

"पण मग एक्स-रे डिपार्टमेंटमध्ये चौकशी केलीत का? तिथल्या डॉक्टरांशी झालेल्या बोलण्यातून काही क्लू मिळाला असता किंवा तिथल्याच कोणातरी टेक्निशियनचा तर नाही ना हा सारा प्रताप?''

"पण तिथं ती पोहोचलीच कुठं? तिथं पोहोचण्यापूर्वीच सारं रामायण घडलंय.''

"म्हणजे तसा कोणी प्राइम सस्पेक्ट, कळीचा संशयित नाही तर तुमच्याकडे.''

"अगदीच नाही असं नाही. तो जो युनियनचा दादा आहे त्याच्यावरच माझा जास्त संशय आहे. रेपची घटना झाली, तेव्हा तो नेमका कुठं होता हे कोणीच सांगू शकत नाही. जिथं त्याची ड्युटी होती तिथं तो नव्हता. तिथून जिथं गुन्हा घडला ती खोली फार दूर नाही. त्याचं पूर्वीचं रेकॉर्डही संशयास्पदच आहे. काही नर्सेसनी त्याच्याविरुद्ध मॅनेजमेन्टकडे तक्रारीही केल्या होत्या; पण त्यांची चौकशी होण्यापूर्वीच त्या तक्रारी मागे घेतल्या गेल्या. त्या नर्सेसनी त्यानंतर कधीही तोंड उघडलं नाही; पण त्याची जिथंजिथं ड्यूटी असे तिथं काम करायला त्या नाखूश असत. काहीजणींनी तर त्या इस्पितळातली नोकरीच सोडून दिली; त्यामुळे त्याच्याजवळ मोटिव्हही आहे आणि ऑपर्च्युनिटीही आहे. शिवाय त्याच्याजवळ ॲलिबी नाही. धुवायला टाकलेल्या

सगळ्या युनिफॉर्मची आम्ही टेस्ट घेतली. त्यांपैकी एकावर आम्हाला वीर्याचे डाग सापडले आहेत.''

''मग डीएनए टेस्ट करायची आणि ते कोणाचे आहेत हे शोधून काढायचं.''

''हो, पण मग त्यासाठी किमान साठ-सत्तरजणांचं तरी डीएनए सॅम्पल घ्यावं लागेल. कदाचित त्याहून जास्तसुद्धा, कारण मग युनियन आमच्यावर डॉक्टरांचे सॅम्पल घेण्यासाठीही दबाव आणू शकेल. आम्ही पूर्वग्रहदूषित चौकशी करत आहोत, कोणताही पुरावा नसताना केवळ वॉर्डबॉईजवरच संशय घेत आहोत असा आरोप करेल; त्यामुळे तेवढ्या सगळ्यांची टेस्ट करणं नक्कीच कठीण आहे; पण उद्या इतर पुराव्यासंदर्भात जर कोणावर अधिक संशय ठेवायला मिळाला तर त्याची टेस्ट करता येईल. ती आम्ही राखूनच ठेवत आहोत; पण आता मामला अगदी हातघाईवर आला आहे. जसजसा वेळ जातो आहे तसतसा त्या मंत्र्याचा दबाव वाढत चालला आहे. आमच्यावर इनकॉम्पिटन्सचे आरोप केले जात आहेत. आतापर्यंत कमिशनरसाहेबांनी त्यांना कसंबसं थोपवून धरलं आहे; पण आणखी किती काळ त्यांनाही तसं करता येईल हे सांगणं कठीण आहे. त्यात ती पोरगी जर्नालिस्ट असल्यामुळे मीडियाचा आवाजही वाढत चालला आहे. कोणाचं को-ऑपरेशन म्हणून मिळत नाही. केवळ एका आयविटनेसनं सगळा मामला सीधा करून टाकला असता; पण त्याच्याकडून कोणतीही मदत मिळण्याची शक्यताच नाही.''

''का? का? कोण आहे असा आयविटनेस की जो तुम्हालाही बधत नाही?''

''मधुराणी, स्वतः तीच. तीच तर एकुलती एक आयविटनेस आहे. पण...''

''...पण ती तर कोमात आहे.''

''एक्झॅक्ट्ली. ती जर बोलू शकली असती, तिची जबानी जर आम्ही नोंदवू शकलो असतो.''

''...तर मग ही परिस्थितीच नसती उद्भवली आणि तुम्हीही असे हरवल्यासारखे झाला नसतात. आणि...'' पण तेवढ्यात कौशिकांनी आपली जीभ चावली... 'आणि मग तुम्ही तरी माझ्याकडे कसे आला असतात?' असं अमृतरावांना त्यांना विचारायचं होतं; पण ऐन वेळी त्यांनी स्वतःला आवरलं. तेवढ्यात त्यांना कसली तरी आठवण झाली आणि परत ते आपल्या विचारचक्रात गढून गेले. त्यांच्या पाइपातून धुराची वलये बाहेर पडू लागली.

''भेटलं पाहिजे. आता.'' अमृतरावांवर आपला पाइप रोखून अकस्मात कौशिक म्हणाले.

या वेळी अमृतराव दचकले नाहीत, कारण ते तयारीतच होते. कौशिक केव्हा

आपल्या तंद्रीतून जागे होत असं काहीतरी असंबद्ध वाटणारं बोलताहेत याचीच ते वाट पाहत होते.

"कोणाला भेटलं पाहिजे एवढ्या तातडीनं?" त्यांनी शांतपणे विचारलं.

"तिला. त्या कोण त्या राणीला."

"मधुराणीला?"

"हो, तिलाच. चला, आता वेळ लावू नका." अमृतरावांना हातानं धरून उठवत कौशिक लगबग करू लागले.

"पण तिला भेटून काय साधणार आहे. ती तर कोमात आहे. तिच्या चेहऱ्यावर कोणतंही एक्स्प्रेशन नाही की ती काही बोलू शकणार नाही."

"माहिती आहे. तरीही तिला बघितल्यावर कदाचित काही क्लू मिळू शकेल. शिवाय मला त्या डॉक्टरांकडूनही तिच्या स्थितीबद्दलची इत्थंभूत माहिती करून घ्यायला हवी."

त्याचा काहीही फायदा नाही याविषयी खात्री असूनही केवळ कौशिकांची मर्जी राखायची म्हणून अमृतराव नाइलाजानं उठले. बळेबळेच ते इस्पितळात पोहोचले. आतापर्यंत कितीतरी वेळा त्यांनी मधुराणीला निपचित, काहीही हालचाल न करता पडलेलं पाहिलं होतं. शिवाय तिच्या तोंडावर तो व्हेन्टिलेटरचा मास्कही बसवलेला होता; त्यामुळे तिच्या चेहऱ्याकडेही लक्ष देऊन फायदा नव्हता.

कौशिक मात्र बारकाईनं तिचं निरीक्षण करत असलेले पाहून अमृतरावांनीही या वेळी जरा निरखून पाहिलं आणि आतापर्यंत ध्यानात न आलेली एक गोष्ट त्यांना उमगली. स्वतःच्या नकळत ते मोठ्यानं बोलूनही गेले.

"अरेच्चा, हिचे डोळे तर उघडेच आहेत."

"मलाही दिसलंय ते." कौशिकांनी त्यांना दुजोरा दिला.

"पण मग ही कोमात कशी?"

"डॉक्टरांना विचारू या ना आपण. ते सांगतील सारं काही."

त्यांच्या सुदैवानं मधुराणीला ट्रीटमेन्ट देणारे सीनिअर डॉक्टर त्या वेळी तिथं होते. अमृतरावांचा निरोप जाताच ते घाईघाईनं आले; पण ते येताच अमृतरावांनी काही विचारण्यापूर्वीच कौशिक म्हणाले,

"डॉक्टर, हा पेशंट कोमामध्ये असल्याबद्दल तुम्ही खात्री करून घेतलीच असेल."

"हो तर! आम्ही सगळी व्हायटल फंक्शन्स टेस्ट केली आहेत. आमच्याकडे असलेल्या सगळ्या टेस्ट्स आम्ही केल्या आहेत. कोणताही रिस्पॉन्स नाही. सध्या आर्टिफिशियल सपोर्टवर बॉडी चालू आहे. पेशंट ब्रेन डेड असल्याची सगळी लक्षणं दिसली आहेत. आम्ही..."

"पण पेशंटचे डोळे तर टक्क उघडेच आहेत." त्यांना मध्येच तोडत अमृतराव म्हणाले.

"हो. आम्हीही ते नोटीस केलंय; पण पापण्यांची उघडझाप होत नाहीय. जर पेशंट कोमात नसता तर पापण्या लवल्या असत्या, कदाचित बुबुळांचीही हालचाल झाली असती; पण तीही नाही. पेशंटला लाइफ सपोर्टवर जिवंत ठेवलंय म्हणून डोळे मिटवले नाहीत. तसं करणं आम्हाला योग्य वाटलं नाही."

"अगदी योग्यच केलंत, डॉक्टर. तुम्ही म्हणता तसा पेशंट व्हेजिटेटिव्ह स्टेटमध्ये असला तरी ऑफिशिअली डेड नाही. शिवाय तुम्ही एखाद्या निर्जीव बाहुलीला ट्रीट करत नाही आहात. हाडामांसाच्या माणसालाच ट्रीट करता आहात, तेव्हा टोटली इन्सेन्सिटिव्ह होऊन चालणारच नाही. कोणीही होऊच शकणार नाही. थँक्यू डॉक्टर! यू हॅव बीन ए ग्रेट हेल्प."

त्यांच्याशी हस्तांदोलन करत कौशिक तिथून निघालेही. अमृतराव आपल्या मागून येताहेत की नाही हे पाहण्याची तसदीही त्यांनी घेतली नाही. त्यांच्याबरोबर राहण्यासाठी मग अमृतरावांचीच तारांबळ उडाली.

डॉक्टरांची एवढी कसली मदत झाली हे कौशिकांना विचारावं असं त्यांना वाटलं; पण इस्पितळाबाहेर येतायेताच कौशिकांनी त्यांचा निरोप घेतला आणि समोर आलेल्या टॅक्सीत बसून ते तिथून निघूनही गेले.

त्यानंतर तीन-चार दिवस त्यांचा पत्ताच नव्हता. धोंडिबालाही ते कुठं आहेत याची नक्की माहिती नव्हती. कुठंतरी दिल्लीला जातो असं काहीतरी उडतउडत त्यांनी सांगितल्याचं त्याला आठवत होतं; पण खात्री नव्हती. असं काही आज पहिल्यांदाच होत नव्हतं. यापूर्वीही ते असेच नाहीसे झाले होते. कसला तरी विचार मनात आल्याबरोबर त्याचा पाठपुरावा करत ते राहिले असणार. आपण कोणत्या शृंगापत्तीत सापडलो आहोत, याची आठवण तरी त्यांना असेल का याचीच अमृतरावांना शंका होती.

पण त्याचबरोबर अमृतरावांना हेही आठवत होतं की, जिथं कुठं ते गेले असतील तिथून परत आल्याबरोबर हातातली केस सोडवण्यासाठी कोणत्या तरी नव्याच क्लृप्तीची मदत त्यांनी देऊ केली होती. आताही तसाच काहीतरी चमत्कार होईल या आशेवरच अमृतराव दिवस काढत होते.

नेहमीप्रमाणे नाहीसे झाले तसे अकस्मात एक दिवस ते उगवले. तोवर अमृतराव जरा जास्तच वैतागले होते. आता कमिशनरांनीही त्यांना अल्टिमेटम दिला होता. केसमध्ये तर काहीही प्रगती झाली नव्हती. कोणताही नवीन क्लू मिळाला नव्हता. ज्याच्यावर त्यांचा संशय होता, तो वॉर्डबॉय तर आता उघडउघड पूर्वीच्याच गुर्मीत हिंडत होता. अमृतरावांनी मधुराणीवरचा कडक पहारा काढून

घेतला नव्हता म्हणून. नाहीतर इतरांच्या नकळत त्यानं तिचा लाइफ सपोर्टही काढून टाकला असता, अशी शंका अमृतरावांना सतावत होती.

"अमृतराव, दिल्लीची हवा मोठी मस्त आहे. अजूनही हवेत गारवा आहे. या मुंबईसारख्या घामाच्या धारा नाही लागत आणि तुम्ही कधी ते नॅशनल ब्रेन रिसर्च सेंटर पाहिलंय का?"

मी कसला पाहतोय ते, आता मला बहुतेक हरिद्वार-हृषिकेशच पाहावं लागेल असं त्यांना सांगावंसं वैतागलेल्या अमृतरावांना वाटलं. इथं या मधुराणीच्या केसमध्ये मदत मिळेल म्हणून यांना त्यात ओढलं, तेही कमिशनरांनी आग्रह केला म्हणून. तर हे नेहमीप्रमाणे आपल्याच विश्वात हरवून बसले. ते कुठलंसं सेंटर काय तिथून लगेच हलणार होतं, एवढ्या तातडीनं ते बघायला गेले ते.

"नाही पाहिलंत ना? वाटलंच होतं मला. तुम्ही ना अमृतराव जरा कधी स्वतःसाठी वेळ काढत नाही बघा. आता तरी चला माझ्याबरोबर,"

"आता? आणि ती मधुराणी..."

"मधुराणी? मधुराणी? मग तिलाही घ्या बरोबर."

"काय? काय म्हणालात?" आपल्या कानांवर विश्वास न बसून अमृतरावांनी किंचाळल्यासारख्या स्वरात विचारलं.

"हेच. मधुराणीलाही बरोबर घ्या. तिच्याचसाठी तर नॅशनल ब्रेन रिसर्च सेंटरमध्ये जायचंय. कमिशनरांची परवानगी काढूनच आलोय मी. त्यांनी कदाचित डॉक्टरांनाही सांगितलं असेल. कोणीतरी डॉक्टरही येईल आपल्याबरोबर."

"पण हा सारा उपद्व्याप कशासाठी? त्यातून काय ती बरी होणार आहे की आपली सारी कहाणी सांगून टाकणार आहे?"

त्यावर काहीही न बोलता कौशिकांनी आपला पाइप पेटवायला घेतला. दिल्लीला त्या सेंटरमध्ये पोहोचेपर्यंत कौशिक केससंबंधी एक चकार शब्दही बोलले नाहीत.

तिथल्या डॉक्टरांशी मात्र त्यांनी सविस्तर चर्चा करून ठेवलेली दिसली, कारण तिथं पोहोचताच त्यांचं अगत्यानं स्वागत झालं. कौशिकांनी पेशंटला आणलेलं पाहून पुढची सारी व्यवस्था तातडीनं करण्यात आली.

"हे आमचं एफएमआरआय मशीन. फंक्शनल मॅग्नेटिक रेझोनन्स इमेजिंग. या तंत्राद्वारे मेंदू आपलं काम करत असतानाच त्याची नुसतीच नोंद होत नाही तर मेंदूचा कोणता भाग त्या कामाचं नियंत्रण करतो आहे आणि तो आपलं काम कसं करतो आहे याची माहिती आपल्याला मिळते."

"पण या पेशंटचा मेंदू तर अजिबात काम करत नाहीय." अमृतराव म्हणाले."

''तेही बघू या ना आपण. तुमच्या डॉक्टरांनी त्यांच्याकडे असलेल्या सर्व टेस्ट्स केल्या आहेत. जबाबदारीनं केल्या आहेत. त्यांचे रिझल्ट पाहिले तर माझंही तेच मत होईल; पण या टेक्निकनं जी माहिती मिळते त्यावरून आपल्याला मेंदूच्या कामाविषयीचा सविस्तर तपशील मिळू शकतो. त्यानं मग त्या मताला दुजोरा मिळायचा की नवीच काही माहिती पुढं यायची ते बघायलाच मिळेल.''

आणि तशी ती मिळालीही. तब्बल चाळीस मिनिटं डॉक्टर त्या मशीनचा वापर करून आपली टेस्ट करत होते. त्या एअरकन्डिशन्ड खोलीतही ते घामानं डबडबले होते; पण त्या घामानं निथळणारा त्यांचा चेहरा एका आगळ्याच समाधानानं उजळून निघाला होता.

''काँग्रॅच्युलेशन्स कमिशनर!'' ते म्हणाले. ''तुमचा पेशंट कोमात नाहीय. त्याचा मेंदू आपलं काम निर्विघ्नपणे करतो आहे. आजूबाजूच्या घडामोडींवर आपला प्रतिसादही नोंदवतो आहे.''

''ते कसं शक्य आहे?'' अविश्वासानं अमृतरावांनी विचारलं. ''मग तिची काहीच हालचाल का होत नाही?''

''कारण ती संपूर्ण पॅरलाइज झाली आहे. शरीराची हालचाल होण्यासाठी मेंदूच्या ज्या भागाची गरज असते, हालचालीचं नियंत्रण करणारं मेंदूचं जे उपांग असतं, त्याला जबरदस्त इजा पोहोचलेली आहे, तो भाग इनॅक्टिव्हेट झाला आहे, तो आपलं काम करू शकत नाहीय; त्यामुळे शरीराची काहीही हालचाल होत नाहीय. आपली बुबुळंही पेशंटला हलवता येत नाहीयत. पापण्यांची उघडझापही करता येत नाहीय तसेच थकल्यावर पापण्या मिटूही शकत नाहीयत; त्यामुळे डोळे चोवीस तास, तिन्ही त्रिकाळ उघडे राहिले आहेत; पण ते आपलं काम करताहेत. आजूबाजूला काय चाललं आहे हे ते पाहताहेत. एवढेच नव्हे, तर त्यावरची प्रतिक्रियाही नोंदवली जात आहे. बेल्जियममधल्या एका पेशंटच्या बाबतीत सर्वांत प्रथम ही बाब आढळली होती. त्यानंतर आता जगभरात असे अनेक पेशंट दिसून आले आहेत.

''दॅट्स गुड! कॅपिटल!'' आपले हात चोळत, आनंदाने उत्तेजित होत कौशिक म्हणाले.

''काय गुड? म्हणजे मधुराणी कोमात नाही, जिवंत आहे हे चांगलंच आहे. तरीही त्याचा काय उपयोग? तिच्या मनात काय चाललंय हे आपल्याला थोडंच समजणार आहे?''

''समजेल ना! त्याचसाठी तर या एफएमआरआयचा वापर करणार आहोत आपण. तिच्यावर कोणी ही स्थिती ओढवली हेच जाणून घ्यायचंय ना तुम्हाला? मग तेच तर शोधून काढण्याचा प्रयत्न करणार आहोत आपण.''

"कसं शक्य आहे ते? ती तर आपल्या पापण्याही हलवू शकत नाही. जीभ तर त्याहीपेक्षा जड असते. ती उचलून ती बोलणार कशी?"

"तिच्याशी आपण निःशब्द संवाद साधणार आहोत. तिच्या मनातले विचार मेंदूच्या कोणत्या भागाकडून नियंत्रित केले जातात हे आम्हाला माहिती आहे. तिला आपण प्रश्न विचारायचे आणि त्यांची हो किंवा नाही अशी उत्तरं द्यायला सांगायची. तिचं उत्तर जर हो असेल तर तिच्या मेंदूत कोणत्या प्रकारची लहर उमटते याची नोंद करायची. तसंच उत्तर नाही असं असेल तर त्यापायी उमटणाऱ्या लहरीचा तोंडवळाही नोंदवून ठेवायचा. त्यातून मग आपण आपल्याला पडलेल्या प्रश्नांची उत्तरं मिळवायची. आजवर अशी चाचणी बरेच वेळा केलेली आहे आम्ही आणि कोर्टानंही ती मान्य केलेली आहे."

अमृतरावांना प्रथमच हुरूप आला. निदान आता तरी आपल्या हाती काहीतरी महत्त्वाचा दुवा लागेल याविषयी त्यांच्या मनात शंका उरली नाही. कौशिकांनी मात्र त्यांना व्यवस्थित होमवर्क करायला सांगितलं. प्रश्न कसे विचारायला हवेत, त्यांची मांडणी कशी करायला हवी, याची माहिती दिली. प्रथम केसशी संबंध नसलेले पण पेशंटच्या पूर्वायुष्याशी निगडित असलेले काही प्रश्न विचारायचे. ज्यांची उत्तरं माहिती असतील असेच प्रश्न विचारायचे. म्हणजे मग ते मशीन बरोबर काम करत आहे आणि पेशंटकडून विश्वासार्ह उत्तरं मिळताहेत याची खातरजमा करून घेता येते. यालाच कॅलिब्रेशन म्हणतात; त्यामुळे मग आपण विचारलेल्या नेमक्या प्रश्नांवर पेशंटने दिलेली उत्तरंही विश्वासार्ह आहेत याबद्दल इतरांची खात्री पटवता येते, हे सांगितलं.

अमृतरावांनीही मग त्यानुसार मोजूनमापून आपली प्रश्नावली तयार केली. तिचं नाव मधुराणी आहे काय? तिचे मामा अमुकअमुक आहेत काय? ती जसलोक इस्पितळात गेली होती काय? ती ज्या टेस्टसाठी इस्पितळात आली होती त्या टेस्टचं नाव, तसंच इतरही काही टेस्टची नावं घेऊन त्या करून घेण्यासाठी ती तिथं गेली होती काय, असे निरनिराळे प्रश्न विचारून झाल्यावर मग मुख्य आणि महत्त्वाच्या प्रश्नांकडे आपला मोहरा वळवायचा असं त्यांनी कौशिकांच्या मदतीनं निश्चित केलं. त्यातच मग चार-पाच संशयितांची नावं घेऊन त्यांनी तिच्यावर बळजबरी केली काय, हेही विचारायचं ठरलं.

त्यांची उत्तरं मिळताच अमृतरावांचा मार्ग मोकळा झाला. आता त्या वॉर्डबॉयची गुर्मी कशी उतरवायची आणि त्याच्याकडून कबुलीजबाब कसा घ्यायचा, त्याला असलेल्या राजकीय पाठिंब्याला कसा शह द्यायचा, हे त्यांना इतरांनी कोणी सांगण्याची आवश्यकताच नव्हती. डॉक्टरांचे आभार मानत मग त्यांनी सर्वांचीच मुंबईला परतायची व्यवस्था चोख केली.

कमिशनरांकडे रिपोर्ट देण्यासाठी जाताना त्यांनी कौशिकांनाही बरोबर घेतलं होतं. नाहीतरी त्या दोघांनीच मिळून हा सगळा घाट घातला होता हे अमृतरावही जाणून होते.

"काँग्रॅच्युलेशन्स डॉक्टर!" कौशिकांचे हात हातात घेत कमिशनरांनी त्यांचे औपचारिक आभार मानले. "परत एकदा आमच्या डिपार्टमेन्टला तुम्ही एका मोठ्या संकटातून वाचवलं आहे."

"छे! छे! माझे कसले आभार मानता. मी आपला गाड्याबरोबर नळ्याची यात्रा या न्यायानं बरोबर गेलो होतो एवढंच! खरी कमाल आहे तुमच्या या अमृतरावांचीच. त्यांनीच तर आता या प्रश्नांची उत्तरं मधुराणीकडून मिळवण्याचा एकच मार्ग उरला आहे असं सांगितलं होतं. शिवाय तिचे डोळे टक्क उघडे आहेत याकडेही त्यांनीच तर आमचं लक्ष वेधलं होतं; त्यामुळेच ती कोमात नसून केवळ पॅरॅलाइज झाली आहे आणि त्यामुळे आपल्याला काही सांगू शकत नाही, हे आम्हा सर्वांच्याच ध्यानात आलं. खरोखरच कमाल आहे तुमची अमृतराव, कसं काय तुम्ही नेमक्या बाबी ओळखता हे एकदा तुम्हाला त्या एफएमआरआय मशीनखाली घालूनच समजावून घेतलं पाहिजे."

यावर अमृतरावच एकदम पॅरॅलाइज झाल्यासारखेच गप्प झाले. त्यांच्या मनातले विचार जाणून घेण्यासाठी कमिशनरांना मात्र कोणत्याच मशीनची गरज भासली नाही.

■

हातचलाखी

बीप बीप

मोबाइलवर एसएमएस आल्याचा आवाज झाला, तसं कौशिकांचं वर्तमानपत्रातलं लक्ष क्षणभर विचलित झालं; पण त्या मेसेजकडे दुर्लक्ष करत ते पुन्हा तो लेख वाचण्यात गढून गेले. धोंडिबानं तयार केलेला नाश्ताही थंड होत आला होता. त्यानं आणून ठेवलेला वाफाळलेल्या चहाचा कप तर केव्हाच बर्फाळलेल्या अवस्थेकडे झुकला होता; पण कौशिकांना त्या विशिष्ट लेखानं इतकं भारावून सोडलं होतं की, त्यांना आपल्या अवतीभोवतीचाही विसर पडला होता.

तेवढ्यात पुन्हा त्यांची तंद्री भंग पावली. आता मोबाइलचा ट्यूनच वाजला होता. वास्तविक कौशिकांनी अतिशय चोखंदळपणे मोत्झार्टच्या आईने क्लाईने नाख्तम्युझिकचा एक तुकडा त्या ट्यूनसाठी निवडला होता; त्यामुळे तो वाजला की, ते खूश होत; पण या वेळी मात्र त्यांच्या कपाळावर एक आठी उमटलीच.

कारण आता त्यांच्या वाचनसमाधीत व्यत्यय आला होता. त्यांचं लक्ष उडालं होतं. आता परत त्याच एकाग्रतेनं वाचन करणं कठीण आहे, हे उमगून त्यांनी मोबाइल उचलला. त्याच्यावरचं हिरवं बटन दाबत त्यांनी हॅलो म्हटलं आणि त्याच बरोबर धोंडिबाला चहा पुन्हा गरम करून आणायला फर्मावलं.

"हॅलो, डॉक्टर कौशिक बोलतोय."

"थँक गॉड! सापडलात एकदाचे. तुम्ही ताबडतोब निघा."

"कोण बोलतंय? कोण आहात तुम्ही?" बुचकळ्यात पडलेल्या कौशिकांनी विचारलं.

"ते महत्त्वाचं नाही हो. तुम्ही असाल तसे निघा."

"पण झालंय काय? आणि..."

"...अहो आभाळच कोसळलंय. सगळं संपलंय."

सगळं संपलंय ना. मग मी तिथं येऊन काय करू? असं विचारायचा मोह कौशिकांना झाला होता, कारण फोन करणाऱ्यानं अजूनही आपण कोण आहोत ते सांगितलं नव्हतं; पण महत्प्रयासानं त्यांनी स्वतःला आवरलं. बोलणाऱ्यानं आपली ओळख दिली नसली, तरी तो अतिशय घाबरलेला, गांगरलेला आहे हे त्यांना कळून चुकलं होतं. तशीच काहीतरी बाब असल्याशिवाय त्यांना असं कोणी ताबडतोब निघायला सांगितलं नसतं. हा कोणीतरी केलेला खोडसाळपणा नाही, याची खात्री त्यांना फोनवरच्या त्या आवाजातल्या कंपातून पटली होती. तरीही कुठं जायचं हे त्यांना अजूनही समजलेलं नव्हतं. म्हणून स्वतःच्या आवाजावर संपूर्ण ताबा ठेवत त्यांनी शांतपणे विचारलं.

"कुठं यायचंय? आणि कशासाठी?"

"प्रसन्नाकडे. म्हणजे त्याच्या घरी."

"प्रसन्न? प्रसन्न महाशब्दे?"

"तेच, तेच. सारं संपलंय हो. ते, ते," पुढं तो बोलूच शकला नाही. त्याचा स्वतःवरचा ताबा पार सुटला आणि तो जो कोणी होता तो अगदी ओक्साबोक्शी रडायला लागला होता. काहीतरी गंभीर झालंय एवढी जाणीव कौशिकांना झाली होती.

प्रसन्न महाशब्दे म्हणजे अतिशय उमदं व्यक्तिमत्त्व. देशाच्या राजकारणातलं आजघडीचं एक आघाडीचं नाव. पुढं मागं प्रसन्न पंतप्रधान होण्याचीही शक्यता होती. मीडियानं तर आतापासूनच त्यांना ते पद बहाल केलं होतं. अर्थात मीडियाला हाताळण्याची प्रसन्नाची विलक्षण धाटणी त्याला कारणीभूत होती याविषयी कौशिक यांच्या मनात यत्किंचितही संदेह नव्हता. तरीही एक उमदा राजकारणी म्हणून त्याची ती पात्रताही आहे, हेही कौशिकांना माहिती होतं; पण त्यांची प्रसन्नाशी असलेली मैत्री राजकारणाच्या पलीकडची होती. प्रसन्ना अजूनही गावपातळीवरच आपलं कार्य करत असल्यापासूनची होती. त्याच्याच गावातल्या एका अवघड केसच्या निमित्तानं कौशिक अमृतरावांबरोबर तिथं गेले होते आणि त्या केसचा गुंता कौशिकांच्या नेहमीच्या कौशल्यामुळेच सुटला होता. त्यांनी आपल्या नेहमीच्या शैलीत त्याचं सगळं श्रेय अमृतरावांना बहाल केलं असलं, तरी प्रसन्नाच्या शोधक नजरेला ते फसवू शकले नव्हते. उघडपणे त्यांच्या निवेदनाचं खंडन न करता त्यानं चतुराईनं आपल्याला सगळं समजलं आहे, हे कौशिकांच्या ध्यानात आणून दिलं होतं. त्याच्या बुद्धिमत्तेनं कौशिकांनाही आकर्षित केलं होतं, तेव्हापासून जमलेली त्यांची मैत्री मग पुढे वाढतच गेली आणि प्रसन्न गाव सोडून इथे आल्यावर तर मग

ती अधिकच फुलत गेली.

तसे दोघेही आपापल्या कामामध्ये इतके व्यग्र असत की, महिनोन्महिने त्यांच्या भेटीगाठी अशा होत नसत. तरीही दोघांनीही तसा दूरवरून का होईना संपर्क राखला होता आणि तशाच महत्त्वाच्या बाबीमध्ये कौशिकांचं मत जाणून घेण्याची दक्षता प्रसन्नानं नेहमीच घेतलेली होती. परखड पण विधायक असा सल्ला कौशिकांकडूनच मिळू शकेल अशी प्रसन्नाची खात्री पटली होती. बाकी आसपासच्या तोंडपुज्या आणि आपमतलबी मंडळींना प्रसन्ना चांगलाच ओळखून होता.

गेल्या महिन्या-दोन महिन्यांत प्रसन्नाची गाठ पडली नव्हती; परंतु वर्तमानपत्रांतील बातम्यांमधून त्याची ख्यालीखुशाली कौशिकांना मिळत होती. राजकारणाच्या धबडग्यातूनही दररोज नियमितपणे व्यायाम करण्याची सवय प्रसन्नानं लावून घेतली होती; त्यामुळे तशी त्याची प्रकृतीही चांगली होती. म्हणजे तशा लहानसहान तक्रारी असत, नाही असं नाही. या आधीच्या भेटीत त्यातलीच एक कौशिकांच्याही ध्यानात आली होती. त्यांनी त्यावर दिलेला सल्ला प्रसन्नानंही मानला होता. त्यांनीच सुचवलेल्या डॉक्टरकडून त्यानं उपचार करायलाही सुरुवात केल्याचं कळवलं होतं; त्यामुळे तीही चिंता राहिली नव्हती.

म्हणूनच आताच्या त्या फोननं ते संभ्रमित झाले होते. असं एकाएकी काय झालं असेल? हार्ट ॲटॅक तर नसेल आला? तशी प्रसन्नाची तब्येत चांगली असली तरी आजकाल पन्नाशीतल्या व्यक्तींनाच हार्ट ॲटॅक येण्याचा जास्त धोका असतो, असं डॉक्टरच म्हणत असत. एरवी सुपारीच्या खांडाचंही व्यसन नसलेल्या आणि बॅडमिंटन, टेनिस यांसारखे दमछाक करणारे खेळ खेळून अंगातली चरबी जराही वाढू न देण्याची खबरदारी घेणाऱ्या खेळाडूंनाही हृदयविकाराचा झटका आल्याचं कौशिकांनी पाहिलं होतं; त्यामुळे ती शक्यता अजिबात नाकारता येत नव्हती. तरीही तसंच काही झालं असावं, याचीही खात्रीलायक बातमी त्यांना मिळालेली नव्हती.

तेवढ्यात धोंडिबानं परत गरम केलेला चहा आणून ठेवल्यामुळे कौशिकांची विचारांची साखळी तुटली. एरवी ते धोंडिबावर चिडले असते; पण आता त्या व्यत्ययाचा त्रास त्यांना झाला नाही, कारण त्यामुळे एक वेगळीच कल्पना त्यांच्या मनात चमकून गेली. प्रसन्ना काही झालं तरी आघाडीचा राजकारणी होता. त्याची प्रकृती अशी एकाएकी ढासळली असेल तर ती एक ब्रेकिंग न्यूज होती; त्यामुळे तसा काही प्रकार घडलाच असेल तर कोणत्या ना कोणत्या वाहिनीवर त्याची खबर मिळाली असती. खरंतर प्रसन्नाच्या बाबतीत तर सगळ्याच वाहिन्यांची ती न्यूज कव्हर करण्याची अहमहमिका लागली असती.

समोरचा रिमोट उचलून कौशिकांनी मिळेल ती पहिली वाहिनी पकडली आणि त्यावरची बातमी ऐकून तर त्यांच्या हातातला कप गळूनच पडला. त्याचा खळ्ळ

असा झालेला आवाज आणि पायजम्यावर उडालेला गरम चहाही त्यांची नजर समोरच्या पडद्यावरून हटवू शकला नाही.

बातमी खरोखरच अतिशय खळबळजनक होती. प्रसन्नानं आपल्या घरातच, आपल्याच अभ्यासिकेत स्वतःवर गोळी झाडून आत्महत्या केली होती. म्हणजे तसा प्रयत्न केला होता, कारण त्याला तातडीनं त्याच्याच मेव्हण्यांनी इस्पितळामध्ये हलवलं होतं. तिथं तो अजूनही मृत्यूशी झुंज देत असल्याचं निवेदन तिथल्या डॉक्टरांनी केलं होतं. त्याची प्रकृती चिंताजनक असल्याचंही ते म्हणाले होते.

आता तिथंच बसून राहणं कौशिकांना शक्य नव्हतं. तो फोनवरचा माणूस एवढा का गडबडून गेला होता, ते त्यांच्या ध्यानात येऊ लागलं होतं. सारं काही संपलंय असं तो म्हणाला ते भावनेच्या उमाळ्यापोटी; पण त्याची तशी समजूत होणं स्वाभाविकही होतं. अजून सगळं काही संपलेलं नाही. नसावं. नसू दे, अशी मनाशी प्रार्थना करत कौशिक जायला उठले. कुठं जायचं हे त्यांना अजूनही उमगत नव्हतं. तेवढ्यात त्या वाहिनीवरची एका डॉक्टराची त्रोटक मुलाखत त्यांना आठवली. म्हणजे प्रसन्न अजून तरी इस्पितळातच होता. घरी जाण्यात काही फारसा मतलब नव्हता. प्रतिमाही प्रसन्नाबरोबरच इस्पितळात गेली असणार. मुलंही तिथंच असतील याबद्दलही शंका नव्हती. घरी फार फार तर काही नोकरचाकर सापडले असते. त्यांच्याशी बोलण्यात काहीच मतलब नव्हता. इस्पितळातच जाऊन पुढची माहिती मिळवता आली असती.

टॅक्सीतून तिथं जात असताना एक नवीनच अडचण कौशिकांना जाणवली. इस्पितळाजवळ प्रचंड गर्दी झालेली असणार हे तर उघडच होतं. मीडियावालेही आपापल्या ओबी व्हॅन्स आणि खास वार्ताहरांची झुंड घेऊन तिथं पोहोचले असणार. त्यांना आवरण्यासाठी पोलिसांची फौजही तिथं हजर झाली असणार. अशा परिस्थितीमध्ये आपल्याला तिथे आत कोण सोडणार, याची चिंता आता कौशिकांना भेडसावू लागली होती. कमिशनरांना फोन करावा का? तेवढी कौशिकांची आणि त्यांची ओळख होती आणि जर त्यांना विनंती केली असती तर ती लगेचच मान्यही झाली असती.

आपल्या फोनकडे जाणारा हात कौशिकांनी मागे खेचला. एवढ्या क्षुल्लक कामासाठी कमिशनरांना त्रास देण्यात अर्थ नव्हता. मग अमृतरावांना साद घालावी का? ते तसे नाही म्हणणार नाहीत; पण न बोलावता कौशिकांनी कोणत्याही केसमध्ये लुडबूड केलेली अमृतरावांना आवडत नाही, हेही त्यांना माहिती होतं. 'अगं अगं म्हशी...'चा खेळ नेहमीच दोघेही खेळत असत. कौशिकांची आत्यंतिक गरज भासलेली असतानाही, 'तुम्हालाच इंटरेस्ट असेल तर या बापडे', असा आविर्भाव अमृतराव आणत असत आणि कौशिकही 'मला काही फारसं स्वारस्य

नाही; पण तुम्ही आता अडचणीत सापडले आहात तर येतो बापडा' असं दाखवत दाखल होत असत.

"साब, अस्पताल. अडसठ रुपये हुए।" टॅक्सी ड्रायव्हरच्या बोलण्यानं कौशिक भानावर आले. ते इस्पितळात पोहोचलेही होते. टॅक्सीचं बिल चुकतं करत त्यांनी समोर पाहिलं. तिथं मोठा जनसागर उसळला होता. आपल्याला ओळखणारं कोणी आहे की काय, हे ते शोधत असतानाच वर्दीतलाच एक इन्स्पेक्टर पुढे झाला आणि त्यांना सॅल्यूट ठोकत म्हणाला,

"या सर. साहेब कदाचित तुमचीच वाट पाहत असतील."

अरे हा तर राजेश, अमृतरावांवरच्या लाचखोरीच्या आरोपाच्या केसमध्ये आपल्याला मदत करणारा यंग टर्क. आता सीनिअर इन्स्पेक्टर झालेला दिसतोय.

"अरे, पण तू बाहेर कसा? तू तर आत असायला हवा होतास. इथला मामला इतरांनी सांभाळला असता."

"काही व्हीआयपी येण्याची शक्यता असल्यानं त्याच्या सर्व देखरेखीसाठीच मी इथं आहे. तुम्ही याल अशी मला खात्री होतीच."

"अमृतरावांनी तसं सांगितलं तुला?" थोड्या फार आश्चर्यानं कौशिक यांनी विचारलं.

"नाही. साहेबांवर फारच प्रेशर आहे. त्यांना काही विचार करायलाही फुरसत नाही. ते तिथं आतच बसून आहेत."

"काय झाल आहे हे थोडक्यात सांग पाहू."

"थोडक्यातच सांगावं लागेल, सर. तसे डिटेल्स कोणालाच माहिती नाहीत. महाशब्देंच्या कानशिलातून गोळी आरपार गेली आहे, असं सांगितलं जातंय. त्यांच्या उजव्या हातात रिव्हॉल्व्हर होतं ते सापडले तेव्हा."

"आय सी! ते रिव्हॉल्व्हर कोणाचं होतं?"

"त्याची काहीच माहिती नाही. त्यांचे मेव्हणे गिंडेसाहेब यांनी त्यांना इस्पितळामध्ये आणलं. डोक्यातून रक्तस्राव होत होता आणि महाशब्देसाहेब बेशुद्ध होते. ॲम्ब्युलन्समधूनच गिंडेसाहेबांनी कमिशनरांना फोन करून कळवलं. आपले साहेब तातडीनं इथं आले. मीही होतो त्यांच्याबरोबर. आम्ही पोहोचतो तोच ॲम्ब्युलन्सही आली. साहेब आत गेले; मी इथला माहोल पाहून इतरांना बोलावलं आणि इथं बंदोबस्ताची व्यवस्था केली. आम्ही इथं पोहोचल्याला आता जवळजवळ पाऊण तास झालाय; पण सर तुम्हाला कधी कळलं? आणि कसं? साहेबांनी फोन केला होता का?"

"नाही. फोन आला होता; पण कोणाचा ते कळलंच नाही. मी टीव्ही चॅनेलवर ब्रेकिंग न्यूज पाहिली आणि आलो. तुझ्याशी बोललो मग. आता आत जायला

मिळेल ना?''

राजेशनं त्यांना आत नेण्याची व्यवस्था केली. ऑपरेशन थिएटरच्या बाहेर अमृतराव येरझारा घालत होते. त्यांच्या चेहऱ्यावरूनच ते किती टेन्स झाले आहेत ते समजत होतं. कौशिकांनी पुढं होऊन त्यांचे हात हातात घेत मूकपणेच त्यांच्याशी संवाद साधला. त्यांच्या मनात प्रश्नांचा कल्लोळ माजला होता; पण ते विचारण्याची ही वेळ नाही, हे त्यांना समजत होतं. खरंतर त्यांचे हात पाइप शिलगवायला शिवशिवत होते; पण आपण कुठं आहोत हे ध्यानात घेऊन त्यांनी तो खिशातच राहू दिला.

त्यांचा विश्वासच बसत नव्हता. प्रसन्ना अशी आत्महत्या करणाऱ्यातला नव्हता. आत्महत्या करणारी मंडळी अतीव निराशेच्या गर्तेत असतात, याचा त्यांनी आजवर अनेकवार अनुभव घेतला होता. आत्महत्या करायला असामान्य धैर्य लागतं, असा काही मानसशास्त्रज्ञांचा लाडका सिद्धान्त असला, तरी मुळात सगळेच मार्ग खुंटल्याशिवाय माणूस ते धैर्य दाखवायला सिद्ध होत नाही. प्रसन्नानं असं का केलं असावं? त्याला कौशिकांनी कधीही निराश झालेलं पाहिलं नव्हतं. कोणत्याही संकटात डगमगून न जाता, डोकं शांत ठेवून त्याचा सामना करण्याची त्याची बेडर वृत्तीच त्याला इथवर घेऊन आली होती. आता राजकारणी म्हटल्यावर अनेक खऱ्याखोट्या आरोपांना तोंड द्यावं लागतं हे तर खरंच. प्रसन्नावर तर असे कितीतरी आरोप झाले होते. त्यातले सगळेच काही विरोधी पक्षीयांनी केलेले नव्हते. काही मंडळी अस्तनीतल्या निखाऱ्यांसारखी स्वपक्षीयही होती. मात्र, त्यांनी शिखंडीच्या आडून वार करण्याचा पराक्रम केला होता; पण प्रसन्ना सर्वांना पुरून उरला होता आणि त्याचा बचाव बनवाबनवीचा नाही, प्रांजळ आहे याची जनतेला खात्री पटली होती. म्हणूनच तर आताही बाहेर सारा जनसागर उसळला होता.

ऑपरेशन थिएटरचा दरवाजा उघडून, तोंडावरचा मास्क सोडत डॉक्टर बाहेर आले तसे गिंडे लगबगीनं पुढं झाले. डॉक्टरांनीही त्यांच्या हातावर थोपटत ऑपरेशन व्यवस्थित पार पडल्याचं सांगितलं; पण ते पुढं काहीच बोलेनात.

''थॅक्यू डॉक्टर; पण आता पुढं काय?''

''ते आताच सांगता येणार नाही. पेशंट डीप कोमामध्ये आहे. मेंदूच्या अतिशय संवेदनशील भागातच गोळी गेली होती. तिथं रक्तस्रावही बराच झाला होता. आम्ही आता तो थांबवलाय; पण ते कोमातून बाहेर आल्याशिवाय काहीही सांगता येणार नाही.''

''पण मग कोमातून तो बाहेर तरी केव्हा येणार?''

''तेही सांगता यायचं नाही. ते कोमातून बाहेर येतीलच अशी खात्रीही आम्ही आता देऊ शकत नाही. आय ॲम सॉरी, बट वुई वुईल हॅव टू वेट ॲन्ड वॉच, ॲन्ड

होप फॉर द बेस्ट.''

प्रतिमाच्या तोंडून एक अस्फुट हुंदका तिला न जुमानता बाहेर पडला. पदराचा बोळा तोंडात कोंबत तिनं स्वतःला सावरायचा प्रयत्न केला. गिंड्यांनी पुढं होऊन तिला आधार देऊन बसवलं. आता काय करावं हे त्यांनाही कळत नव्हतं. तिथं थांबून राहण्यातही फारसा अर्थ नव्हता. न थांबणंही परवडणारं नव्हतं. अमृतरावांनी पुढं होत त्यांचा तिढा सोडवायचा प्रयत्न केला.

''आम्ही आहोत इथं गिंडेसाहेब. मी माझी अतिशय विश्वासू माणसं इथं देऊन चोवीस तास पहारा ठेवतो. काही लागलंच तर आम्ही तुम्हाला लगेच कॉन्टॅक्ट करू. मीडियाला आतापर्यंत आम्ही थोपवून ठेवलेलं आहे; पण आता त्यांना काहीतरी सांगावंच लागेल. मला वाटतं, आपण आणि डॉक्टरांनी मिळून ते करावं. त्यांनी इथपर्यंत येता कामा नये. हे कसं झालं याबद्दल अनेक सवाल आहेत; पण ते जरा सावकाशीनं आपल्याला विचारले तरी चालेल असं वाटतं. मी नंतर तुमच्याशी संपर्क साधेनच.''

तसे गिंडेही कौशिकांना ओळखत होते; पण ती ओळख दाखवण्याची ही वेळ नव्हती. सहजासहजी दिसणार नाही अशा एका आडबाजूच्या बाकावर कौशिक बसून राहिले. बाकीचा लवाजमा जाऊन, तिथं शांतता प्रस्थापित होईपर्यंत त्यांनी वाट पाहिली. आता अमृतराव एकटेच होते. आपल्याच विचारात गढून गेले होते. कौशिकांनी त्यांच्या खांद्यावर हात ठेवताच ते दचकले. एकदम उठून त्यांनी कौशिकांना घट्ट पकडलं. ओरडण्याच्या तयारीत उघडलेलं आपलं तोंड कौशिक दिसताच त्यांनी सावकाश मिटलं.

''मला कळल्याबरोबर मी लगेच निघून आलो. तुम्ही बिझी होतात म्हणून तुम्हाला डिस्टर्ब नाही केलं. काय आणि कसं झालं याबाबत काही निश्चित कळलं का?''

एरवी अमृतरावांनी ते सरळ सांगण्याचं टाळण्याचा प्रयत्न केला असता; पण मामला अतिशय गंभीर आहे हे तेही समजून चुकले होते. नेहमीच्या खेळाला इथं वाव नव्हता.

''नाही. आम्हाला समजलं, तेव्हा गिंडेसाहेब ॲम्ब्युलन्समध्ये होते. घरातून महाशब्देसाहेबांना हलवलं होतं; त्यामुळे जिथं ही घटना घडली तिथं नेमकी काय स्थिती होती, हे समजणं कठीणच आहे. म्हणजे महाशब्देसाहेब नेमके कुठं होते, रिव्हॉल्व्हर कुठं होतं, कशा स्थितीत होतं; गोळी आरपार गेल्याचं डॉक्टर म्हणाले, मग ती आता घरातच कुठं तरी असली पाहिजे. तीही शोधायला मिळालेली नाही; पण गिंडेसाहेबांनी त्यांना पाहिलं, तेव्हा ते एकटेच होते आणि रिव्हॉल्व्हर असलेला हात सोफ्यावरून खाली घरंगळत होता असं कळलंय. जी माहिती मिळालीय

त्यावरून तरी हा आत्महत्येचा मामलाच दिसतोय.''

''तुम्हाला वाटतं, प्रसन्ना आत्महत्या करेल असं?''

''तसं वाटत तर नाही; पण काय सांगावं? याहूनही विचित्र प्रसंग पाहिले आहेत मी. तुम्हीही पाहिले आहेत. कोणाचा काही भरवसा देता येतो कुठं! नेमकं काय झालं हे आता महाशब्दे शुद्धीवर येतील, तेव्हाच समजेल. कदाचित घटनास्थळावरून काही सुगावा मिळाला असता; पण तिथून त्यांना हलवलं गेल्यामुळे तीही शक्यता आता धूसर झाली आहे. मीडिया आणि राजकारणी तर याचे कसलेही वेगवेगळे अर्थ लावतील आणि सारी बाब आमच्या गळ्याला तात लावायला कारणीभूत होईल.''

''पण प्रसन्ना शुद्धीवर यायला आणखी किती काळ लागेल हे तर डॉक्टरही सांगू शकत नाहीत. तोवर काय हातावर हात बांधून, स्वस्थ बसून राहणार आहात का तुम्ही?''

''दुसरं काय करता येणं शक्य आहे? नाहीतर महाशब्देसाहेबांच्या हातालाच विचारावं लागेल, बाबा रे, का उचललंस ते रिव्हॉल्व्हर? का टेकवलंस आपल्याच कानशिलावर? टेकवलंस ते टेकवलंस; चाप कशाला रे बाबा ओढलास?''

''हातालाच विचारायचं?''

''का नाही! पाठीमागे एकदा त्या कोमामध्ये गेलेल्या बाइकडून तिच्या मेंदूलाच विचारून तुम्ही सत्य काढून घेतलं होतंत ना. मला वाटलं आता हातालाही तुम्ही तसं विचारू शकाल.''

''हं, अशीही एक शक्यता आहे. विचार करावा लागेल.''

आणि बोलता बोलता कौशिक एकदम गप्प झाले. अमृतरावांना ती इष्टापत्तीच वाटली. कौशिकांचं बोलणं ऐकून घेण्याच्या मनःस्थितीत नव्हते ते. आपल्या तोंडाला ही केस चांगलाच फेस आणणार आहे, याची त्यांना खात्रीच पटत चालली होती. महाशब्दे यातून वाचले तरी त्यांच्यावर आत्महत्येच्या प्रयत्नाचा गुन्हा दाखल करावा लागलाच असता. तेही सोपं नव्हतं. करावा तरी प्रॉब्लेम; न करावा तर त्याहून अधिक गुंतागुंतीची भानगड! शिवाय त्यातून सुटका नाहीच. सरकार आणि विरोधी पक्ष दोघेही धारेवर धरणार आणि हा सर्व खेळ करणारे महाशब्दे त्यांना कोणीच काही बोलणार नाही.

आणि ते यातून वाचले नाहीत, कोमातून कधीच बाहेर आले नाहीत तर मग काय, ऑल हेल वुईल ब्रेक लूज.

इतका वेळ आपलं डोकं खाणारे कौशिक गेले तरी कुठं म्हणून वळून अमृतरावांनी पाहिलं तर ते मध्येच उभे होते. त्यांचं लक्ष आपल्याकडेच आहे किंबहुना आपल्याला ते निरखून पाहत आहेत असंच त्यांना वाटलं; पण जवळ

जाताच ते आपल्या आरपार पाहत असल्याचं त्यांना दिसून आलं. हॉस्पिटल असल्यामुळे तोंडामध्ये पाइप नव्हता आणि त्यातून धुराची वलये बाहेर पडत नव्हती. तरीही त्यांचं विचारचक्र भन्नाट वेगानं धावत असल्याची खूण अमृतरावांना पटली होती.

"एक्स-रे!" गर्रकन वळून, उजव्या हाताची तर्जनी अमृतरावांवर रोखून धारदार आवाजात कौशिक म्हणाले. क्षणभर अमृतरावही लटपटले. "एक्स-रे काढा, अमृतराव."

कसला एक्स-रे, कोणाचा एक्स-रे असं विचारायला अमृतराव पुढं होतात तोच पुन्हा अबाउट टर्न करत जवळजवळ धावतच कौशिक तिथून बाहेरही पडले.

पुढचा आठवडा तसा धांदलीतच गेला. महाशब्दे यांची स्थिती क्षणाक्षणाला बदलत होती. त्यानुसार प्रत्येक वेळी वेगळा विचार करावा लागत होता. बाहेर गर्दी तर रोजच होत होती; त्यामुळे बंदोबस्ताचीही व्यवस्था करावी लागत होती. मीडियाचा तर तिथे मुक्कामाच होता. ओबी व्हॅन्स, हातात माइक किंवा व्हिडिओ कॅमेरा धरून धावत सुटणारे पत्रकार तर आल्या-गेल्याच्या तोंडासमोर माइक धरून त्यांचं म्हणणं टिपण्यात गर्क होते. आठवडाभरात कौशिकांनी फोनही केला नाही हे अमृतरावांच्या ध्यानातही आलं नव्हतं.

आठव्या दिवशी परिस्थिती एकदम बदलली. सकाळपासूनच धांदल जाणवत होती. डॉक्टरांनी महाशब्दे यांच्या कुटुंबीयांना, गिंडेसाहेबांना बोलावून घेतलं. पेशंट कशालाच प्रतिसाद देत नाही, हे त्यांना समजावून सांगितलं. केवळ लाइफ सपोर्ट सिस्टीम चालू आहे म्हणून पेशंटला जिवंत म्हणता येईल, बाकी तो मृत झाल्यातच जमा आहे, हे त्यांना पटवून देण्यात आलं. कुटुंबीय तर त्या धक्क्यानं कोलमडूनच पडले होते. गिंडेच तेवढे काहीसे भानावर होते. त्यांनीही निर्णय घेतला आणि बारा वाजून तीन मिनिटांनी डॉक्टरांनी महाशब्दे आता या जगात नसल्याचं जाहीर केलं. थोड्याच वेळात मीडियाकडेही ही बातमी पोहोचली. त्यांनी ती जगभर केली. हॉस्पिटलकडे येणाऱ्यांची रीघ लागली. अमृतरावांना क्षणाची फुरसत मिळेनाशी झाली. मिनिटामिनिटाला कोणीतरी व्हीआयपी आयसीयूकडे येऊ लागला.

आपला कोट कशाला अडकलाय हे पाहण्यासाठी अमृतराव वळले तो कौशिकांनी तो धरून ठेवल्याचं त्यांना दिसलं.

"तुम्हाला कळलंच असेल." अमृतराव म्हणाले.

"म्हणून तर तातडीनं आलो. मी ते एक्स-रेबद्दल बोललो होतो. ध्यानात आहे ना?"

अमृतराव खरंतर ते विसरलेच होते; पण कौशिकांना तसं सांगणं त्यांच्या जिवावर आलं.

''हो ना, म्हणजे नाही ना. म्हणजे काय झालं की, तो घ्यायला वेळच मिळाला नाही. क्षणाक्षणाला पेशंटच्या स्थितीमध्ये उतार-चढाव होत होते. त्याकडेच सगळं लक्ष होतं सगळ्यांचं. माझंही.''

काय झालंय हे कौशिक समजून चुकले.

''म्हणजे तो घेतलेला नाही अजून. मग आता घ्या, नाहीतर असं करा अमृतराव, तुम्ही पोस्टमॉर्टेम करायला सांगा. म्हणजे मग त्यात याचाही अंतर्भाव करता येईल. वेगळा एक्स-रे घेतला असं होणार नाही.''

अमृतरावांना चीड आली. असा कसा हा गृहस्थ. प्रसंग काय आणि हा सांगतो काय! कौशिकांची ही खोड तशी अमृतरावांच्या चांगलीच परिचयाची होती. मनात एखादी काही वैज्ञानिक संकल्पना आली की, तिचा पाठपुरावाच करत बसत कौशिक. अशा वेळी समोरच्या परिस्थितीचा विचार त्यांच्या मनातच शिरत नसे. तरीही आजची स्थिती वेगळी होती. पेशंट कोणी साधासुधा असामी नव्हता. मनातला क्षोभ आवरत ते म्हणाले,

''तसं कसं करता येईल?''

''का नाही? का नाही? गोळी झाडली गेली होती ना? रिव्हॉल्व्हर हातात होतं ना?''

''एक्झॅक्ट्ली. रिव्हॉल्व्हर महाशब्दे यांच्याच हातात होतं, त्यातूनच गोळी सुटली होती. म्हणजे ती सापडली नाही अजून; पण त्याची शहानिशा करायची गरजच नाही, कारण मृत्यू इस्पितळात झालाय, डॉक्टरांनी डेथ सर्टिफिकेट दिलंय. शिवाय ही काय खुनाची केस आहे का पोस्टमॉर्टेमचा आग्रह धरायला?''

''खुनाची केस! खुनाची केस! वा काय मुद्दा काढलात अमृतराव! मग आता तर पोस्टमॉर्टेम करायलाच लावा. खास करून तो एक्स-रे.''

''मला नाही तसं करता येणार. हं, आता फॅमिली मेम्बर्सनीच तसा आग्रह धरला तर बाब वेगळी.''

''फॅमिली मेम्बर्स, फॅमिली मेम्बर्स.'' कौशिक स्वतःशीच बडबडत राहिले आणि मग आले तसेच गर्रकन वळून ताडताड पावलं टाकत निघूनही गेले. अमृतराव त्यांच्याकडे बघतच राहिले अन् मग मान झटकून आपल्या कामाला लागले. बरी ब्याद टळली अशीच त्यांची भावना होती. आता कौशिकांची लुडबूड होणार नाही आणि आपल्याला आपलं काम जरा स्वस्थतेनं करता येईल असं वाटून त्यांनी एक सुस्कारा टाकला.

पण तासाभरातच त्यांना कमिशनरांचा फोन आला आणि एका अर्जंट मीटिंगसाठी त्यांनी ताबडतोब आपल्या ऑफिसमध्ये हजर राहावं असं त्यांना सांगण्यात आलं. इथलं महत्त्वाचं काम सोडून यायला एवढी कसली अर्जंट बाब निघाली, हेच त्यांना

समजेना; पण ऑर्डर होती, त्यामुळे राजेशकडे तिथला चार्ज सोपवत ते तिथून निघाले.

"कम इन, कम इन अमृतराव. तुमचीच वाट पाहत होतो." त्यांना बोलावत कमिशनर म्हणाले. ते आत शिरणार तोच तिथं कौशिकांना पाहून अमृतरावांना जरा आश्चर्यच वाटलं. आपण त्यांचं एक्स-रे घेण्याचं म्हणणं मान्य केलं नाही आणि पोस्टमॉर्टेमचा आग्रहही धुडकावून लावला म्हणून आपल्याविरुद्ध तक्रार करायला तर ते इथं आले नाहीत ना, अशी शंकाही त्यांच्या मनाला चाटून गेली; पण मग याच कौशिकांनी आपल्याला एका अतिशय गंभीर आरोपातून वाचवलं होतं आणि त्या वेळी कमिशनरांनीच त्यांना त्यासाठी अगत्यानं बोलावलं होतं, हेही त्यांच्या लक्षात आलं. मनामध्ये उडालेला हा गोंधळ कसाबसा लपवत ते जवळच्याच खुर्चीत बसले.

"वेल नाऊ दॅट एव्हरीबडी इज हिअर, डॉक्टर कौशिक तुम्हाला जे काही सांगायचंय त्याची सुरुवात करायला हरकत नाही."

खिशातला पाइप तोंडात ठेवून त्याचा दांडा चावत काही क्षण कौशिक स्तब्धच राहिल अन् मग हळूच तो पाइप परत खिशात टाकत त्यांनी बोलायला सुरुवात केली,

"पुढे काही सांगण्यापूर्वी मला प्रसन्नाविषयी दोन महिन्यांपूर्वीची एक आठवण सांगायचीय."

या वेळी अमृतरावांबरोबर कमिशनरांच्याही कपाळावर आठी उमटली. महाशब्दे यांच्या आठवणी सांगायला का या गृहस्थानं सगळ्यांना हातातली कामं बाजूला ठेवून बोलावलं?

पण कौशिक आता आपल्याच तंद्रीत होते. इतरांच्या काय प्रतिक्रिया होतात याकडे त्यांचं लक्षही नव्हतं.

"मी असाच त्याला भेटायला आलो होतो. त्यानं चहा मागवला. ट्रेमधून नोकरानं तो आमच्यासमोर आणून ठेवला. मी माझा कप उचलला. चांगलाच गरम होता चहा. प्रसन्नानं आपला कप उचलला आणि पुढच्याच क्षणी तो त्याच्या हातातून गळून पडला. कप फुटला. त्यातला सगळा चहा कार्पेटवर सांडला. सुदैवानं त्याच्या अंगावर तो पडला नाही. नाहीतर तो भाजला असता. चहाचा चटका बसल्यामुळे त्याच्या हातून तो निसटला असावा असं मला सुरुवातीला वाटलं; पण मग मी पाहिलं. आलेला दुसरा कप त्यानं डाव्या हातानं उचलला. चश्माही तो डाव्या हातानंच उचलत होता. एवढंच काय पण नव्यानं आलेल्या चहातली साखर चमच्यानं ढवळण्यासाठीही त्यानं डावा हातच वापरला. मी जरा खोदून विचारल्यावर त्यानं आपल्या उजव्या मनगटात काही वेळा जोर नसतो आणि

ते दुखतंही असं सांगितलं. मला शंका आली म्हणून मी त्याला ऑर्थोपेडिक सर्जनकडून तपासणी करून घ्यायला सांगितलं. माझ्या मित्राचंच नावही सुचवलं. त्या तपासणीतून त्याला कार्पल टनेल सिन्ड्रोम नावाची व्याधी झाल्याचं स्पष्ट झालं. डॉक्टरनं काही गोळ्याही सांगितल्या होत्या; पण हाताला...''

''...बरोबर आहे भावजी तुमचं. मी विचारलंही त्यांना; पण तुम्हाला त्यांचा स्वभाव माहितीच आहे. त्यांनी उडवून लावलं. काही नाही, मामुली बात आहे असं सांगितलं; पण ते त्या गोळ्या नियमित घेत होते. जेवतानाही पेला, वाटी उचलण्यासाठी डावा हातच वापरत होते. चमच्यानं सूप घ्यायचं असेल तर तो चमचाही डाव्या हातातच धरत होते.'' प्रतिमानं सांगितलं.

आता गिंडेही पुढं सरसावले.

''आणि हो, हाताला ते कसलंसं बँडेजही बांधत होता तो. मीही विचारलं तर काही जखम नाही, जरा आधार देण्यासाठी वापरतोय असं म्हणत माझ्यासमोर त्यानं ते उलगडून टाकून बाजूला ठेवलं; पण एरवी तो ते सतत बांधत असे असं मला अनेकांनी सांगितलं.''

''तेव्हा त्याच्या उजव्या मनगटाला कार्पल टनेल सिन्ड्रोमची बाधा झाली होती हे नक्की. साधं वर्तमानपत्र हातात धरायचं तरी काही वेळा दुखतं अशा व्याधीत. मग आता सांगा... अमृतराव, त्या रिव्हॉल्व्हरचं वजन किती असेल?''

आपल्याला असं काही विचारलं जाईल याची अमृतरावांना कल्पना नव्हती. ते थोडेसे गडबडलेच; पण लगेच सावरत म्हणाले,

''म्हणजे एक्झॅक्ट्ली नाही सांगता यायचं. शिवाय मी अजून ते पाहिलेलंही नाही; त्यामुळे ते कोणतं होतं हेही मला माहिती नाही; पण कोणतंही असलं तरी ते चहाच्या कपापेक्षा निश्चितच जड असतं, यात शंका नाही.''

''आणि तरीही प्रसन्नानं ते उचललं; फक्त उचललंच नाही तर ते बरोबर आपल्या कपाळाशी धरून त्याचा चाप ओढला.''

''म्हणजे म्हणायचंय काय तुम्हाला?'' गिंड्यांनी विचारलं. ''मी सर्वप्रथम पाहिलं त्याला. त्याचा उजवा हात असा बाजूला पडला होता. त्या हातात ते रिव्हॉल्व्हर होतं. त्याच्या उजव्या कानशिलातून गोळी गेल्याचं दिसत होतं. तिथून अजूनही रक्त वाहत होतं. त्याचा श्वासोच्छ्वास मंदपणे पण चालू होता. मीच त्याला उचलून ॲम्ब्युलन्समधून हॉस्पिटलमध्ये घेऊन गेलो. मी पाहिलंय रिव्हॉल्व्हर त्याच्या हातातच होतं.''

''बरोबर आहे तुमचं गिंडेसाहेब. तुम्ही पाहिलंत तेच सांगताय; पण ज्या माणसाला साधा चमचा उचलतानाही कष्ट पडत होते, तो ते जड रिव्हॉल्व्हर उचलेल, नेमका नेम धरून कानशिलाजवळ नेईल आणि त्याचा चाप ओढेल, हे

शक्य वाटतं तुम्हाला?''

''अशक्य वाटणाऱ्या अनेक गोष्टी घडलेल्या तुम्हीही पाहिल्या आहेत कौशिक.''

''आहेत ना; पण हे जे अशक्य असं तुम्ही म्हणताय तेच नेमकं घडलं, याची खातरजमा करून घ्यायला नको का आपण? प्रसन्ना सहजासहजी आत्महत्या करणाऱ्यातला नव्हता, हे वहिनी तुम्ही आणि गिंडेसाहेब तुम्हीही जाणता. म्हणूनच ती खरोखरच आत्महत्या होती की काय, याची खात्री करून घ्यायला हवी. तशी ती असेल तर... तर, मग बोलणंच खुंटलं. तरीही प्रसन्ना असं करायला का प्रवृत्त झाला असावा, हा प्रश्न उरतोच; पण तशी ती नसेल तर मग कमिशनरसाहेब, तुम्हाला वेगळ्या दिशेनंच तपास करावा लागेल.''

काही वेळ कोणीच काही बोललं नाही. एक अवघडलेली स्तब्धता तिथं पसरली.

''तुम्ही प्रसन्नाला पाहिलंत, तेव्हा त्याच्या हातात रिव्हॉल्व्हर होतं. खरं ना गिंडेसाहेब?''

''हो, होतं ना. मी त्याला उचलायला गेलो तसं ते त्याच्या हातातून गळून पडलं.''

''गळून पडलं? दॅट्स गुड! मग आहे कुठं आता ते?''

''आम्ही प्रसन्नाला घेऊन घराबाहेर पडलो, तेव्हा घराला कुलूप लावलेलं होतं; त्यामुळे आम्ही परतलो, तेव्हाही ते तिथंच होतं. मी ते आता माझ्या घरी कपाटात ठेवून दिलंय.''

''म्हणजे मग ते अजूनही तिथंच असलं पाहिजे. तुमच्याव्यतिरिक्त त्याला इतर कोणी हात लावलाय?''

''मला तसं वाटत नाही; पण खात्री नाही.''

''पण तुमच्या हाताचे ठसे त्याच्यावर उमटले असणार. हरकत नाही; पण तो एक महत्त्वाचा पुरावा आहे आपल्या हाती. तुम्ही त्याची ती स्टडी होती तशीच ठेवली आहे ना? तिथल्या काही गोष्टी हलवल्या नाहीत ना?''

''कशा आणि कोण हलवणार भावजी?'' आता प्रतिमा म्हणाली, ''अहो, आवराआवर करायला आम्ही भानावर तरी आहोत का? आणि आम्हाला वेळ तरी मिळालाय का?''

''तसं नाही म्हणायचं मला वहिनी; पण ती खोली प्रसन्नाला गोळी लागली, तेव्हा जशी होती तशीच असली तर अमृतरावांना तपास करायला सोपं जाईल. आता तुम्हीच सांगा त्या दिवशी नेमकं काय झालं? सगळा तपशील सांगा. आठवून आठवून सांगा.''

''त्या दिवशी सकाळी उठल्यानंतर हे जिममध्ये जाऊन आले. मग चहा घेऊन

ते नेहमीप्रमाणे आपल्या स्टडीत गेले. पेपर वाचणं, काही फोन वगैरे नेहमीसारखीच कामं ते करत असत. साधारण आठच्या सुमाराला प्रभातभावजी आले.''

''प्रभात? म्हणजे प्रसन्नाचा धाकटा भाऊ?''

''तेच. जरा घुश्शातच होते. अलीकडे त्यांची आणि यांची वरचेवर भांडणं होत असत.''

''कशावरून?''

''कशावरून म्हणजे? आता घरात भांडणं होत असतील तर समजणार नाही का मला?''

''तसा नव्हता माझ्या म्हणण्याचा अर्थ. कशावरून म्हणजे कोणत्या मुद्द्यावरून भांडणं होत होती?''

''ते नाही कळलं मला. मी यांना विचारायचा प्रयत्न केला; पण यांनी उडवून लावलं. अजून बच्चा आहे तो, असं म्हणाले. तर त्या दिवशीही ते भांडायलाच आले होते. आल्याआल्या मी दार उघडलं तर मला जवळजवळ ढकलूनच त्यांच्या खोलीमध्ये गेले आणि त्यांनी आतून दार बंद करून घेतलं. थोड्या वेळानं मी चहा आणू का? म्हणून विचारायला गेले तर आतून जोरजोरात भांडण्याचा आवाज आला. म्हणजे प्रभातभावजींचा आवाज चढला होता. यांचाही जरा वरच्या पट्टीत लागला होता. मी चहाचं विचारण्याच्या निमित्तानं दार ठोठावलं तर हेच म्हणाले की नको, जाईल तो एवढ्यात. मी मग निघून परत स्वयंपाकघरात गेले. थोड्या वेळानं बाहेरचं दार जोरानं आपटल्याचा आवाज आला म्हणून बघायला गेले तर ते बंदच होतं. आवाज का आला म्हणून बघितलं तर बाहेर कोणीच नव्हतं. उघडं दार वाऱ्यानं आपटून जोरानं लागलेलं दिसलं. यांच्या खोलीचं दार किलकिलं दिसलं म्हणून उघडून पाहिलं तर, तर हे...'' तिला पुढं बोलवेना. रडूच फुटलं. तोंडामध्ये पदराचा बोळा कोंबून तिनं स्वतःला सावरायचा प्रयत्न केला.

कौशिक काहीही न बोलता फक्त त्यांच्याकडे बघत राहिले.

''ही मोठ्यानं ओरडली. बाकीचे धावून आले.'' गिंडे सांगू लागले, ''त्यांच्यापैकीच कोणीतरी, बहुतेक महादेवनं मला बोलावलं. त्यानं इंटरकॉमवरून सांगितलं की, तो माझ्याकडे आला होता, आता आठवत नाही. मी गेलो आणि पाहिलं, तेव्हा मलाही शॉकच बसला; पण मी लगेच ॲम्ब्युलन्सला आणि हॉस्पिटलला फोन केला. इमर्जन्सी असल्याचं सांगितलं आणि प्रसन्नाला उचलून लिफ्टमधून खाली आलो; तोवर ॲम्ब्युलन्स पोहोचलीच होती. त्यातून त्याला घेऊन हॉस्पिटलात गेलो. ॲम्ब्युलन्समधूनच काहीजणांना फोन केले. बाकी नेमकं काय झालं ते आठवत नाही. इतक्या भराभर गोष्टी घडत गेल्या आणि आमची मनःस्थितीही नव्हती तशी.''

"तर मग मला वाटतं वहिनी आणि गिंडेसाहेब, तुम्ही प्रसन्नाच्या पोस्टमॉर्टेमचा आग्रह धरावा. त्याचा मृत्यू हॉस्पिटलमध्ये झाल्यामुळे आणि तिथल्या डॉक्टरांनी डेथ सर्टिफिकेटही दिल्यामुळे पोलिसांना तसा आग्रह धरता येणार नाही; पण फॅमिली मेंबरनी तसा आग्रह धरल्यास तशी तपासणी होऊ शकते. त्यात खास करून त्याच्या उजव्या मनगटाचा एक्स-रे आणि जरूर वाटल्यास एमआरआय काढायला आपण सांगू या. म्हणजे तुम्ही त्याचाही आग्रह धरा. त्यातून जर कार्पल टनेल सिन्ड्रोमचं निदान बरोबर ठरलं, तर मग ही आत्महत्या नाही हे सिद्ध करता येईल. तशा परिस्थितीत एकच पर्याय दिसतो, तो म्हणजे दुसऱ्याच कोणीतरी प्रसन्नाच्या डोक्यावर रिव्हॉल्व्हर टेकवून गोळी झाडली आणि नंतर त्याच्या हातात ते ठेवून ती आत्महत्या असल्याचा भास निर्माण केला."

"पण गोळी कोणीही झाडलेली असली तरी ती झाडल्याचा आवाज तर ऐकू यायला हवा होता ना? तसा तो ऐकल्याचं कोणीच सांगितलेलं नाही." इतका वेळ गप्प बसलेल्या अमृतरावांना आता वाचा फुटली होती.

"तोही एक मुद्दा आहेच की. वहिनी, तुम्ही आवाज नाही ऐकलात गोळी झाडल्याचा?"

"नाही. एकतर मी किचनमध्ये मिक्सर लावून बसले होते. त्याचा मोठ्ठ्यानं आवाज होत होता. शिवाय शेजारीच कुठंतरी, कसला तरी जाहीर कार्यक्रम होता. तिथं लाउडस्पीकरवरून मोठमोठ्यानं गाणी वाजवली जात होती; त्यामुळे झालाच असला तरी तो माझ्या कानावर पडला नाही."

"कदाचित सायलेन्सर लावलं असेल रिव्हॉल्व्हरला किंवा चाप दाबताना हातावर उशी दाबून धरली असेल. काय झालं असेल हे रिव्हॉल्व्हर तपासल्यावर समजू शकेल; पण महत्त्वाचा मुद्दा आहे तो चाप कोणी ओढला हा. ही आत्महत्या आहे की खून? याचा निवाडा व्हायलाच हवा."

"खून? कोण करणार? तिथं तर कोणीच नव्हतं" प्रतिमा म्हणाली अन् मग काहीतरी आठवल्यासारखं वाटून तोंडावर हात धरत डोळे विस्फारत म्हणाली, "म्हणजे प्रभातभावजी?"

पण त्यावर कौशिक किंवा कोणीच काहीच बोललं नाही. मात्र, गिंडे आणि अमृतराव पुढं होत पोस्टमॉर्टेमची व्यवस्था करायला निघून गेले. कमिशनरांनी कौशिकांना थोडं थांबवून घेत त्यांच्याशी काही चर्चा केली आणि पोस्टमॉर्टेमचा रिपोर्ट आल्यावर परत भेटायचं ठरवून सगळेच तिथून निघून गेले.

चार दिवसांनी ते परत भेटले, तोवर पोस्टमॉर्टेमचा रिपोर्टही आला होता. कौशिकांच्या सांगण्यावरून प्रसन्नाचा अमेरिकेत असलेला मुलगा येईपर्यंत अंत्यसंस्कार पुढं ढकलल्याचं कारण देऊन बॉडी मॉर्गमध्ये ठेवली गेली असल्याचीच बातमी

सगळ्यांना सांगण्यात आली होती; त्यामुळे शवतपासणीचा गाजावाजा होऊन भलतेसलते तर्कवितर्क लढवले गेले नाहीत; पण रिपोर्ट मात्र स्पष्ट होता.

''तुमची शंका बरोबर होती, डॉक्टरसाहेब.'' गिंडे म्हणाले.

''कार्पल टनेल सिन्ड्रोमनं प्रसन्नाला अजूनही पछाडलेलं होतं, हे त्यातून सिद्ध झालंच आहे; तेव्हा त्यानं ते रिव्हॉल्व्हर उचलून गोळी झाडली असणं शक्य नाही, हे तर आता स्पष्टच दिसतंय. शिवाय त्या रिव्हॉल्व्हरच्या चापावर प्रसन्नाच्या बोटाचा ठसा असलाच तर तोही धूसर असेल. तो त्याच्याकडूनच दाबला गेला असेल तर त्याला जोर द्यावा लागला असणार. मग तो ठसा स्पष्ट उमटायला हवा. तोही एक आणखी पुरावा मिळेल आपल्याला.''

''पण मग प्रसन्नानं तो ओढला नाही तर कोणी ओढला? प्रभातनं?''

''सध्यातरी संशयितांमध्ये फक्त त्याचाच समावेश करावा लागेल. आहे कुठं तो?''

''आता तुम्ही विचारताहात म्हणून सांगते भावजी, त्या दिवसापासून ते इकडे फिरकलेही नाहीत. कुठं आहेत काहीच माहिती नाही. आमचं सारं लक्ष यांच्याकडेच लागल्यामुळे त्यांचा विचार करणंही सुचलं नाही आम्हाला; पण आता त्याचंच आश्चर्य वाटतंय. यांना हॉस्पिटलमध्ये दाखल केल्यापासून कोण कोण येऊन गेलं. कित्येक वर्षांत न भेटलेली माणसंही भेटून गेली किंवा त्यांनी फोन केला. प्रभातभावजी किंवा त्यांच्याकडच्या कोणीच साधी चौकशीही केलेली नाही. मला त्याचंच आता राहून राहून आश्चर्य वाटतंय.''

यावर काहीच न बोलता अमृतराव आणि कौशिक यांनी एकमेकांकडे अर्थपूर्ण कटाक्ष टाकले.

''आता तुम्ही अंत्यसंस्काराची तयारी करा. त्याला तो निश्चित येईल. त्या वेळी मग त्याला विचारता येईल.''

''पण काही म्हणा डॉक्टरसाहेब, आज मनावरचं एक ओझं उतरल्यासारखं वाटतंय. प्रसन्नानं आत्महत्या केलेली नाही, तो भेकडासारखा वागला नाही, हे तुमच्यामुळेच सिद्ध झालंय. तुमचे कसे आभार मानावेत तेच कळत नाही.'' कौशिकांचे हात हातात घेण्यासाठी पुढं होऊ पाहणाऱ्या गिंड्यांना कौशिकांनी जागच्या जागीच थोपवून धरलं.

''अहो, माझे कसले आभार मानताहात. आभार मानायला हवेत तुम्ही या अमृतरावांचे. तुम्हाला यांची खोड माहिती नाही. नेमकं मुद्द्याचं बोलायचं, तेही सूचकपणे आणि मग आपण त्या गावचेच नाही असा आव आणायचा. तेच तर मला म्हणाले की, 'महाशब्देसाहेबांच्या हातालाच विचारावं लागेल, बाबा रे, का उचललंस ते रिव्हॉल्व्हर? का टेकवलंस आपल्याच कानशिलावर? टेकवलंस ते

टेकवलंस चाप कशाला रे बाबा ओढलास?' मी फक्त ते त्या हाताला कसं विचारायचं एवढंच सुचवलं. शिवाय तेच म्हणाले की, पोस्टमॉर्टेमचा आग्रह धरायला ही काय खुनाची केस आहे? तेव्हा अमृतराव, आता तुमची ही हातचलाखी नाही चालायची. गिंडेसाहेबांचे हात हातात घेऊन तुम्हाला त्यांच्या कृतज्ञतेच्या भावनेचा स्वीकार करावाच लागेल."

यावर अमृतराव किंवा कमिशनर काहीच बोलले नाहीत. गिंडेसाहेब पुढं झालेले पाहून, आपला पाइप पेटवण्याचं निमित्त करून कौशिकांनी मात्र तिथून काढता पाय घेतला.

■

"आता काही तुम्ही जिंकत नाही कौशिक." आपला घोडा उचलून काटशह देत अमृतराव म्हणाले.

कौशिकांनी पट बारकाईनं न्याहाळला. पुढच्या दोन-चार चालींचा आढावा घेतला आणि त्या काटशहातून आपली सुटका करून घेत अमृतरावांना दिलेला शहही उठवत ते म्हणाले,

"पण तुम्ही तरी कुठं जिंकताय?"

"नसेल ना. म्हणूनच तर म्हणतो की ड्रॉ मान्य करा." आनंदानं आपले हात चोळत अमृतरावांनी कौशिकांना प्रत्युत्तर दिलं. आजवर ते आणि कौशिक कितीतरी डाव खेळले होते. त्यात अमृतरावांचा विजय क्वचितच झाला होता. आपण जिंकतोय असं वाटत असतानाच कौशिक काहीतरी संपूर्ण अनपेक्षित अशी चाल खेळत आणि हातातोंडाशी आलेला विजय अमृतरावांच्या कह्यातून निसटून जाई; त्यामुळेच आता विजय नाही तरी निदान बरोबरीत लढत सोडवता येत असल्यामुळे ते खूश झाले होते.

"छे, छे, ड्रॉ कसला! आणखी काही वेळ असाच खेळ चालू ठेवला तर मग त्याचा निकाल लागेलच की. ड्रॉला मी कधीच मान्यता देत नाही हे तुम्हाला माहितीच आहे."

इतका वेळ काहीही न बोलता त्या दोघांचा हा डाव पाहत बसलेल्या इतरांनाही आता कौशिकांचा हा हटवादीपणा आहे असंच वाटून गेलं. जोशींनी न राहवून नेहमीप्रमाणे ते बोलूनच दाखवलं. एरवी त्यांचा प्रतिवाद करणाऱ्या कर्नल पंडितांनीही त्यांना या वेळी दुजोरा दिला. तावडे आणि रानडे काहीच बोलले नाहीत; पण त्यांचाही होरा तोच असल्याचं कौशिकांच्या नजरेतून सुटलं नाही.

थोडा वेळ कोणीच काही बोललं नाही.

कौशिकांचं लक्ष अजूनही पटाकडेच लागलेलं होतं. अमृतरावांनी मात्र चिरुट शिलगावत एक जबरदस्त झुरका घेतला होता.

"हे तसं ऐकायचे नाहीत कर्नलसाहेब. त्यांना वाटतं की, प्रत्येक बाब निकालीच झाली पाहिजे."

"तशी अपेक्षा ठेवावी माणसानं; पण व्यवहारात नेहमीच तसं घडत नाही. आमच्या काही लढायाही निर्णायक होत नाहीत. आम्ही किंवा शत्रू कोणीच जिंकत नाही. दोघांचंही बरंच नुकसान होतं आणि तरीही दोघांनाही आपल्या पोझिशनपासून तसूभरही पुढं जाता येत नाही. युद्धं होतात निर्णायक; पण प्रत्येक लढाई निर्णायक होतेच असं नाही."

"एक्झॅक्ट्ली, कर्नलसाहेब." रानडे कधी नव्हे ते बोलू लागले. "तुमच्याकडेच अमृतराव, तुम्ही तसा अनेक गुन्ह्यांचा निकाल लावला असला तरी ज्यांच्या बाबतीत काहीच प्रगती झालेली नाही, ज्यांचा शोध लागला नाही अशा केसेस तुमच्याकडे असतीलच की."

"आहेत ना. अनसॉल्व्हड केसेसच्या कित्येक फायली आमच्या कपाटांमध्ये पडून आहेत आणि आम्ही त्या क्लोज करत नाही, कारण कधीतरी त्यांच्याविषयी काही नवी माहिती मिळेल अशी आशा सोडायची नाही, अशी शिकवण आम्हाला दिलेली असते; पण मनोमनी आम्हीही जाणून असतो की, याचा कधीच शोध लागणार नाही. अगदी दहा-दहा पंधरा-पंधरा वर्षांपूर्वीच्या अशा केसेस पडून आहेत आमच्याकडे."

"म्हणजे मग स्कॉटलंड यार्डनंतर आम्हीच अशी तुमची बढाई पोकळच म्हणायची!" त्यांची फिरकी घेत तावडे म्हणाले.

"नाही तावडे. आम्ही निकाल लावलेल्या केसेसच्या तुलनेत यांची संख्या अतिशय कमी आहे; पण अशा केसेस मुळीच नाहीत असं नाही."

"मला नाही हे पटत. तुम्ही नेहमी चाकोरीतूनच विचार करता. रूढ मळवाट सोडून दुसऱ्या दिशेनं शोध घेतला तर अशा अनेक केसेसचा निकाल लावता येईल कदाचित." आता डाव पुढे चालू ठेवणं अशक्य आहे हे ओळखून पटावरून हटत आणि आपला पाइप पेटवत कौशिक म्हणाले.

"हा तुमचा दुराग्रह आहे कौशिक." अमृतराव काही बोलण्यापूर्वीच त्यांची बाजू घेत जोशी म्हणाले. "तुम्हीच नेहमी म्हणता ना वैज्ञानिक परिभाषेत कोणतंही ठोस विधान करताना त्याला पूरक असा पुरावा द्यायला हवा. मग आताही द्या तसा पुरावा."

"अहो, पुरावा नाही मिळाला म्हणून तर त्या केसेस अनसॉल्व्हड राहिल्या ना." वातावरणात येऊ पाहणारा तणाव निवळवायच्या उद्दिष्टानं कर्नल म्हणाले.

''नाही कर्नल, तुम्ही नेहमीच कौशिकांची बाजू घेता. या वेळी त्यांना मागे नाही हटता येणार. मी तर म्हणतो की, त्यांनी चॅलेंजच स्वीकारावा.''

''कसला चॅलेंज?'' तोंडातला पाइप क्षणभर दूर करत कौशिकांनी विचारलं.

''अमृतरावांनी त्यांच्याकडची एखाद्या अशा अनसॉल्व्हड केसची फाइल कौशिकांना दाखवावी आणि त्यांनी स्वतःच्या चाकोरीबाहेरच्या पद्धतीनं तिचा निकाल लावून दाखवावा.''

''हे तर झकासच होईल, जोशीबुवा. आमच्या अनसॉल्व्हड केसेसच्या फाइल्सपैकी एक तरी कमी होईल आणि कौशिकांनाही आपलं म्हणणंच खरं असल्याचं दाखवून देता येईल.''

''पण तसं नाही करता आलं तर?''

''तर कौशिकांनी हार मानून ड्रॉ होतो कधीकधी हे कबूल करावं.''

''बस्स एवढंच!'' तावडेंनाही आता जोर चढला. ''यात पैज कसली? पैज कशी भरभक्कम पाहिजे.''

''मानली. आय ॲक्सेप्ट द चॅलेन्ज. तुम्ही ठरवाल त्या अटीवर.'' कौशिकांनी प्रस्ताव मान्य करत म्हटलं. ''केव्हा आणताय तुमची फाइल, अमृतराव? उद्याच आणा. वेळ कशाला दवडायचा?''

कौशिकांच्या मेंदूला कित्येक दिवसांत काही खुराक मिळाला नव्हता याची अमृतरावांना माहिती होती; त्यामुळेच त्यांनी लगबगीनं ही कामगिरी ओढवून घेतली, हे त्यांनी ओळखलं; पण आता आपल्यालाही मागे हटता येणार नाही, याचीही जाणीव त्यांना झाली. शिवाय आता आपणहूनच कौशिकांना या केसचा शोध घ्यायला सांगितला असंही कौशिक म्हणू शकणार आहेत, याचीही त्यांना जाणीव झाली. ही बाजी त्यांनीच मारल्याचं त्यांच्या लक्षात आलं आणि ते आपल्या लक्षात आलंय हे कौशिकांच्याही लक्षात आलंय, हे त्यांच्या चेहऱ्यावरचं मिस्कील हास्य अमृतरावांना सांगून गेलं.

दुसऱ्याच दिवशी अमृतराव लगबगीनं फाइल घेऊन येतील याविषयी कौशिकांना अजिबात शंका नव्हती. आपल्यावर कुरघोडी करण्याची अशी संधी ते गमावतील असं त्यांना वाटेना. त्यांनी धोंडिबाला अमृतरावांसाठी त्यांना आवडणारे पॅटीस तयार ठेवण्याची ऑर्डरही देऊन टाकली होती; पण त्यांच्या कयासानुसार अमृतराव आले, तेव्हा आपण ती पैजेची गोष्ट विसरूनच गेल्याचं नाटक मात्र त्यांनी छान वठवलं.

''अरे अमृतराव तुम्ही! आज मधेचसे? काही विशेष? की सहज या बाजूला आला होतात म्हणून इकडे फेरी मारताय?''

''तसा सहजच म्हणायला हवं. एका केसमध्ये एक नवा धागा मिळाला. त्याच साक्षीदाराशी बोलण्यासाठी नीरा आणि मुकुंद निघाले होते. साक्षीदार जरा वजनदार

असामी असल्यामुळे त्यांनी मलाही चलण्याचा आग्रह केला. निघालो आणि गाडीत बसताबसता तुम्ही लावलेल्या पैजेची आठवण झाली, तेव्हा हाताला लागली ती फाइल घेऊन आलो. म्हटलं परत येताना वाटेमध्ये ती तुम्हाला द्यावी आणि जावं.''

हाताला लागली ती असं अमृतराव म्हणाले असले तरी त्यांनी दिवसभर चांगली छाननी करून त्यातल्या त्यात अवघड केसची फाइल आणली असणार, हे कौशिकांनी ओळखलं होतं; पण तसं न दाखवता ते म्हणाले,

''ओह, आय सी! मग ठेवा ती तिथं. बघेन सवड मिळेल तशी.'' वास्तविक केव्हा ती उघडतो असं त्यांना झालं होतं; पण ते अमृतरावांना कळता कामा नये याची दक्षता ते घेत होते. तेवढ्यात धोंडिबानं पॅटीसची प्लेट आणून ठेवली.

''अरे वा! धोंडिबानं तुमच्या आवडीचे पॅटीस तयार केलेले दिसताहेत. त्याला तुम्ही येणार हे कसं कळलं हेच समजत नाही. तुम्ही फोन करून सांगितलं नव्हतंत ना?''

''छे! छे! मी म्हटलं ना नीरा आणि मुकुंदनं सांगेपर्यंत मी इकडे येणार असल्याचं मलाच माहिती नव्हतं. तर मग मी कसा फोन करणार! तुम्ही तर त्याला ऑर्डर नव्हती ना दिली?'' आणि आपल्या चेहऱ्यावरचा त्यांना पकडल्याचा भाव त्यांच्या नजरेला दिसू नये म्हणून अमृतरावांनी समोरच्या पॅटीसचा तोबरा भरला.

मग थोडा वेळ दोघेही काही न बोलता पॅटीसचा फन्ना उडवण्यात गर्क होते. चहा झाल्यावर अमृतरावांनी चिरूट आणि कौशिकांनी पाइप पेटवला आणि दोघेही धुरांची वलये सोडत गप्पच झाले. आपल्या समोर असताना कौशिक त्या फाइलला हातही लावणार नाहीत, याची खात्री पटल्यावर अमृतरावांनी निरोप घेण्याचा आविर्भाव आणला. त्याबरोबर आपल्या तंद्रीतून जागं झाल्यासारखं दाखवत कौशिक म्हणाले,

''निघताय? हरकत नाही; पण मी काय म्हणतो, ती फाइल वाचायला मला चार-पाच दिवस तरी फुरसत मिळणार नाही. शिवाय ती तशी जाडही आहे चांगली, तेव्हा तुम्हीच थोडक्यात ही केस काय होती हे का नाही सांगून टाकत?''

अमृतरावांनाही आता जास्त ताणून धरवेना. त्यांनी खाकरत सांगायला सुरुवात केली.

''गोष्ट साधारण दोन-अडीच वर्षांपूर्वीची आहे. शिवसुब्रमण्यम नावाचा एक गृहस्थ मॅकडोनल्डच्या टेकअवे काउन्टरजवळ आपल्या गाडीत विकलांग अवस्थेत सापडला.''

''विकलांग म्हणजे? त्याला काही अपघात झाला होता आणि त्यात हातपाय मोडले होते?''

''नाही; पण त्याला आपल्या शरीराची काही हालचाल करता येत नव्हती.

त्याचे ओठही डेन्टिस्टनं इंजेक्शन दिल्यानंतर जसे लुळे पडल्यासारखे होतात तसे झाले होते. हातपाय उचलणं तर त्याला मुश्कीलच झालं होतं; पण तो काही नीटपणे बोलूही शकत नव्हता. जीभ लुळी पडल्यासारखी झाली होती. त्याला पॅरॅलिसिसचा अॅटॅक आला असावा असा संशय आल्यामुळे काहीजण मदतीला गेले, तेव्हा तो जेमतेम 'कौन' हा एकच शब्द उच्चारू शकला. त्याला तिथूनच इस्पितळात नेण्यात आलं. अशा तऱ्हेनं संशयास्पद स्थितीत कोणाला आणलं गेलं तर हॉस्पिटल ऑथॉरिटीज नेहमीच आम्हाला कळवतात. तसं त्यांनी कळवलं; पण हॉस्पिटलमध्ये तो जेमतेम अर्धा तासच जिवंत राहिला. त्याला विषबाधा झाली असावी असा संशय तिथल्या डॉक्टरांनी व्यक्त केला; त्यामुळे मग प्रकरण माझ्यापर्यंत पोहोचलं.''

''तो मॅकडोनल्डच्या टेकअवे काउन्टरजवळ होता ना? मग तिथून काही घेऊन त्यानं खाल्लं होतं का? त्यातून त्याला विषबाधा–''

''...मलाही सुरुवातीला तोच संशय आला. म्हणून मग आम्ही त्या मॅकडोनल्डची कसून झडती घेतली; पण तिथले सर्व पदार्थ चांगले निघाले. स्वच्छतेचे सर्व नियम ते काटेकोरपणे पाळत असल्याचं दिसून आलं. तिथं विषबाधा झाली असावी या संशयाची पुष्टी करणारा कोणताही पुरावा मिळाला नाही; पण त्याहून महत्त्वाचं म्हणजे त्यानं ऑर्डर केलेलं पार्सल अजूनही तिथंच होतं. ते कलेक्टही करू शकला नव्हता तो शिवसुब्रमण्यम.''

''आणि तो ऑटॉप्सी रिपोर्ट? त्यामध्ये काही विष सापडलं की नाही?''

''नाही. अजिबात नाही. त्याच्या पोटात विषाचा पुसटसाही माग सापडला नाही.''

''पण अमृतराव तुम्ही त्या शिवसुब्रमण्यमचे जे काही सिम्प्टम्स वर्णन केलेत ना, पॅरॅलिसिसचा अॅटॅक आल्यासारखे, त्यावरून त्याला न्यूरोटॉक्सिन दिलं गेलं असावं असं नाही वाटत तुम्हाला? म्हणजे मेंदूच्या कामात अडथळा आणणारं विष आणि ते पोटातून देण्याऐवजी इंजेक्शनद्वारे दिलं तर अधिक वेगानं आणि तीव्रतेनं त्याचा परिणाम होतो.''

''आमच्या फोरेन्सिक एक्सपर्टनी त्याही शक्यतेचा विचार केला; पण त्यांना शरीरावर कुठंही पंक्चर मार्क दिसले नाहीत. इंजेक्शन दिल्याची कोणतीही खूण दिसली नाही.''

''इंटरेस्टिंग! करत काय होता हा शिवसुब्रमण्यम?''

''तो एक प्रकारचा दलाल होता. काहीजणांजवळ अतिशय मौल्यवान अशा चीजा असतात. कलेक्टर आयटेम्स असतात.''

''म्हणजे स्टॅम्प्स, पोस्टाची तिकिटं किंवा नाणी किंवा काही प्राचीन शिल्पं

वगैरे.''

''एक्झॅक्ट्ली. तर ती अशा संग्रह करणाऱ्या मंडळींसाठी शोधून काढून त्यांचा सौदा पटवून देण्याचं काम तो करत होता. त्यातून त्याला चांगलीच कमाई होत असावी हे त्याच्या लाइफस्टाइलवरून उघड होत होतं; त्यामुळे त्याचे अनेक श्रीमंत आणि प्रतिष्ठित व्यक्तींशी घनिष्ठ संबंधही प्रस्थापित झाले होते.''

''पण मग तो त्या मॅकडोनल्डजवळ काय करत होता? जेवायचंच होतं तर तो एखाद्या उंची फाइव्ह स्टार रेस्टॉरन्टमध्ये जाऊ शकला असता.''

''अगदी बरोबर! आम्हालाही ती शंका आलीच होती. तिचा मागोवा घेण्यासाठी आणि जर काही मेंदू बधिर करणारं इंजेक्शन कोणी दिलं असेल तर त्याचा शोध घेण्यासाठी आम्ही त्या मॅकडोनल्डजवळ पोहोचण्यापूर्वीच्या एक तासात तो कुठं कुठं होता याचा छडा लावायला घेतला.''

''गुड थिंकिंग! कुठं होता तो त्या वेळात?''

''तो आपल्या एका क्लाएन्टला भेटायला गेला होता. डॉ. दिलीप भट्टाचार्य यांना.''

''दिलीप भट्टाचार्य! म्हणजे ते ब्लड कॅन्सर स्पेशालिस्ट, हेमॅटॉलॉजिस्ट? त्यांच्याकडे काय काम होतं त्याचं?''

पण अमृतराव त्याचं उत्तर देणार तोच एकदम गर्रकन वळत त्यांच्यावर आपला पाइप रोखत कौशिकांनी विचारलं, ''म्हणजे तो ल्युकेमियाचा पेशंट होता तर! आणि केमोथेरपी घेत होता. त्याच्या साइड इफेक्ट्समुळे तो असा पॅरॅलिसिस झाल्यासारखा विकलांग झाला होता, खरं ना?''

त्यांचा तो आविर्भाव परिचयाचा असूनही अमृतराव क्षणभर गोंधळून गेले. आपण काय सांगणार होतो याचाच त्यांना विसर पडल्यासारखं झालं. आपली जीभ त्या शिवसुब्रमण्यमसारखी लुळी तर नाही ना पडली असा संशयही त्यांच्या मनात विजेच्या लोळासारखा चमकून गेला; पण स्वतःला सावरत ते म्हणाले,

''नाही तो डॉक्टरांचा पेशंट नव्हता. तो त्यांचा एजंट होता. त्याला शेवटचं जिवंत पाहणारे डॉक्टरच होते; त्यामुळे आणि तो नेमका कशासाठी त्यांच्याकडे गेला होता हे विचारण्यासाठी आम्ही त्यांच्याकडे जातो तो त्यांनाच स्वतःला हॉस्पिटलमध्ये दाखल केल्याचं कळलं.''

''कशासाठी? त्यांनाही पॅरॅलिसिसचा ॲटॅक आला होता की काय?''

''नाही, ते आपल्या घरच्या लॅबोरेटरीमध्ये घसरून पडल्याचं त्यांनी सांगितलं. डॉक्टरांना विचारलं, तेव्हा ते म्हणाले की, त्यांचं डोकं कशावर तरी आपटल्यामुळे त्यांना कन्कशन तर झालंच होतं; पण पाठीमागच्या बाजूला खोकही पडली होती. ती जखम धुऊन त्यावर ॲन्टिबायॉटिक्सचं मलम लावून पट्टी बांधावी लागली होती.

त्यांनी तुमचा काय तो स्कॅनही...''

''...सीटी स्कॅन.''

''तोच तो. त्यावरून आत कोणतीही इजा झाल्याचं किंवा मेंदूमध्ये रक्तस्राव झाल्याचं, रक्ताची गुठळी होऊन अडकून पडल्याचं कोणतंही लक्षण नव्हतं. त्यांच्या हातावरही काही जखमा होत्या; त्या काच लागल्यामुळे झाल्या होत्या.''

''काच? ही कुठून आली?''

''त्यांच्या लॅबोरेटरीमध्ये मोठमोठे फिश टँक्स आहेत. त्यातलाच एक फुटला होता आणि त्यातलं पाणी जमिनीवर पसरलं होतं. त्यावर घसरूनच डॉक्टर भट्टाचार्य पडले होते आणि तेव्हा त्या टँकच्या फुटलेल्या काचा त्यांच्या हातापायाला लागून जखमा झाल्या होत्या.''

''हे तुम्हाला थोडं फिशी नाही वाटत? म्हणजे तो शिवसुब्रमण्यम त्यांना भेटणं, त्याच सुमाराला नेमका तो फिश टँक फुटणं, डॉक्टर पडणं, त्यांना त्या जखमा होणं वगैरे!''

''करेक्ट! तुम्ही अगदी माझ्या मनातलंच बोललात. आमची थेअरी अशी होती की, हा शिवसुब्रमण्यम डॉक्टरांना भेटला, तेव्हा त्या दोघांमध्ये वाद झाला असणार. भांडण झालं असं का म्हणानात, प्रकरण हातघाईवर आलं, शिवसुब्रमण्यमनं जवळचाच एक दंडुका हातात घेऊन वार करण्याचा प्रयत्न केला. डॉक्टरांनी तो चुकवला; पण त्याचा फटका बसून, तो फिश टँक फुटला. तो बघायला डॉक्टर पुढे सरसावले, ती संधी साधून शिवसुब्रमण्यमने त्यांच्या डोक्यावर दुसरा फटका मारला; त्यामुळे ते खाली कोसळले आणि त्या वेळी त्यांना त्या फुटलेल्या टँकच्या काचा लागल्या.''

''तसं असेल तर मग तिथं तो दंडुका सापडायला हवा.''

''तिथं नाही मिळाला; पण शिवसुब्रमण्यमच्या गाडीत एक मिळाला. त्यावर थोडे सुकलेले रक्ताचे डागही होते. ते रक्त कोणाचं याची छाननी करण्याची संधीच मिळाली नाही आम्हाला, कारण डॉक्टर आपल्या म्हणण्यालाच चिकटून बसले. त्यांची कोणाविरुद्धही काहीही तक्रार नव्हती. एफआयआर करण्याचा विचार त्यांनी मोडीतच काढला. आम्हालाही मग काही करवेना.''

''म्हणून तुम्ही गप्प बसलात, अनसॉल्व्हड क्राइम म्हणून ही फाइल तात्पुरती बंद केलीत.''

''नाही. आणखीही काही चौकशी केली. त्या शिवसुब्रमण्यमची बॅकग्राउन्ड तपासली. त्यावरून त्याचे व्यवहार काही सरळ नसल्याचं सिद्ध झालं. आपल्या देशातील काही मौल्यवान आणि देशाचा वारसा असलेली पुरातन शिल्पं परदेशातील ॲन्टिक बाजारात जाण्यात त्याचा हात असावा अशी शंका घेण्याइतका पुरावा

मिळाला. त्यावरून त्याचे आणखी कोणाकोणाशी संबंध होते याचा छडा लावत आम्ही ती रिंग मोडून काढली. त्यातल्याच कोणी शिवसुब्रमण्यमला विष देऊन मारण्याचा प्रयत्न केला असावा की काय, याचाही छडा लावण्याचा प्रयत्न केला; पण मुदलात त्याच्या शरीरात विषाचा अंशही सापडला नाही; त्यामुळे त्या तपासाचा मार्गही खुंटल्यासारखा झाला.''

कौशिक यावर काहीच बोलले नाहीत; पण त्यांचा पाइप मात्र धडाक्यात पेटला होता आणि त्यातून धुराची वलये बाहेर पडत होती. त्यांचं विचारचक्र चालू झाल्याचं ते चिन्ह होतं. अशा वेळी त्यांना डिस्टर्ब करणं योग्य नाही हे आजवरच्या अनुभवावरून अमृतराव शिकले होते. त्यांनी धोंडिबानं आणून ठेवलेल्या नव्या प्लेटमधील पॅटीसवर आपलं सगळं लक्ष केंद्रित केलं. नाहीतरी कौशिकांना आणखी काही सांगण्यासारखं त्यांच्याकडे उरलं नव्हतंच.

''हा शिवसुब्रमण्यम...'' अकस्मात आलेल्या त्या आवाजानं अमृतराव दचकलेच. त्यांच्या घशात घास अडकला. त्यांना ठसका लागला. कौशिकांनी त्यांच्याकडे न बघताच पुढं केलेला ग्लास घेऊन ते पाणी प्यायले आणि ठसक्यानं धरलेल्या घोगऱ्या आवाजात अडखळत म्हणाले,

''...त्याचं काय? त्याच्याच त्या विलक्षण मृत्यूचं गौडबंगाल आम्हाला सुटलेलं नाही. त्याचा मृत्यू नैसर्गिक होता की अपघाती होता की आणखी काही प्रकार होता याचाच पत्ता लागलेला नाही.''

''तो डॉक्टरांचा पेशंट नव्हता असं म्हणालात तुम्ही.''

''तो त्यांचा पेशंट नव्हता, एजंट होता.''

''तेच, कसला एजंट? कोणती औषधं पुरवत होता तो?''

''नाही, नाही तो तसला एजंट नव्हता. मी मघाशीच म्हटलं ना की, तो मौल्यवान संग्राह्य वस्तूंचा दलाल होता. संग्राहकांना अशा चीजा मिळवून देऊन भरघोस कमिशन उपटण्याचा त्याचा धंदा होता.''

''म्हणूनच मी म्हणतो की, डॉक्टरांकडे त्याचं काय काम?''

''त्याचासुद्धा शोध घेतला ना आम्ही. डॉक्टरांना निरनिराळ्या प्रकारचे शंख-शिंपले जमवण्याचा छंद आहे. तो फिश टँक म्हटलं ना मी, तो त्यासाठीच त्यांच्या लॅबोरेटरीमध्ये होता. डॉक्टर तसे घरंदाज श्रीमंत आहेत. खरेतर त्यांना आपली प्रॅक्टिस करण्याची तशी गरजच नाही; पण आंतरराष्ट्रीय ख्यातीचे हेमॅटॉलॉजिस्ट असल्यामुळे त्यांच्याकडे आपोआपच पेशंट येतात, तेही असेच लक्ष्मी ज्यांच्याकडे पाणी भरते असे; त्यामुळे त्यांची आमदनी भरघोस आहे. अशा लक्ष्मीपुत्रांना मग जगावेगळे छंद लागले नसते तरच नवल! आपल्या वाडवडिलार्जित घरामध्ये त्यांनी हे संग्रहालय - ते त्याला लॅबोरेटरी म्हणतात - स्थापन केलंय. कोणी आलं की,

त्याला ते दाखवल्याशिवाय राहत नाहीत; पण मला फक्त तो फुटलेला टँकच बघायचा होता. त्यांना तिथूनच हॉस्पिटलमध्ये नेल्यामुळे आम्ही तिथं पोहोचलो, तेव्हा तो तसाच होता. अजून टाकून दिलेला नव्हता. त्यातले काही शंख-शिंपले जमिनीवर विखुरलेले होते. खरंतर ते तसे त्या पाण्यानं भरलेल्या फिशटँकमध्ये ठेवायचेच कशाला हे समजत नाही मला. ते काय जिवंत राहून वाढणार आहेत थोडेच! मी तिथून लवकरच सटकलो. तर हा शिवसुब्रमण्यम त्यांना असे दुर्मीळ शंख-शिंपले मिळवून देत होता.''

''पण मग त्या दोघांमध्ये त्या दिवशी वाद झाला होता असं म्हणालात तुम्ही. तो होण्याचं कारण काय? त्या शिवसुब्रमण्यमनं त्यांना एखादा फालतू शंख मौल्यवान म्हणून विकला होता की काय? त्यांना फसवलं होतं की काय? तसं असेल तर मग संशयाची सुई डॉक्टरांकडे वळते. म्हणजे मोटिव्ह आहे आणि त्यांच्याकडे असंच एखादं बारीक सुईनं देण्यासारखं विषही असण्याची शक्यता आहे. ऑपर्च्युनिटीही आहे.''

''अगदी योग्य बोललात. त्या दिशेनंही आम्ही तपास केला; पण वाद झाला होता तो उलट्याच दिशेनं.''

''उलट्या दिशेनं? म्हणजे?''

''म्हणजे त्यानं डॉक्टरांना फालतू शंख विकला नव्हता. उलट त्यांच्याकडे असलेल्या एका अतिमौल्यवान शंखाला गिऱ्हाईक आणलं होतं. ते सांगतील ती किंमत द्यायला तयार होता तो; पण डॉक्टरांनी सपशेल नकार दिला. आपल्याला तो विकायचाच नाही असं ठामपणे सांगितलं. त्याला हाकलूनच द्यायला निघाले होते ते; त्यामुळे फसगत झाल्याचा बदला डॉक्टरांनी घेण्याचा प्रश्नच नव्हता.''

''पण हे केवळ त्यांचं म्हणणं झालं. त्याला पुरावा काय?''

''आम्ही त्याची चौकशी केल्याशिवाय राहिलो असू असं वाटतं का तुम्हाला? या धंद्यात असणाऱ्या काही इतरांची गाठ आम्ही घेतली. मौल्यवान पण दुर्मीळ वस्तूंचा व्यापार करणारी तशी बरीच मंडळी आहेत. सगळीच काही शंख-शिंपल्यांमध्ये व्यवहार करत नाहीत; पण स्टॅम्प, कॉइन्स, ॲन्टिक्स यांचा व्यापार करणारे बरेच आहेत. त्यांच्याकडून कानोसा घेतला आम्ही. त्यांनीही डॉक्टरांच्या म्हणण्यालाच दुजोरा दिला, कारण शिवसुब्रमण्यम काहीजणांकडे आपण लवकरच असा सौदा पटवून आयुष्यभराची कमाई करणार आहोत अशी बढाई मारत असल्याचं त्यांनी सांगितलं. तरीही तुम्ही म्हणाल की, या सगळ्या सांगोवांगीच्या गोष्टी झाल्या; तर कबूल. तिथं नेमकं काय झालं हे समजायला तिथं जर सीसीटीव्ही असता तर बाब वेगळी. त्याचं फुटेज तपासता आलं असतं. हं आता त्या शंखांनीच शंख केला तरच काहीतरी कळण्याची शक्यता आहे. एरवी नाही.''

अमृतरावांबरोबर आपण पैज लावली खरी; पण या केसचा तपास त्यांनी कसून केल्याचंच कौशिकांना दिसत होतं. फाइल वाचल्यावर एखादा बारकासा नजरेतून सुटलेला धागा मिळेलही कदाचित; पण आतापर्यंत आपल्याला सुचलेल्या प्रत्येक वाटेनं त्यांनी प्रवास केल्याचंच कौशिकांना दिसलं होतं. ही केस आपल्याला खरोखरच सुटेल असं त्यांना आता वाटेना. अमृतरावांपुढे आपल्याला हार कबूल करावी लागेल अशीच चिन्हं त्यांना दिसत होती. पण एवढ्यातच असा धीर सोडण्याचा त्यांचा विचार नव्हता.

"थॅक्स अमृतराव, एकंदरीत केसचं स्वरूप लक्षात आलं माझ्या. फाइल वाचून झाल्यावर काही खुलासा जरुरीचा वाटलाच तर फोन करेनच तुम्हाला."

"यू आर मोस्ट वेलकम!" अतिशय नम्रतेनं अमृतराव म्हणाले; पण आपल्या आवाजातला विजयाचा सूर लपवताना त्यांची तशी गडबडच उडाली.

आठ-दहा दिवस उलटून गेल्यावरही कौशिकांचा फोन आला नाही, तेव्हा अमृतरावच अस्वस्थ झाले. कौशिक आपणहून हार कबूल करणार नाहीत, हे त्यांना पक्कं माहिती होतं. मित्रमंडळाकरवी आपण पैज हरल्याचं त्यांना कबूल करायला लावायचं तर त्यांच्या मासिक बैठकीला अजूनही दोन-अडीच आठवड्यांचा अवकाश होता. आपण चौकशी करत आहोत असं दिसलं, तर कौशिक त्यावरून आपल्याला चिडवल्याशिवाय राहणार नाहीत, हेही त्यांना दिसत होतं. काय करावं हेच त्यांना समजेना. शेवटी "बुद्धिबळाचा डाव टाकायला केव्हा येऊ?" असं विचारण्याचं निमित्त करून त्यांनी फोन केला.

पण तो धोंडिबानंच उचलला आणि कौशिक कोणत्यातरी डॉक्टरांकडे गेल्याचं त्यानं सांगितलं. शिवाय त्याच संध्याकाळी ते कुठंतरी बाहेरगावी जाणार असल्याचंही सांगायला तो विसरला नाही. हात चोळत बसण्याशिवाय गत्यंतर नाही हे ओळखून अमृतराव गप्प बसले; पण स्वस्थचित्त मात्र झाले नाहीत. त्यानंतरही अमृतरावांनी चौकशी केली; पण पहिल्यांदा ते गोव्याला गेल्याचं कळलं आणि दुसऱ्या खेपेला ते लखनौला गेले असल्याचं धोंडिबानं सांगितलं.

कौशिकांची ही खोड अमृतरावांच्या ओळखीची होती. त्यांच्या तपासात त्यांना कोणता तरी वैज्ञानिक मुद्दा सापडला की, त्याच्याच मागावर ते कुठंकुठं जात राहत. आताही त्यांची गोव्याची सफर काही मौजमजेसाठी नसणार आणि लखनौलाही काही ते तिथली बिर्याणी खाण्यासाठी गेलेले नसणार, याची अमृतरावांना पक्की खात्री होती.

त्याचा पडताळाही त्यांना मिळाला. त्यांच्या मासिक बैठकीला चार दिवस राहिलेले असताना कौशिकांचा फोन आला. अमृतराव त्यांच्या हाती असलेल्या

ताज्या केसबाबत नुकतेच कमिशनरांना भेटून आले होते आणि त्या केसचा लवकरात लवकर निकाल लावायचा आदेश घेऊनही. ते स्वतःवरच चिडलेले होते. त्याच घुश्शात त्यांनी सेक्रेटरीला सुनावलं,

"या वेळी मला डिस्टर्ब करायचं नसतं हे नव्यानं सांगायला पाहिजे का तुला? किती वर्षं काम करते आहेस तू इथं?"

"पण सर, फोन कौशिकांचा आहे म्हणून..."

"...कौशिक? कोण कौशिक? काय म्हणालीस कौशिकांचा फोन आहे!"

"यस सर."

"मग आधी नाही का सांगायचंस! दे जोडून." शांत होत अमृतराव म्हणाले. आता कौशिकांना पैजेची आठवण करून द्यायला हवी. चारच दिवस उरले आहेत; पण ते काही बोलणार तेवढ्यात कौशिकांनीच सुरुवात केली.

"गुडमॉर्निंग अमृतराव, गोव्याला काय मस्त हवा होती म्हणून सांगू आणि मासळी तर अगदी यथेच्छ खाल्ली. तिथून लगेच लखनौला. तिथली बिर्याणी तर लाजवाब! विरघळते नुसती तोंडात. तुम्ही तिथं जायला हवं." कौशिक भलतेच खुशीत दिसत होते. म्हणजे एक तर त्यांना पैजेचा साफ विसर पडलेला असावा किंवा त्यांनी चांगलीच प्रगती तरी केली असावी. दुसराच पर्याय खरा असण्याची जास्त शक्यता आहे अशी ग्वाही अमृतरावांचं मन त्यांना देऊ पाहत होतं; पण त्याकडे दुर्लक्ष करत त्यांनी कौशिकांना पैजेची आठवण करून देण्याचा दुबळा प्रयत्न केला.

"अरे हो पैज आहे, नाही का! चार दिवस आहेत अजून आपल्या बैठकीला. त्या वेळी बोलूच. सर्वांना आवर्जून हजर राहायला सांगा म्हणजे झालं. कोणी चुकायला नको; काय!" आणि अमृतरावांच्या उत्तराची वाटही न पाहता त्यांनी फोन ठेवूनही दिला.

चार दिवसांनंतर सगळे जेव्हा जमले, तेव्हा कौशिकांना तो सवाल इतक्या सहजासहजी उडवून लावता नाही आला, कारण जेमतेम सगळेजण बसताहेत तोच जोशीबुवांनी फैर झाडलीच.

"मग हरलात ना पैज तुम्ही कौशिक? अमृतरावांनी दिलेली अनसॉल्व्हड केस तुम्हालाही नाही ना निकालात काढता आली?"

"ओह ती केस होय! अहो ती केस तशी निकालात काढणं कठीणच आहे. कारण ज्याचा मृत्यू झाला तो नैसर्गिक किंवा अपघाती नसून घातपाती होता हेच मुळी सिद्ध झालेलं नाही, तेव्हा ती तशी केस तरी कुठं होतेय?"

"अशी पळवाट नाही काढता येणार तुम्हाला कौशिक." आता अमृतरावही

जोशात आले. "आमच्या दफ्तरी तरी ती अनसॉल्व्हड केस म्हणूनच नोंदली गेली आहे. तिचा निवाडा झालेला नाही, तेव्हा एक तर शिवसुब्रमण्यमचा मृत्यू नैसर्गिक किंवा अपघाती होता हे सिद्ध करा, नाहीतर तो अनैसर्गिक असूनही त्याचा छडा लावता आला नाही हे कबूल करा."

"असं म्हणता? ठीक आहे. तिच्याविषयी बोलतोच मी; पण त्यापूर्वी माझ्या गोव्याच्या ट्रिपची हकिकत तर ऐका. फारच इंटरेस्टिंग आहे. मी तिथं गेलो ना ते तुमच्या त्या डॉक्टर दिलीप भट्टाचार्यच्या सांगण्यावरूनच. गोव्यात दोन ओशनोग्राफी इन्स्टिट्यूट आहेत. अहो, आपल्या देशाभोवती हा केवढा समुद्राचा विस्तार आहे आपण ध्यानातच घेत नाही. प्राचीन काळी समुद्रमंथन करून त्यातून चौदा रत्नं मिळवल्याची कथा ऐकतो आपण; पण या समुद्रात केवढा खजिना दडून बसला आहे, याची गंधवार्ताही नाही आपल्याला. त्या ओशनोग्राफी इन्स्टिट्यूटमध्ये जा, डोळे खाडकन उघडतील तुमचे. शिवाय तिथं जो शंख-शिंपल्यांचा संग्रह आहे ना तो तर अवर्णनीय आहे. किती विविधता आहे या शंखांमध्ये."

"अहो, शंखच ते. त्यांत विविधता असली काय आणि नसली काय? काय उपयोग आहे कोणाला! मरू द्या ते शंख..."

"...पण तावडे, शंखांना मरू द्यायला आधी ते जिवंत तर असायला हवेत." त्यांना शब्दांत पकडण्याचा प्रयत्न करत जोशीबुवा म्हणाले.

"ही आपली पहिली गैरसमजूत आहे. हे शंख म्हणजे नुसतेच निर्जीव असतात असं मानू नका. आपण ज्यांना शंख म्हणतो तो एका विशिष्ट प्रजातीच्या सजीवांच्या हाडांचा सांगाडा असतो. आपला हाडांचा सांगाडा कसा शरीराच्या आत असतो; पण या मॉलस्क जातीच्या सजीवांचा हा सांगाडा त्यांच्या शरीराबाहेर असतो आणि तरीही त्या शरीराचाच एक अविभाज्य भाग असतो. आपण जमवतो ते शंख-शिंपले म्हणजे ते सजीव निष्प्राण झाल्यावर उरलेला तो सांगाडा! पण या इन्स्टिट्यूटमधल्या संग्रहालयांमध्ये ते जिवंत - सजीव आहेत. तेथे त्यांची पैदास केली जाते. त्यांच्या वाढीसाठी पोषक पदार्थ, वातावरण यांच्यावर संशोधन केलं जातं. त्या सजीवांपासून मिळणाऱ्या अनेक उपयुक्त पदार्थांसंबंधीची माहिती गोळा केली जाते. त्या पदार्थांचं उत्पादन कसं वाढवता येईल यावरही संशोधन होतं तिथं. कॉन्चॉलॉजी असं म्हणतात या विज्ञानशाखेला. मी तर दिङ्मूढ होऊन गेलो होतो.

अहो, एक प्रजाती आहे; तिचा आकार गोल गोल जिन्यांसारखा सर्पिलाकार आहे आणि ते सजीव चक्क छोट्या छोट्या माशांवर गुजराण करतात. ते असलेल्या फिश टँकमध्ये मला कोणतंही खाद्य ठेवलेलं दिसलं नाही; पण काही मासे दिसले आपल्या घरच्या अक्वेरियममध्ये असतात ना तसले. म्हणून मी विचारलं तर त्यांनी सांगितलं की, ते त्या माशांवरच जगतात आणि त्या शंखांकडून ते मासे खाल्ले

जात असताना मला बघायलाही मिळाले. अतिशय मौल्यवान आणि दुर्मीळ आहेत ते विशिष्ट शंख.''

''कौशिक, हे शंखपुराण आता बंद करा. त्या पैजेचं काय झालं ते बोला. अमृतरावांनी दिलेल्या केसचा उलगडा झाला की त्या नावानं शंखच करायचाय?'' जोशीबुवा आता हातघाईवरच आले होते.

''हं. हं ती केस! अमृतरावांनी बाकी नामी केस शोधून काढली. म्हणजे ती अनसॉल्व्हड राहिली म्हणून कोणाचं काहीच नुकसान नाही. एक अनाकलनीय घटना म्हणून तिच्याकडे पाहता येईल; पण त्यापायी कोणी गुन्हेगार मोकाट सुटलाय असं होत नाही.''

''थोडक्यात तुम्हालाही गुन्हेगार सापडला नाही असं स्पष्टच सांगा ना.''

''खरं आहे, मला गुन्हेगार सापडला नाही.''

''म्हणजे पैज हरल्याचं कबूल करताय तर!'' आता रानड्यांनाही कंठ फुटला.

''असं कुठं म्हणालो मी? पैज काय होती आपली? ती केस अनसॉल्व्हड ठेवायची नाही.''

''म्हणजे शिवसुब्रमण्यमच्या मृत्यूचं गूढ उकललंय तुम्ही?'' न राहवून आता अमृतरावांनीच विचारलं.

''या अमृतरावांनी, बरं का मंडळी, अगदी कसून तपास केला होता. त्या केसची थोडक्यात हकिकत अमृतरावांनी प्रथम मला सांगितली, तेव्हाच मला सुचलेल्या सर्व पर्यायांचा विचार आणि तपास त्यांनी आणि त्यांच्या टीमनं केल्याचं माझ्या लक्षात आलं होतं आणि जसजशी मी ती फाइल वाचत गेलो तसतसा तपास कसा करावा याचा वस्तुपाठच माझ्यापुढं उलगडला गेला.''

''तरीही ती केस तशी अनसॉल्व्हड राहिली होती, कौशिक; गेली दोन-अडीच वर्षं.''

''हो. कारण नेहमीच्या पठडीत नसलेले दोन-तीन प्रश्न विचारलेच गेले नव्हते. दोन-तीन कच्चे दुवे राहून गेले होते. ते कोणाच्याही ध्यानात आले नाहीत याचं मला आश्चर्य नाही वाटत, कारण खरोखरच ते अतिशय छोटे दुवे होते; पण तेच महत्त्वाचे ठरले. पहिला म्हणजे त्या शिवसुब्रमण्यमनं उच्चारलेला शेवटचा शब्द.''

''कौन?''

''बरोबर. तो त्यानं का विचारला असावा?''

''का म्हणजे? अहो तो लुळा होऊन पडला होता. त्याला हातपायही हलवता येत नव्हते. धडपणे बोलताही येत नव्हतं. अशा परिस्थितीत त्याच्या मदतीला कोणीतरी आलं, तेव्हा कोण असं त्यानं विचारलं.''

“अशा परिस्थितीत कोणीही असा सवाल करील. आमच्या बॅटलफील्डवरही जवान असं विचारताना मी पाहिले आहेत.” कर्नलांनी त्यांना दुजोरा दिला.

“राइट! तरीही शिवसुब्रमण्यम तो शब्द का उच्चारेल? ध्यानात घ्या. तो तामीळ होता. बरीच वर्षं त्यानं मुंबईत काढली असली, तरी त्याला मराठी नीट बोलता येत नव्हतं. हिंदीही मोडकंतोडकंच होतं आणि ज्या स्थितीत तो होता, त्या वेळी माणूस सहसा आपल्या मातृभाषेतून किंवा नेहमीच्या वापराच्या भाषेतूनच संवाद साधू पाहतो. ती नाना फडणवीसांची गोष्ट माहिती आहे ना. त्यांच्याकडे कोणी बऱ्याच भाषा बोलणारा परदेशी आला होता. त्याची मूळ भाषा कोणती हे कोणालाच सांगता येईना, तेव्हा नानांनी तो झोपलेला असताना त्याच्या अंगावर पाणी उडवायला सांगितलं आणि तो कोणत्या भाषेत ओरडत उठतो ते पाहायला सांगितलं, तेव्हा शिवसुब्रमण्यम हिंदीतून ‘कौन’ असं विचारेल की तामीळ किंवा इंग्रजी भाषेचा वापर करेल, असा सवाल मी करू लागलो.”

“बुडत्याला काडीचा आधार!” जोशीबुवा तावडेंच्या कानात पुटपुटले.

“दुसरी बाब. शिवसुब्रमण्यमनं लांब बाह्यांचा शर्ट घातलेला होता; पण उजव्या हाताची बाही अर्धवट दुमडलेली होती. तरीही ती पाण्यानं भिजली होती. ती कशामुळे?”

“सोप्पं आहे. त्याला हातानं पेलाही उचलता येत नव्हता. पितापिता पाणी सांडलं असणार.”

“मलाही सुरुवातीला तसंच वाटलं होतं; पण फक्त उजवी बाहीच भिजली होती. बाकी शर्ट कोरडा होता. शिवाय त्यानं पाणी प्यायल्याचा कोणताच पुरावाही नाही, कारण त्यानं आपली ऑर्डर दिली होती. कलेक्ट केली नव्हती. त्याच्या आधीच तो कोसळला होता आणि ऑर्डर देतादेताही त्याचे ओठ बधिर होत चालले होते, असं ती ऑर्डर घेणाऱ्या मुलीनं सांगितलं आहे आणि हो तो मॅकडोनल्डमध्ये का गेला?”

“का म्हणजे? भूक लागली असेल त्याला.”

“हो, पण डॉक्टरांचं घर सोडल्यानंतर वाटेत एवढी रेस्टॉरंट्स असताना मॅकडोनल्डमध्येच का? शिवाय डॉक्टरांनी त्याच्यासाठी आणलेले खाद्यपदार्थ त्यानं उष्टावलेही नाहीत, असं डॉक्टरांच्या नोकरानंच सांगितलं. डॉक्टरांचा आणि त्याचा तो वाद झाल्यानंतर डॉक्टर बाथरूममध्ये गेले असताना तो तिथून निघून गेला. समोरच्या प्लेटमधील पदार्थांना हातही न लावता; पण त्याच वेळी तो फिश टँक मात्र फुटला. त्यातलं पाणी आणि शंख-शिंपले, मासे इकडेतिकडे विखुरले आणि त्यावर घसरूनच डॉक्टर पडले. हे सगळं कसं झालं, याचाच छडा लावण्याचा प्रयत्न केला मी.

"त्यासाठीच आधी डॉक्टरांना त्यांच्या लॅबोरेटरीमध्येच भेटलो. त्यांचा शंख-शिंपल्यांचा संग्रह पाहिला. भन्नाट आहे तो अमृतराव. तुम्हीही जा एकदा बघायला. त्यांच्याकडचे ते मौल्यवान आणि दुर्मीळ शंख बघायचे होते मला. त्यातला जो शिवसुब्रमण्यम मागत होता तोही त्यांनी दाखवला; पण आता तो जिवंत नाही. नुसतंच कलेवर उरलंय आणि म्हणूनच त्याचं मोलही कमी झालंय."

"चला, म्हणजे तो शिवाही जिवंत नाही आणि शंखही जिवंत नाही."

"वाह! अमृतराव, आपका भी जवाब नही। पाहिलंत मंडळी, अमृतराव अगदी मोजकं पण मोक्याचं बोलतात. मीही हाच विचार केला की, ते दोघे जिवंत का नाहीत. त्यांच्यात काही कनेक्शन असण्याची शक्यता आहे का? कारण मृत्यूपूर्वी शिवसुब्रमण्यम शेवटचा तो शंख असलेल्या फिश टँकजवळ होता. तो टँक फुटला, त्याच वेळी शिवसुब्रमण्यम तिथून निघून गेला. त्यानंतर त्याचं शरीर लुळं पडत चाललं आणि काही वेळानंतर तो मरण पावला."

"मला तो शंख जिवंत बघायचा होता म्हणून तर मी गोव्याला गेलो. तिथल्या संग्रहालयात तो आहे जिवंत आणि त्या शंखाला मासा खाताना पाहिलं मी. मोठं फॅसिनेटिंग होतं ते चित्र."

"काय सांगता आहात कौशिक! आम्हाला त्या शंखातलं काही कळत नसलं तरी आम्ही काही निवळ शंख नाही आहोत. तो शंख माशाला कसा खाईल? त्याला काय दात असतात तो मासा चावून खायला? की तोंड असतं अजगरासारखं तो गिळून टाकायला?"

"दात असतात; पण आपल्यासारखे किंवा कोणत्याही जनावरासारखे नाहीत. ते एखाद्या सुईसारखे अणकुचीदार असतात आणि ज्या वेळी आपल्या भक्ष्याला खायचं त्या वेळी तो शंख त्या भक्ष्यावर आपला दात फेकून मारतो. अक्षरशः"

"काय फेकत आहात!"

"मला वाटलंच होतं, तुमचा विश्वास नाही बसायचा. म्हणून मी त्याचा व्हिडिओच काढलाय. हा बघा." असं म्हणत कौशिकांनी आपला अँड्रॉइड मोबाइल दिला अमृतरावांकडे. सर्वांनी तो व्हिडिओ दोन-दोन, तीन-तीन वेळा पाहिल्यावर कौशिकांनी पुन्हा पुढे सांगण्यास सुरुवात केली.

"खात्री पटली तुमची? ती सुई तो भक्ष्यावर फेकून मारतो. भलताच जोर असतो त्यात; त्यामुळे ती सुई काही वेळा त्या माशाच्या मांसल शरीरामध्ये घुसूनच बसते; पण काही काळानंतर ती विरघळीन जाते. राहिलाच काही पुरावा मागे तर तो अतिशय सूक्ष्म छिद्राच्या रूपात मिळतो. आणखी एक गोष्ट. त्या सुईमध्येच एक न्यूरोटॉक्सिन असतं. म्हणजे चेतासंस्थेचं, आपल्या मज्जारज्जूंचं काम विचलित करणारं एक विष. त्याचीच अधिक माहिती घ्यायला मी लखनौला गेलो होतो,

इन्स्टिट्यूट ऑफ टॉक्सिकॉलॉजीमध्ये. ते विष जसजसं भिनत जातं, तसतसं शरीर बधिर होत जातं. त्याच्या हालचालींवरचं मेंदूचं नियंत्रण गायब होतं. हळूहळू रक्ताभिसरण आणि श्वासोच्छ्वास करणंही मुश्कील होत जातं. मासा मरतो. त्यानंतर तो हळूहळू त्या शंखाकडून खाल्ला जातो. तुम्हाला सांगतो जोशीबुवा, निसर्गाच्या या लक्षवेधक करामतींकडे पाहिलं ना की, आपण किती क्षुद्र आहोत याची जाणीव होते.''

"निसर्गाची करामत खूप ऐकली कौशिक. तुमची करामत सांगा नाहीतर...''

"...पण त्यासाठीच ही माहिती तुम्हा सर्वांना असणं आवश्यक होतं. तर मग झाला प्रकार असा. शिवसुब्रमण्यम डॉक्टरांकडे गेला. पुन्हा एकदा त्यानं त्या मौल्यवान शंखाच्या सौद्यासाठी त्यांना तयार करण्याचा प्रयत्न केला. तो सौदा पटला असता तर डॉक्टरांना तर खूप पैसे मिळाले असतेच; पण शिवसुब्रमण्यमलाही गलेलठ्ठ कमिशन मिळालं असतं. डॉक्टरांना पैशाचा मोह नव्हता. आपल्याकडचा तो दुर्मीळ शंख विकण्याची त्यांची अजिबात तयारी नव्हती. आजही नाही. अगदी त्या शंखाचं निव्वळ कलेवर राहिलेलं असतानाही नाही; तर मग जिवंत शंख विकायला ते कदापि तयार झाले नसणार हे उघड आहे. त्यावरूनच डॉक्टर आणि शिवसुब्रमण्यम यांच्यामध्ये वाद झाला. अगदी कडाक्याचा वाद झाला; त्यामुळेच डॉक्टरांच्या नोकरानं आणून ठेवलेल्या नाश्त्याला शिवसुब्रमण्यमनं हातही लावला नाही. तेवढ्यात डॉक्टर बाथरूममध्ये गेले. त्या लॅबोरेटरीमध्ये शिवसुब्रमण्यम एकटाच राहिला.''

"पण यातलं बहुतेक सगळं त्या फाइलमध्ये आहे कौशिक.''

"एक्झॅक्ट्‌ली आणि तरीही ती फाइल ओपन राहते; क्लोज केली जात नाही, कारण मी आताच सांगितलेल्या त्याच फाइलमधल्या काही सवालांची उत्तरं फाइलमध्ये नाहीत. मी पुन्हा एकदा ते प्रश्न करतो. शिवसुब्रमण्यम 'कौन' का म्हणाला? त्यासाठी त्यानं त्याला परिचित नसलेल्या हिंदी भाषेचा आधार का घेतला? त्याच्या शर्टाची उजवी बाही भिजलेली का होती? तो मॅकडोनल्डमध्ये का गेला?''

"तुम्ही काहीतरी तर्क लढवताय असं नाही तुम्हाला वाटत, कौशिक? अहो, या प्रश्नांचा आणि त्या केसचा काय संबंध आहे?'' आता कर्नलसाहेबांनाही कौशिकांचं आर्ग्युमेंट हटवादीपणाचं वाटू लागलं.

"तुम्ही अगाथा ख्रिस्तीचा हेर्क्युल प्वारो फारसा वाचलेला दिसत नाही. तोही नेहमी असेच वरवर उटपटांग वाटणारे प्रश्न विचारतो आणि त्यांच्या उत्तरांमधून साऱ्या केसचा गुंता सोडवतो; तर मीसुद्धा तसाच विचार केला. शिवसुब्रमण्यम 'कौन' असं म्हणाला असं सांगणारे दोन-तीन साक्षीदार तरी आहेत, तेव्हा त्यांच्यावर

अविश्वास दाखवणं योग्य नाही; पण त्यांच्या ऐकण्यात थोडी गफलत झाली असली तर? विशेषतः तो शब्द उच्चारण्याच्या वेळी शिवसुब्रमण्यमचे ओठ आणि जीभ लुळी पडत चालली होती हे ध्यानात घेतलं, तर तो शब्द 'कौन'च्या ऐवजी 'कोन' असा असणं शक्य नाही का? तसा तो धरला तर मग विचारांची दिशाच बदलते. शिवसुब्रमण्यम आपल्याला कोननं म्हणजेच शंखानं इजा केली आहे हे सांगण्याचा प्रयत्न करत होता, असं म्हटलं पाहिजे. ती शक्यता लक्षात घेतली आणि सारा चित्रपटच माझ्यापुढं उलगडत गेला.

"तेव्हा झालं ते असं की, डॉक्टर बाथरूममध्ये गेल्यावर त्या मौल्यवान शंखाजवळ आपण एकटेच आहोत हे लक्षात येताच, शिवसुब्रमण्यमच्या मनातला लोभ, मोह जागा झाला. डॉक्टरांच्या नकळत आपणच तो शंख पळवला तर त्यांना काय कळणार आहे, अशी समजूत करून घेत त्यानं तो शंख उचलण्यासाठी उजवा हात त्या टँकमध्ये घातला. त्यात पाणी होतं, म्हणून हात घालण्यापूर्वी त्यानं शर्टाची बाही अर्धवट दुमडली. तरीही ती भिजायची ती भिजलीच; पण त्याचा हात त्या शंखाजवळ जाताच त्या शंखानं आपल्या सर्वायवल इन्स्टिन्क्टपोटी आपला एक दात फेकून मारला. तो शिवसुब्रमण्यमला लागल्यामुळे तो घाईघाईनं हात बाहेर काढायला लागला; पण त्या गडबडीत तो टँकच खाली पडला आणि फुटला. पाणी आणि ते शंख-शिंपले सगळीकडे विखुरले गेले; त्यामुळे शिवसुब्रमण्यम घाबरला आणि घाईघाईनं तिथून निघून गेला; पण त्या शंखानं सोडलेलं विष त्याच्या शरीरात भिनत चाललं होतं. ते शरीरभर पसरायला आणि त्याचा परिणाम दिसायला सर्वसाधारण अर्ध्या तासाचा अवधी लागतो. ते भिनत चाललं तशी आपली आपल्या शरीरावरची पकड ढिली होत असल्याचं, थकवा येत चालल्याचं त्याला जाणवलं. त्या विषाच्या प्रभावामुळे भुकेची भावना बळावते, असंही मला लखनौमध्ये समजलं; त्यामुळे मग तो जवळच असलेल्या मॅकडोनल्डकडे गेला. डॉक्टरांच्या लॅबोरेटरीपासून तिथपर्यंत पोहोचायला मोटारीनं साधारण अर्धा तास लागतो, याची मी प्रत्यक्ष चाचणी करून, खात्री करून घेतली आहे; पण त्यानं ऑर्डर देईपर्यंत तो साफ कोसळला होता. ती ऑर्डर पिक-अप करण्याइतकं त्राणही त्याच्यामध्ये राहिलेलं नव्हतं. ते पाहिलेल्या काहीजणांनी आरडाओरडा करून, इतरांना मदतीला बोलावून घेतलं. ती मंडळी त्याला गाडीतून बाहेर काढत असताना आपली अशी अवस्था त्या कोननं म्हणजे शंखानं केल्याचं सांगण्याचा प्रयत्न त्यानं केला; पण त्या मंडळींना तो 'कौन' असा ऐकू आला; त्यामुळे त्याकडे फारसं लक्ष दिलं गेलं नाही.

"तिकडे डॉक्टर बाथरूममधून बाहेर आले, तेव्हा फुटलेला टँक त्यांच्या नजरेला पडला. त्यातला शंख वाचवण्यासाठी ते घाईघाईनं पुढं झाले; पण

जमिनीवरच्या पाण्यावरून घसरून पडले. त्यांच्याही डोक्याला मार लागला आणि त्यांना हॉस्पिटलमध्ये हलवण्यात आलं. लॅबोरेटरीमधली ती मेस आवरण्याची कोणालाही शुद्धच राहिली नाही. शिवाय डॉक्टर तसे एकलकोंडेच असल्यामुळे त्यांच्या संशोधनात त्यांचा कोणीही असिस्टंटही नव्हता. ते घरी येईपर्यंत तो शंख पाण्याबाहेर तडफडून मेला. त्याचं कलेवर तेवढं शिल्लक राहिलं. ते अजूनही डॉक्टरांच्या संग्रहात आहे. दॅट्स ऑल!''

तिथं एकदम शांतता पसरली. कोणीही काही बोललं नाही. आता कौशिकांचं आर्ग्युमेंट खोडून काढता येईल असा कच्चा दुवा कोणालाच सापडेना. अमृतरावच भीतभीत बोलले,

''पण त्या शिवसुब्रमण्यमच्या शरीरावर टोचलं गेल्याची काहीही खूण सापडली नाही.''

''नाहीच सापडणार, कारण ते विष कोणीतरी इंजेक्शनच्या सुईनं टोचल्याचा विचार तुम्ही केला आणि अशी सुई जिथं जिथं टोचली जाण्याची शक्यता असते, तिथं तिथं तुमच्या फोरेन्सिक एक्सपर्ट्सनी पाहिलं; पण बोटाच्या टोकाला, नखाच्या खाली कोणी पाहिलं होतं का? त्या शंखानं आपलं अस्त्र फेकून मारलं असेल तर ते बोटांच्या टोकालाच भिडेल, कारण शिवसुब्रमण्यमनं त्याला उचलायला हात घातला, तेव्हा त्याची बोटंच सर्वप्रथम शंखाजवळ पोहोचली. तिथूनच ते विष मग शिवसुब्रमण्यमच्या सर्वांगात भिनत गेलं.''

''म्हणजे मग त्या शिवाला मरण आलं ते त्याच्या स्वतःच्याच करामतीपायी. चोरी करताना झालेल्या अपघातामुळे. ती चोरीही फसली; त्यामुळे गुन्हा तसा झालाच नाही. साहजिकच गुन्हेगाराला शोधून, त्याच्यावर खटला भरण्याचाही प्रश्नच उद्भवत नाही.''

''अगदी बरोबर बोललात कर्नलसाहेब; त्यामुळे ती फाइल अनसॉल्व्हड राहिल्यानं काहीच फरक पडला नसता.''

''पण आता मात्र आम्हाला ती क्लोज करता येईल, कौशिक. तुम्ही नेहमी असलेली केस सोडवण्यात कळीची भूमिका बजावत आला आहात. आता तर नसलेली केसही सोडवण्याची किमया तुम्ही करून दाखवली आहे.''

''नो, नो, नो, अमृतराव नेहमीप्रमाणे उगीचच आपल्याकडे कमीपणा घेत मला ते श्रेय देण्याचा प्रयत्न करू नका. बरं का मंडळी, अमृतरावांची ही खोड काही जात नाही. ते नेहमी मोजकंच पण नेमकं बोलून जातात; तपासाला दिशा दाखवतात. केस सोडवण्यात ते आताच काय म्हणाले ते कळीची भूमिका बजावतात आणि मग आपला काहीच संबंध नसल्यासारखे नामानिराळे होऊ पाहतात. आताही बघा ना, माझ्याशी बोलताना तेच म्हणाले होते, 'आता त्या शंखांनीच शंख केला तर

काहीतरी समजण्यासारखं आहे.' मी फक्त तेवढंच केलं. त्या शंखांनाच विचारायला गेलो आणि सगळा गुंता सुटत गेला. 'ब्राव्हो अमृतराव!' तुम्हाला गुन्हेगारांचीच काय पण शंखांचीही भाषा कळते की काय, असं आता मला वाटायला लागलंय.''

यावर प्रोटेस्ट करण्यासाठी अमृतरावांनी तोंड उघडलं; पण त्यांच्या तोंडून शब्दच फुटला नाही. आपल्याही शरीरात एखादं न्युरोटॉक्सिन गेल्यासारखी आपली जीभ लुळी पडली आहे, असा त्यांना भास झाला. कानात मात्र 'ब्राव्हो ब्राव्हो' असा शंखनाद होत असल्याची जाणीव त्यांना होत राहिली.

■

“हं. मग काय वाटतं तुम्हाला अमृतराव?” कौशिकांनी आपला पाइप पेटवत विचारलं. दिल्लीच्या इंडिया इंटरनॅशनल सेंटरमधल्या आपल्या खोलीत कौशिक बसले होते. अमृतरावांची खोली शेजारीच होती. खुद्द पंतप्रधानांच्या कार्यालयातून ही सगळी व्यवस्था झाली होती. त्यांची खरी नावंही खाली रजिस्टरमध्ये नोंदवली गेली नव्हती आणि ते दोघे दिल्लीला एकत्रही आले नव्हते.

प्रथम आले ते कौशिक. त्यांचं येणंही तसं सरळ झालं नव्हतं. पहिल्यांदा त्यांना बोलावणं आलं ते महाराष्ट्राच्या मुख्यमंत्र्यांकडून. कौशिक त्या वेळी खरंतर शिमल्याला जायला निघाले होते. तिथं हिमवर्षाव सुरू झाल्याची बातमी आली आणि त्या हिमवर्षावाचा आनंद लुटण्यासाठी त्यांनी तिथं जायचं ठरवलं. एक हॉटेलही बुक केलं; पण ते तिथं जायला निघालेले असतानाच त्यांना मुख्यमंत्र्यांचा फोन आला. तातडीनं भेटायला यावं अशी विनंती त्यांना करण्यात आली. एरवी फोन त्यांच्या पीएनं केला असता; पण या वेळी मंत्रिमहोदयांनी स्वतःच त्यांना फोन केला होता. तोही त्यांच्या अनलिस्टेड नंबरवरून.

शब्द तसे विनंतीवजा असले तरी खरंतर तो आदेशच होता, हे जाणण्याइतके कौशिक चाणाक्ष होतेच. त्यांना नाही म्हणता आलं असतं; पण एकतर मुख्यमंत्र्यांची प्रतिमा एका सुसंस्कृत गृहस्थांची होती. ते उच्चशिक्षितही होते. अमेरिकेतली पदव्युत्तर पदवी त्यांच्या गाठी होती. सालस स्वभाव, आपल्या कामावरची निष्ठा आणि आजपर्यंतची निष्कलंक कारकीर्द यापायी त्यांनी जनमानसात आदराची भावनाच प्रस्थापित केली होती. शिवाय इथं येण्यापूर्वी ते

पंतप्रधानांच्या कार्यालयात विज्ञान तंत्रज्ञानाचा कारभारच संभाळत होते; त्यामुळेही कौशिकांची आणि त्यांची यापूर्वीही गाठभेट झाली होती. वैज्ञानिकांप्रति त्यांच्या मनात आस्था आहे, याचा अनुभवही कौशिकांनी घेतला होता. एरवीही कौशिकांनी कधी अशा आमंत्रणाला तत्काळ अव्हेरलं नव्हतं. कामगिरी हातात घ्यायची नसली तर प्रत्यक्ष भेटीतच त्यांनी आपला नकार कळवला होता आणि तोही अतिशय मुत्सद्दीपणे, कोणाचंही मन न दुखावता.

तरीही मुख्यमंत्र्यांचं आपल्याकडे काय काम असावं, याचा अंदाज कौशिकांना येईना, कारण गेल्या काही दिवसांमध्ये मुंबईतच काय पण अखिल महाराष्ट्रातही काही गुंतागुंतीची केस झालेली नव्हती आणि असतीच तरी प्रथम कमिशनरांना सांगून त्यांच्याकरवी त्यांना बोलावणं धाडण्यात आलं असतं; पण या वेळी कमिशनरांनाही काही थांगपत्ता लागू न देता थेट त्यांनाच पाचारण करण्यात आलं होतं.

आता आपल्याला शिमल्याला जायला मिळेल की नाही याची शंका त्यांना आलीच होती; पण ते जाणं रहित करता आलं असतं किंवा दूरवर टाकता आलं असतं.

ते तातडीनं हजर झाले; पण त्यांना आपल्या ऑफिसात बोलावण्याऐवजी मंत्रिमहोदयांनी त्यांना आपल्या घरीच बोलावलं होतं. ते येईपर्यंत त्या दिवशी आपण ऑफिसात जाणार नसल्याचंही त्यांनी सांगून टाकलं होतं. आपल्या त्या दिवसाच्या साऱ्या अपॉइन्टमेन्ट्स त्यांनी रिशेड्यूल करायला सांगितलं होतं.

कौशिक आल्याचं कळताच मुख्यमंत्र्यांनी स्वतः बाहेर येऊन त्यांचं स्वागत केलं; पण त्यांचा चेहरा गंभीर होता.

"या, आत बसू या." एवढंच बोलून त्यांनी पाठ फिरवली आणि ते आपल्या खास बैठकीच्या खोलीकडे चालू लागले. कौशिक आपल्या मागे येत आहेत की काय हे बघण्यासाठीही त्यांनी मागे वळून पाहिलं नाही. कौशिक पाठोपाठ गेले. मामला अतिशय नाजूक असणार याची साधारण कल्पना कौशिकांना आली होती. मात्र, तेही काही न बोलताच मंत्रिमहोदयांनी बोलण्यास सुरुवात करण्याची वाट पाहत राहिले.

पण त्यांनी काहीही न बोलता एक इ-तिकीट त्यांच्या हाती ठेवलं. कौशिकांनी ते पाहिलं. तिकीट बिझनेस क्लासचं - दिल्लीचं - होतं. त्याच्यावर त्यांचं नाव नव्हतं. दुसऱ्याच कोणाचं तरी होतं. त्या दिवशी संध्याकाळचंच तिकीट होतं ते. बुचकळ्यात पडून कौशिकांनी प्रश्नार्थक मुद्रेनं मंत्रिमहोदयांकडे पाहिलं.

"आज संध्याकाळीच निघायला हवं तुम्हाला."

"मला? पण हे तिकीट तर..."

"...तुमच्या नावावर नाही. कल्पना आहे मला; पण का ते माहिती नाही. थेट पंतप्रधानांकडून आलंय ते आणि विमानतळावरच्या आयडेन्टिटीची चिंता करू नका. तुम्हाला व्हीआयपी गेटनं आत नेण्यात येईल; पण तेसुद्धा इतर कोणाला कळू न देता. तुमचं बोर्डिंग कार्डही छापून तयार केलं आहे. हे घ्या. आत गेल्यावर मात्र कोणत्याही सामान्य प्रवाशाप्रमाणेच तुम्ही आपली वर्तणूक ठेवाल याची मला खात्री आहे."

"पंतप्रधानांकडे? पण काम काय आहे?"

"त्याची मलाही कल्पना नाही आणि विचारणं मला प्रशस्त वाटलं नाही. जे काही सांगायचं ते खुद्द पीएमच सांगतील."

"पण दिल्लीला पोहोचल्यावर..."

"...तुम्हाला रिसीव्ह करायला गाडी आलेली असेल. माझ्या अंदाजाप्रमाणे एखादी टॅक्सीच असेल. सरकारी गाडी असण्याची शक्यता मला दिसत नाही; पण काळजी करू नका. सगळी व्यवस्था चोख असेल. मला एवढीच माहिती आहे. आणखी माहिती द्यायला मला आवडलं असतं; पण आय ॲम सॉरी."

क्षणभर काय बोलावं हेच कौशिकांना कळेना; पण आपली मीटिंग संपली आहे हे मात्र त्यांनी ओळखलं. सीएम उठण्यापूर्वी तेच उठून उभे राहिले आणि मूकपणेच नमस्कार करत त्यांनी त्यांचा निरोप घेतला.

तशी शिमल्याला जाण्यासाठी त्यांची बॅग धोंडिबाने तयार करून ठेवलेली होतीच. त्यातच आणखी तीन-चार कपडे घालण्यासाठी त्याला फोन करत, कौशिक घरी जाण्यासाठी निघाले. मामला अतिशय गंभीर आहे एवढीच त्यांना कल्पना आली होती, कारण खुद्द सीएमनाही फारशी माहिती दिली गेली नव्हती; यावरून ती अतिशय सेन्सिटिव्ह, टॉप सीक्रेट बाब असावी, हे मात्र त्यांनी ताडलं होतं. त्यांचा पाइप मात्र धडाडून पेटला होता आणि विमानतळावर पोहोचेपर्यंत त्यातून धुराची वलये बाहेर पडत होती. त्यांचे विचारचक्र चालू झाल्याची ती निशाणी होती.

दिल्लीला पोहोचल्यावर पुन्हा मुंबईचीच पुनरावृत्ती झाली. टॅक्सी थेट ७, रेसकोर्स रोडला गेली, पंतप्रधानांच्या निवासस्थानी. विमान लॅन्ड झाल्याची वर्दी त्यांना दिली गेली होतीच. ते बाहेरच येरझारा घालत कौशिकांची वाट पाहत होते. त्या दिवशी घरी कोणाही इतर व्हिजिटरला येऊ न देण्याची ऑर्डर त्यांनी दिली होती याची कौशिकांना माहिती असण्याचं कारणच नव्हतं.

पीएमचा चेहराही अतिशय गंभीर होता; पण कौशिकांना पाहिल्यावर एक अस्फुटशी स्मितरेषा त्यांच्या ओठावर चमकून गेली.

"थँक्स फॉर कमिंग, डॉक्टरसाहेब."

"माय प्लेझर सर!"

"सगळी व्यवस्था चोख होती? प्रवासात काही अडचण, काही त्रास?"

"नो, नो, सर. एव्हरीथिंग वॉज इन टॉप ऑर्डर."

"तुम्हाला अशा रीतीनं, इतक्या तातडीनं का बोलावण्यात आलं असा प्रश्न तुम्हाला पडला असेल, याची मला जाणीव आहे. ते तर सांगतोच; पण त्यापूर्वी इथल्या व्यवस्थेसंबंधी माहिती देतो. येथील इंडिया इंटरनॅशनल सेंटरमध्ये एक खोली बुक केली आहे तुमच्यासाठी. त्याच्या शेजारच्या खोल्या कोणालाही द्यायच्या नाहीत याचीही दक्षता घेतली गेली आहे. तिथं जितके दिवस आपल्याला राहावं लागेल तितक्या दिवसांची सोय आहे. बाकी सारी व्यवस्थाही झाली आहे. गव्हर्नमेन्ट गेस्ट हाउसेसमध्ये तुमची सोय करता आली असती; पण इथं तुम्ही अशा काही खास सरकारी कामासाठी आला नाहीत, आलं ना ध्यानात? तुम्ही मौजमजेसाठीच आला आहात, अशीच सगळ्यांची समजूत व्हायला हवी. मीडियालाही याची खबर लागणार नाही अशी दक्षता आम्ही घेतली आहे आणि आपणही घ्याल याची मला खात्री आहे."

यावर काहीही न बोलता कौशिकांनी फक्त ऐकायचं ठरवलं. आपला पाइप पेटवण्याची जबरदस्त इच्छा त्यांना होत होती; पण त्यांनी कसंबसं स्वतःला आवरलं.

पीएमनाही कुठून आणि कशी सुरुवात करावी हे समजत नव्हतं, असंच कौशिकांना वाटून गेलं. काही क्षण असेच अवघडल्यासारखे गेले. कौशिक काहीतरी विचारतील आणि सुरुवात होईल अशी पीएमची अपेक्षा होती. तर तेच काहीतरी सांगत सुरुवात करतील असं कौशिकांना वाटत होतं.

शेवटी घसा खाकरत पीएमनीच सुरुवात केली.

"गेल्या दोन-चार दिवसांमध्ये एका अतिशय खळबळजनक बातमीनं संपूर्ण देशाचं लक्ष वेधून घेतलं आहे, हे तुम्ही पाहिलं असेलच. मीडियाला तर काय, चांगलीच ब्रेकिंग न्यूज मिळाली आहे. चीफ ऑफ आर्मी स्टाफनं मला पाठवलेलं एक अतिशय गोपनीय पत्र लीक झालं आहे. ते खरं नाही असं आम्ही कितीही सांगत असलो, तरी त्यातला शब्दन्‌शब्द खरा आहे हे मी आणि जनरल जाणून आहोत. ते पत्र त्यांनी आपल्या अतिशय विश्वासू सेक्रेटरीला डिक्टेट केलं होतं आणि त्यांच्या केबिनमधल्या कॉम्प्युटरवरच ते तयार करण्यात आलं होतं. त्याची कोणतीही कॉपी नाही आणि कॉम्प्युटरवरूनही ते एका पेन ड्राइव्हवर डाउनलोड करून हार्ड डिस्कवरचं मूळ पत्र डीलिट केलं गेलं आहे. कोणतंही टॉप सीक्रेट डॉक्युमेन्ट तयार करण्याची हीच पद्धत आर्मी हेडक्वार्टर्समध्ये नेहमी अवलंबली जाते. ते पत्रही थेट मलाच डिलिव्हर करण्यात आलं होतं. माझ्या कोणत्याही पीएंनी

किंवा सेक्रेटरींनी ते पाहिलेलं नाही. मीही ते अतिशय काळजीपूर्वक जपून ठेवलं आहे. तरीही ते लीक होतं ही अतिशय गंभीर घटना आहे. हे कसं घडलं हे शोधून काढण्याची जबाबदारी आम्ही आपणावर सोपवू इच्छितो. राष्ट्रहिताचा विचार करून आपण ती स्वीकाराल अशी माझी अपेक्षा आहे. कळकळीची विनंती आहे असंच समजा.''

कौशिक क्षणभर काहीच बोलले नाहीत. इतकी गुप्तता का पाळली जात आहे, याची कल्पना त्यांना आता आली. तरीही हे काम आपल्याला का दिलं जातं आहे, हे त्यांना उमगलं नव्हतं. खरंतर सीबीआय किंवा आयबीला ते सांगायला हवं होतं.

त्यांच्या मनातले विचार पीएमनी ओळखले असावेत. तेच पुढं बोलू लागले.

''सीबीआय किंवा आयबी यांनाच हे काम सांगावं, असाच माझा पहिला विचार होता; पण मीडियामध्ये इतकी आरडाओरड झाल्यावर ती मंडळी या यंत्रणांच्याही पाठी लागतील आणि मग ज्या प्रकारे तपास व्हायला हवा तसा होणार नाही, हे मला उमगलं. शिवाय तसं केल्यानं जे कोणी गुन्हेगार आहेत ते आधीच सावध होतील आणि निसटून जाण्याचा प्रयत्न करतील, हे तर उघडच आहे. तसेच तुमची काम करण्याची पद्धतही अतिशय वेगळी आणि सायन्टिफिक मेथडला धरून आहे, असं मला समजलंय. म्हणून मी आपल्याला बोलावलं. या संदर्भात तुम्हाला हवी ती सगळी मदत मिळेल. खरंतर तुम्हाला हे काम एकट्यानंच करावं लागणार आहे, कारण तुमच्या मदतीला मला कोणालाही देता येणार नाही. त्याचं कारण तुमच्या ध्यानात आलं असेलच.''

''यस सर. लॉजिस्टिक्सशिवाय इथल्या इतर कोणाचीही मदत मला घेता येणार नाही, हे तर स्पष्टच आहे, कारण आपण सांगता त्या परिस्थितीवरून गुन्हेगार जवळपासच वावरत असावा, अशी माझी समजूत झाली आहे; त्यामुळे त्याला अजिबात शंका येता कामा नये. तो गाफील राहिल्यानेच आपल्याला मदत होणार आहे. तरीही मला एका व्यक्तीची मदत होऊ शकेल आणि तीही अतिशय गुप्तपणे.''

''कोणाची मदत मागताय तुम्ही?''

''अमृतराव मोहिते. ॲडिशनल कमिशनर ऑफ पोलीस मुंबई. आम्ही दोघांनी आजपर्यंत अनेक केसेसवर काम केलेलं आहे. अमृतराव केवळ माझे अतिशय जवळचे मित्रच नाहीत तर एक अतिशय हुशार आणि कर्तबगार तसेच निष्ठावंत पोलीस ऑफिसर आहेत. आपण मुंबईच्या कमिशनरांना विचारून खात्री करून घेऊ शकता. शिवाय ते कोणतीही कामगिरी गुप्ततेनं करतील याचीही खात्री बाळगता येईल.''

''मला इतर कोणालाही विचारायची गरज नाही. आपण सांगता आहात त्यावर

माझा पूर्ण विश्वास आहे. हे अमृतराव मोहितेही उद्याच इथं येतील याची व्यवस्था केली जाईल. मला भेटावं असं कधी तुम्हाला वाटलं, तर या नंबरवर फोन करा आणि 'भाभीजी कशा आहेत?' एवढंच विचारा. अरे हो, एक राहिलंच. तुम्हाला आर्मी चीफनाही भेटायचं असेल. त्यांनी तुम्हाला उद्या सकाळी गोल्फ लिंक्सवर गोल्फची एक राउन्ड खेळायला बोलावलंय. तुम्ही चॅम्पियन खेळाडू आहात हे त्यांना माहिती आहे. म्हणूनच तुमच्याबरोबर खेळणं त्यांना आवडेल.''

चेहऱ्यावर एक मिस्कील हास्य खेळवत पीएम म्हणाले. त्यांच्यावरचा ताण कमी झाल्याचं ते लक्षण होतं. दुसऱ्या दिवशी सकाळीच अमृतराव हजर झाले. त्यांची व्यवस्था कौशिकांच्या शेजारच्या खोलीतच करण्यात आली. कौशिकांनीही मग त्यांना आपला कॅडी बनवत गोल्फ लिंक्सवर नेलं.

जनरलसाहेब हजरच होते. त्यांनी कौशिकांना आणि अमृतरावांना फर्स्ट टीवर नेलं आणि जोरानं चेंडू मारला. तो चांगला दीडशे फूट तरी सरळ गेला असेल. आता कौशिकांची पाळी होती; पण आपण खेळायला आलो नाही. त्या निमित्तानं तिथं त्या तिघांशिवाय कोणीही असणार नाही याची खातरजमा करून घेतली गेली होती, हेही त्यांनी पाहिलं. म्हणूनच आपला चेंडू खाली टीवर ठेवता ठेवता त्यांनीच सुरुवात केली.

''एक्स्क्यूज मी जनरल; पण त्या दिवशी तुम्ही तुमच्या सेक्रेटरीला ते पत्र डिक्टेट करत असताना तिथं तुम्हा दोघांशिवाय आणखी कोणी होतं?''

''नो, नो दॅट्स नॉट पॉसिबल. अशी पत्रं एक तर मी माझ्या मिलिटरी सेक्रेटरीलाच डिक्टेट करतो. ती एक मुलगी आहे. मिस मल्होत्रा, आय मीन लेफ्टनंट मल्होत्रा. आजकाल मुलींनाही कमिशन दिलं जातं हे तर तुम्हाला माहिती असेलच. अर्थात सगळ्याच मुलींना काही आम्ही कॉम्बॅट युनिटमध्ये पाठवत नाही. बऱ्याचजणी अशा प्रशासकीय किंवा शैक्षणिक युनिट्समध्येदेखील असतात. काही क्वार्टरमास्टर जनरलकडेही असतात. ही मल्होत्रा शॉर्टहॅन्डही शिकली आहे; त्यामुळे मी तिलाच अशी पत्रं डिक्टेट करतो. कोणत्याही सिव्हिलियन सेक्रेटरीला नाही.''

''अ‍ॅन्ड शी कॅन कीप द सीक्रेट्स!''

''विदाउट डाउट.''

''आणि त्यानंतर तिनं ते पत्र बाहेर जाऊन कॉम्प्युटरवर एन्टर केलं.'' हे सगळं पीएमनी कौशिकांना सांगितलं होतंच; पण त्यांना परत खात्री करून घ्यायची होती. शिवाय अमृतरावांनाही सगळं काही कळणं आवश्यक होतं.

''नो, नो. दॅट्स नॉट द प्रॉपर प्रोसीजर. ते पत्र तिथंच माझ्याच कॉम्प्युटरवर तिनं एन्टर केलं. मी तिथंच त्यातल्या चुका दुरुस्त केल्या. त्यानंतर ते आम्ही

माझ्या खास पेन ड्राइव्हवर डाउनलोड केलं. तो पेन ड्राइव्ह फक्त मीच ओपन करू शकतो. खास पासवर्ड आहे त्यासाठी. ते डाउनलोड झालंय याची खात्री पटल्यावर हार्ड डिस्कवरून ते आम्ही डिलीट करून टाकलं. त्यानंतर त्याचा एकच प्रिन्टआउट घेण्यात आला आणि ते सीलबंद करून मी पीएमकडे पाठवलं. त्यांच्याकडे ते पोहोचल्याचं मी फोन करून कन्फर्म केलं.''

''कसं पाठवलंत?''

''आमच्या खास आर्मी कुरियरमार्फत. माझ्या ऑफिसमधून तो थेट बाइकवरून पीएमकडे गेला. त्यांची रिसीट घेतली आणि ती मला आणून दिली.''

''पण वाटेत त्यानं त्या लिफाफ्याचं सील तोडून त्याची फोटोकॉपी बनवली नसेल कशावरून?''

''आय गेट युअर पॉइन्ट; पण तसं झालं नाही. एक तर तो रायडर अतिशय विश्वासू आहे. दुसरं ते सील उघडल्यानंतर परत जसंच्या तसं बंद करणं कठीण आहे. इम्पॉसिबल नाही; पण कठीण आहे. तिसरी गोष्ट जर सीलबरोबर काही छेडखानी केलेली असेल तर त्यावरच्या माझ्या सहीमध्ये फेरफार दिसून येतो. तसा तो दिसला असता तर पीएमनी मला ताबडतोब तसं सांगितलं असतं आणि सर्वांत महत्त्वाचं म्हणजे तुम्ही म्हणता तशी फोटोकॉपी करायची तर ते सगळं करण्यासाठी वेळ लागला असता. मी माझ्या ऑफिसमधून ते किती वेळात पीएमकडे पोहोचायला हवं याच्या चाचण्या घेतल्या आहेत. तेवढाच वेळ लागला याची मी पीएमकडून खात्री करून घेतली. तेवढ्या वेळेत त्याची कॉपी बनवून, ते परत सील करून डिलिव्हर होणं शक्यच नाही.''

''आय सी! म्हणजे मग तुम्ही, लेफ्टनंट मल्होत्रा आणि पीएम या तिघांशिवाय ते पत्र कोणीही पाहिलेलं नाही.''

''दॅट इज करेक्ट. आणखी एक पॉसिबिलिटी कदाचित तुमच्या ध्यानात आली असेल. मल्होत्रानं घरी गेल्यावर आपल्या मेमरीमधून ते टाइप करून काढलं असेल आणि ती कॉपी कोणाच्या तरी हातात पडली असेल.''

''यस. मी आता तेच सुचवणार होतो.''

''तेही शक्य वाटत नाही, कारण एक तर मल्होत्रा अतिशय ट्रस्टवर्दी तर आहेच आणि दुसरी बाब म्हणजे तसं काही झालं असतं तर ती कॉपी इतकी तंतोतंत, एकही शब्द इकडे तिकडे नाही, एकही कॉमा किंवा फुल स्टॉप इकडे तिकडे नाही, अशी कशी काय आली असती?''

''हं. म्हणजे मग तुम्हा तिघांशिवाय कोणालाही त्या पत्राची माहिती नव्हती. आणि तुमच्यापैकी कोणीही ते लीक केलेलं नाही.'' थोडा वेळ कौशिक काहीही बोलले नाहीत. त्यांचा चेंडू एका सॅन्डबन्कमध्ये अडकला होता. तो तिथून काढण्यावरच

त्यांनी कॉन्सेन्ट्रेट केलं; पण हा केवळ बहाणा आहे. त्यांना विचार करायला वेळ हवा आहे हे अमृतरावांनी ताडलं होतं. ते मात्र आतापर्यंत केवळ ऐकण्याचीच कामगिरी बजावत होते. त्यांनी आपलं तोंडही उघडलं नव्हतं.

"बग्ज?" गर्रकन वळून हातातला क्लब जनरलसाहेबांवर रोखून कौशिकांनी विचारलं. त्यांचा हा पवित्रा ओळखीचा असूनही अमृतराव प्रत्येक वेळी दचकत असत. जनरलसाहेबांना त्याचा अनुभव प्रथमच येत होता. शिवाय एरवी अशा वेळी कौशिकांच्या हातात केवळ पाइपच असायचा. या वेळी तर लांबलचक क्लब होता. जनरलसाहेब नाही म्हटलं तरी गडबडलेच.

"बग्ज? व्हॉट डू यू मीन?"

"तुमच्या ऑफिसमध्ये काही छुपे रेकॉर्डर्स किंवा इलेक्ट्रॉनिक लिसनिंग डिव्हायसेस वगैरे?"

"ओह, आय सी! नाही त्याचीही तपासणी करून झाली. खरंतर दर आठवड्याला आम्ही अशी तपासणी करतो. ते रूटीनच आहे; पण असं एखादं टॉप सीक्रेट पत्र डिक्टेट करायचं असेल तर मी पुन्हा एकदा खात्री करून घेतो. तसं काही एक झालेलं नाही."

"आणखीही एक शक्यता आहे; अमेरिकन गुप्तहेरांनी ओसामा बिन लादेनचा शोध घेताना ती वापरली होती. उडणाऱ्या छोट्या पक्ष्यांसारखी काही यंत्रे सायन्टिस्ट्सनी तयार केली आहेत. ती उडवून नेमकी हव्या त्या खिडकीवर उतरतील अशी व्यवस्था करता येते. त्यानंतर मग त्या खोलीमध्ये होणाऱ्या संभाषणांच्या ध्वनीलहरींमुळे त्या खिडक्यांच्या तावदानाची होणारी आंदोलनं रेकॉर्ड केली जातात. त्यांच्यावर कॉम्प्युटर प्रोसेसिंग करून ते संभाषण ऐकता येतं."

"रियली? इंटरेस्टिंग; पण माझ्या चेम्बरला तरी अशी बाहेर - रस्त्यावर उघडणारी खिडकीच नाही. आर्मी हेडक्वार्टर्सच्या आतल्या बाजूला माझं चेम्बर आहे. आय कान्ट टोटली डिसरिगार्ड इट; पण तसं होण्याची शक्यता अतिशय कमी आहे."

"आणि तरीही ते पत्र लीक झालंय." क्षणभर कौशिक काहीच न बोलता चालत राहिले. ते थर्ड ग्रीनपर्यंत पोहोचले होते. जनरलही तिथं येताच त्यांनी हस्तांदोलनासाठी हात पुढं केला.

"कॉंग्रॅच्युलेशन्स जनरल. यू हॅव वन ऑल द थ्री होल्स, टू बिलो पार. परत तुमच्याशी खेळायला मजा येईल; पण आता आम्हाला गेलं पाहिजे. आपल्याशी परत खेळायचं झाल्यास कसं कॉन्टॅक्ट करायचं हे सांगितलंत तर बरं होईल."

तो अनलिस्टेड नंबर हातात पडताच, कौशिक तिथून निघाले. तिथून आपल्या खोलीवर आल्यानंतर त्यांनी रूम सर्व्हिसवरून ब्रंचची ऑर्डर दिली आणि तोच

आता ते अमृतरावांबरोबर घेत होते.

"माझंही डोकं चालत नाहीय. पत्र फक्त तिघांनीच पाहिलेलं आणि वाचलेलं आहे. कोणत्याही चौथ्या व्यक्तीच्या हाती ते पडलेलं नाही. तरीही लीक झालंय. जनरल म्हणतात त्याप्रमाणे त्यातला शब्दन्शब्द खरा आहे. भिंतीलाही कान असतात असं म्हणतात; पण इथल्या भिंतीही बहिऱ्या आहेत आणि खिडक्यांनाही डोळे नाहीत. मग काय यांच्या अंगावरच्या कपड्यांना वाचा फुटली? एरवी मी या तिघांपैकीच कोणावर तरी संशय घेतला असता. आमचा पोलिसी खाक्या दाखवून त्यांच्याकडून खरं काय ते वदवून घेतलं असतं; पण इथं तर तेही शक्य नाही. पीएम आणि जनरलसाहेब दोघंही उच्चपदस्थ आहेत. शिवाय ते पत्र लीक करण्यासाठी त्यांच्याकडे मोटिव्हही नाही. ऑपर्च्युनिटीही फारशी नाही. मला तर काही कळेनासंच झालंय."

हातातल्या फोर्कवरचा ऑमलेटचा तुकडा तोंडापुढे तसाच ठेवून कौशिक त्याच्याकडे पाहतच राहिले होते. त्यांच्या मनात कसलं तरी वादळ उठलं होतं. तो तुकडा तसाच परत प्लेटमध्ये ठेवत ते म्हणाले,

"तुम्ही दोघांनाच क्लीन चीट दिली आहे. तिसऱ्या व्यक्तीबद्दल काहीच बोलला नाहीत."

"त्या लेफ्टनंट मल्होत्राबद्दल म्हणता आहात का? पण जनरलसाहेबांनीच तिला क्लीन चीट दिली आहे."

"खरंय आणि त्यांचं असेसमेन्ट तसं न चुकणारंही असेल. तरीही आपण पीएम आणि जनरलसाहेब या दोघांनाच भेटलो आहोत. त्यांच्याकडून या पत्रासंबंधीची त्यांची बाजू ऐकली आहे. या लेफ्टनंटबाईंचीही मुलाखत घ्यायला हवीच ना."

"तुमचं म्हणणं अगदी बरोबर आहे कौशिक. चौकशी परिपूर्ण करण्यासंबंधीचा तो तर पहिला नियम आहे. संबंधित सर्वांशी प्रत्यक्ष बोलून, मगच काय ते अनुमान बांधावं. शिवाय त्या बाईकडून आणखी काही माहिती मिळते का हेदेखील बघायला हवं."

जनरलसाहेबांना फोन करून सांगितल्यावर त्यांनी लेफ्टनंट मल्होत्राला डिनरसाठी ताज पॅलेसमध्ये पाठवलं आणि त्याच टेबलावर कौशिक आणि अमृतरावही असतील अशी व्यवस्था केली. टेबलही एका कोपऱ्यातलं होतं. मल्होत्राबाईला फक्त मुंबईच्या दोन व्यक्तींना तिला भेटायचं आहे आणि त्यांना काही माहिती हवी आहे एवढंच सांगितलं गेलं होतं. बाईही आर्मीच्या पठडीतली असल्यामुळे तिनंही अधिक चौकशी करण्याचा प्रयत्न केला नाही.

तिनंही जनरलसाहेबांनी सांगितलेलीच गोष्ट सांगितली. आपल्याला ते पत्र कसं डिक्टेट करण्यात आलं, त्या वेळी त्या दोघांशिवाय तिथं तिसरं कोणीही

नव्हतं, त्या पत्राची कॉम्प्युटरवरची एन्ट्री, त्याचा प्रिन्टआउट, पेन ड्राइव्हवरची कॉपी, सगळी सगळी माहिती जनरलसाहेबांच्या माहितीशी तंतोतंत जुळणारीच होती. शिवाय बाईंनी कोणतेही आढेवेढे न घेता सगळी माहिती दिली होती. ती काहीतरी लपवत असती तर अमृतरावांच्या चाणाक्ष आणि अनुभवी नजरेतून ते सुटलं नसतं.

या भेटीतूनही काही निष्पन्न होण्याची चिन्हं नव्हती. तोपर्यंत सूप संपवून मेन कोर्सच्या डिशेस आल्या होत्या. मल्होत्राबाईंना सुरुवात करायला सांगून कौशिक विचारात गढले. बाई सलवार-कुरता अशा नागरी वेषात आल्या होत्या. मनात काहीतरी विचार येऊन अमृतरावांनी विचारलं,

"तुम्हीही एक आर्मी ऑफिसर आहात ना?"

"हो, बारावी झाल्यानंतर मी नोकरीच्या शोधात होते. म्हणूनच शॉर्टहॅन्ड टायपिंग शिकले होते. तेवढ्यात माझी एक मैत्रीण एनडीएसाठी अप्लाय करत असल्याचं सांगत आली. मला नवल वाटलं की, मुलगी असून तिकडे कशी जातेय. तर ती म्हणाली तिथं आता तसा भेदभाव केला जात नाही. मीही मग ट्राय करायचं ठरवलं. सिलेक्ट झाले, तेव्हा विश्वासच बसेना; पण तिथून सहज पास झाले. पुढं डेहराडूनच्या मिलिटरी अकॅडमीमधला कोर्सही पूर्ण केला. म्हणूनच तर मला हे कमिशन मिळालं; पण तुम्ही असं का विचारताहात?"

"नाही तसं काही खास नाही; पण तुम्ही अशा सिव्हिल ड्रेसमध्ये आहात म्हणून विचारावंसं वाटलं."

"आता ड्यूटीवर कुठं आहे मी! आता तर ही सोशल एन्गेजमेन्ट आहे; त्यामुळे युनिफॉर्म घातलाच पाहिजे असं बंधन नाही. ड्यूटीवर असताना मात्र युनिफॉर्मच घालून जावं लागतं."

"ऑल्वेज? एव्हरी डे? कधी सिव्हिल ड्रेसमध्ये यायची परवानगी नसते?"

"तसंच काही नाही. तसंच काही खास कारण असेल तर एखादे दिवशी तसं केलं तरी चालतं. आता त्या दिवशीच बघा ना मी साडी नेसूनच ड्यूटीवर गेले होते. अर्थात जनरलसाहेबांची परवानगी घेऊनच."

"त्या दिवशी? म्हणजे?"

"त्यांनी ते पत्र डिक्टेट केलं तेव्हा. त्या दिवशी मला दुपारीच एका लग्नाला जायचं होतं. घरी जाऊन कपडे बदलायला वेळ मिळाला नसता. म्हणून मी जनरलसाहेबांची आगाऊ परवानगी घेतली होती. शिवाय त्या दिवशी तसं काही खास कामही नव्हतं. म्हणून मला त्यांनी परमिशन दिली होती; पण ऐन वेळी त्यांच्या मनात ते पत्र डिक्टेट करण्याचा विचार आला. म्हणून मी तशीच त्यांच्या चेम्बरमध्ये गेले."

"साडी?" एकदम हातातला नाइफ मल्होत्रावर रोखत कौशिकांनी आपल्या धारदार आवाजात विचारलं. त्यांच्या या पवित्र्यानं सकाळी जसे जनरल हडबडून गेले होते तशीच आता लेफ्टनंटचीही अवस्था झाली. तिच्या बिचारीच्या तोंडात जाणारा घास गळून तिच्या प्लेटमध्ये पडला. काय बोलावं हेच तिला सुचेना.

"म्हणजे कोणती साडी नेसला होतात असं विचारायचंय त्यांना." तिची सुटका करण्याच्या उद्देशानं अमृतराव म्हणाले.

"ओह, काय पण घाबरले मी! ती साडी ना, त्या दिवशीच घडी मोडली होती मी तिची. माझ्या एका मैत्रिणीनं ती मला प्रेझेन्ट दिली होती. डिम्पल सक्सेनानं आणि दिल्यापासून तू ती नेसलीस का अशी तिची भुणभुण असायची. म्हणून त्या दिवशी मी ती नेसले होते."

"मला बघायला मिळेल ती?"

"अं अं. नाही."

"नाही?" तिच्या त्या अनपेक्षित रिस्पॉन्समुळे कौशिक आणि अमृतराव दोघांनीही एकसाथ विचारलं.

"नाही. म्हणजे आज नाही, कारण आता ती साडी डिम्पल परत घेऊन गेली आहे."

"प्रेझेन्ट दिलेली परत घेतली?"

"तिलाही ती इतकी आवडली की, एका फंक्शनला जाताना नेसण्यासाठी तिनं ती मागून घेतली. उद्या-परवा आणून देईलच ती."

"दॅट्स ओके! मला काही तशी घाई नाही; पण नेहमीच्या नियमातून सूट मागत जी साडी तुम्ही नेसलात ती खरोखरच एक्स्ट्रॉऑर्डिनरी असली पाहिजे असं वाटल्यावरून ती बघावी असा विचार आला मनात. सावकाशीनं, तिनं परत केल्यावर दाखवा. नाहीतर असं करा, तुमच्याकडे ती आली की, तुम्ही जनरलसाहेबांकडे ती द्या आणि माझ्याकडे पोहोचती करायला सांगा. ओके?"

तोपर्यंत डेझर्ट आलं होतं. मग काही न बोलताच जेवण झालं. ते संपल्यावर त्यांचा निरोप घेऊन लेफ्टनंट मल्होत्रा निघून गेली. बिल देऊन कौशिक आणि अमृतरावही आपल्या खोलीवर परतले. अमृतरावांना गुड नाइट म्हणत कौशिक तातडीनं आपल्या खोलीत गेले. मात्र, त्या वेळी त्यांच्या पाइपमधून धुरांचे भपकारे येत असल्याचं अमृतरावांच्या नजरेतून सुटलं नाही.

दुसऱ्या दिवशी सकाळी मात्र कौशिक वेगळ्याच मूडमध्ये असल्याचं अमृतरावांना दिसलं.

"गुड मॉर्निंग अमृतराव, मग आज काय प्रोग्रॅम तुमचा?" ब्रेकफास्ट घेता घेता कौशिकांनी विचारलं.

अमृतराव आ वासून बघतच राहिले. म्हणजे यांनीच मला इथं बोलावून घेतलं. जी काही कामगिरी आहे ती पीएमनी यांच्यावर सोपवलीय. मी यांच्या मदतीसाठी इथं आलोय. जो काही प्रत्येक दिवसाचा कार्यक्रम आहे तो यांनीच तर ठरवायचाय. ते सर्व सोडून, हे मलाच विचारताहेत की, आजचा कार्यक्रम काय म्हणून; पण अमृतरावांनासुद्धा कौशिकांच्या विक्षिप्तपणाची सवय होती. काही न बोलताच त्यांनी समोरचा टोस्ट उचलून त्याला लोणी लावायला सुरुवात केली.

"तुम्ही यापूर्वीही दिल्लीला आला असाल अमृतराव; पण दिल्ली कितीशी बघितलीय तुम्ही? आणि दरवर्षी दिल्ली बदलतेय. नव्यानं सजतेय."

"मी बहुतेक वेळा कामानिमित्तच आलोय आणि काम आटोपल्याबरोबर निघूनही गेलोय. भटकायला वेळच कुठं असतो? आता तर अतिशय संवेदनशील कामगिरी आहे. तातडीही आहे."

"ती तर नेहमीचीच असते. त्यातूनच वेळ काढायचा असतो. ऑल वर्क ॲन्ड नो प्ले मेक्स जॅक अ डल बॉय. मी तर आज नॅशलन फिजिकल लॅबोरेटरीत जाणार आहे. जाईन जाईन म्हणत आजवर जायला मिळालंच नाही. आता ही संधी काही सोडायची नाही असं ठरवलंय. अहो, या राष्ट्रीय प्रयोगशाळा म्हणजे देशाची शान आहे. खुद्द पंडितजींनीच त्यांना टेम्पल्स ऑफ मॉडर्न इंडिया असं म्हटलंय. त्या देवळांमध्ये जायला नको?"

"आणि या कामाचं काय?"

"ते होईल हो. तुम्हालाही यायचंय का माझ्याबरोबर? पण तुम्ही बोअर व्हाल कदाचित त्या सायंटिफिक डिस्कशन्समध्ये. तुम्ही ते अक्षरधाम बघायला जा. तेही एक टेम्पलच आहे. मॉडर्न इंडियातलं. काय?"

अमृतराव यावर काय बोलणार! त्यांनी आपले विचार कॉफीच्या घोटाबरोबर गिळून टाकले. या कौशिकांची हीच खोड त्यांना पसंत नव्हती. एखादी काहीतरी वैज्ञानिक संकल्पना मनात आली की, तिचा पाठपुरावा केल्याशिवाय त्यांना चैन पडत नसे. त्यापायी हातातल्या कामगिरीचाही त्यांना विसर पडे. आताही तेच होत होतं. अमृतरावांनी आजवर ते सहन केल होतं, सावरून घेतलं होतं; पण आता प्रत्यक्ष पीएमशी आणि जनरलसाहेबांशी गाठ होती. तरीही यांची खोड काही जात नाही. एनी वे त्यांनाच त्याचा जाब द्यावा लागेल. आपलं काय!

मग अमृतराव दिवसभर खोलीतच बसून राहिले. बरोबर आणलेलं पुस्तक त्यांनी वाचायला घेतलं. अधूनमधून ते हातातल्या केससंबंधीही विचार करत होते; पण त्यांना काहीच मार्ग दिसत नव्हता.

दोन दिवस कौशिक गायबच होते. त्यांना भेटलेच नाहीत. दुसऱ्या दिवशी संध्याकाळी मात्र डिनरसाठी ते अमृतरावांच्या खोलीतच आले आणि आल्याआल्या

लगेच म्हणाले,

"आय ॲम फॅमिश्ड. भयंकर भूक लागलीय. डोक्याला खाद्य मिळाल्यानं पोटाची भूक भागत नाही हेच खरं. चला, मस्तपैकी खाऊन येऊ या."

डिनर संपवून ते आपली चावी घेण्यासाठी रिसेप्शनजवळ गेले तर त्यांच्यासाठी एक पार्सल असल्याचं त्यांना सांगितलं गेलं. कौशिकनी ते घेतलं आणि त्यावर उडती नजर फिरवल्यासारखं करून ते काखोटीला मारलं. त्यानंतर मात्र ते झरझर आपल्या खोलीकडे निघाले. अमृतराव आपल्या बरोबर आहेत याचं भानही त्यांना राहिलं नाही आणि अमृतराव खोलीपर्यंत पोहोचेपर्यंत त्यांनी स्वतःला आपल्या खोलीत कोंडूनच घेतलं होतं.

अमृतराव काहीही न बोलता झोपायला गेले. इतर वेळी ते तसेच एकट्यानं परत निघाले असते; पण आता तसं करणं शक्य नव्हतं. पीएमनी त्यांना बोलावून घेतलं होतं. त्यांच्याकडे काहीतरी रिपोर्ट दिल्याशिवाय आणि त्यांचा व्यवस्थित निरोप घेतल्याशिवाय जाता आलं नसतं. चडफडतच अमृतराव झोपण्याचा प्रयत्न करू लागले.

सकाळी सातलाच त्यांचा इंटरकॉम वाजला. कौशिकांचा फोन होता.

"आज आपल्याला महत्त्वाची मीटिंग आहे पीएमबरोबर. ध्यानात आहे ना? वेळेवर पोहोचायला हवं. त्यांना उशीर झालेला आवडत नाही. बरोबर साडेआठला गाडी येईल आपल्याला घ्यायला. ब्रेकफास्ट घेऊनच जाऊ या."

अमृतरावांना काहीही बोलण्याची संधीही न देता कौशिकांनी फोन ठेवूनही दिला. आज मीटिंग आहे हे आताच कळतंय. वेळही माहिती नव्हती हे सांगण्यासाठी अमृतराव आतुरले होते; पण त्यांना ते सांगताच आलं नाही; पण आता तक्रार करण्यात वेळ घालवून चालणार नव्हतं. पीएमबरोबरच्या मीटिंगसाठी वेळेवर पोहोचायचं तर घाई करायला हवी होती.

कौशिकांनी सांगितल्याप्रमाणे गाडी आली. कौशिकांच्या हातामध्ये एक मोठी बॅग होती. ती त्यांनी डिकीमध्ये न ठेवता आपल्याच मांडीवर ठेवली. पीएमच्या निवासस्थानी पोहोचेपर्यंत कौशिकांनी तोंडातून अवाक्षरही काढलं नाही; त्यामुळे मीटिंग कशाबद्दल आहे, आपल्याला तिथं नेमकं काय करायचं आहे याविषयी अमृतराव अंधारातच होते.

पीएम वाटच पाहत होते. दोघेही तिथं पोहोचल्याबरोबर त्यांना बैठकीच्या खोलीत नेण्यात आलं. जनरलसाहेबही उपस्थित होते. आत गेल्या गेल्या कौशिकांनी तिथं इलेक्ट्रिक प्लग पॉइंट कुठं आहे हे बघायला सुरुवात केली. तो सापडताच हातातली बॅग उघडून त्यांनी त्यातून एक उपकरण बाहेर काढलं. घोड्याच्या नालासारखा खेळातला लोहचुंबक असतो तसं दिसणारं पण आकारानं बरंच मोठं

असलेलं ते उपकरण त्यांनी हातात घेतलं. ते समोरच्या कॉफी टेबलावर ठेवलं. त्याला जोडलेली वायर प्लग पॉइंटपर्यंत पोहोचतेय ना याची खात्री करून घेऊन त्यांनी ते जोडून टाकलं. त्यानंतर दुसरी एक वायर काढली आणि तेच उपकरण आता बाहेर काढलेल्या लॅपटॉपलाही जोडलं. त्यांनी दोन्ही स्विच ऑन केले. ती दोन्ही उपकरणं व्यवस्थित काम करताहेत याची खात्री करून घेतली. तोपर्यंत त्यांनी तोंडातून एक चकार शब्दही काढला नव्हता. ते काय करताहेत असंही त्यांना कोणी विचारलं नाही. अमृतरावही पीएम आणि जनरलसाहेब यांच्याप्रमाणे मूकपणे त्या सगळ्याकडे पाहत बसले होते. सर्व तयारी झाल्यावर कौशिकांनी पीएमकडे पाहत विचारलं.

"शॅल वुई बिगिन सर?"

खरंतर कशाची सुरुवात करायची याची कोणालाही कल्पना नव्हती; पण आतापर्यंतच्या कौशिकांच्या हालचालीवरून ते कसलं तरी डेमॉन्स्ट्रेशन देणार आहेत याची कल्पना सगळ्यांनाच आली होती. त्या डेमोचा आणि कौशिकांच्या हाती सोपवलेल्या केसचा काय संबंध आहे याची उत्सुकताही सर्वांना होती.

काहीही न बोलता पीएमनी हाताच्या इशाऱ्यानंच कौशिकांना सुरुवात करण्याची परवानगी दिली.

आता कौशिकांनी पुन्हा बॅगेत हात घालून कागदी पिशवीतलं एक पार्सल बाहेर काढलं. त्यातून त्यांनी एक साडी बाहेर काढली.

आता मात्र जनरलसाहेबांना राहवेना. त्यांनी विचारलंच.

"व्हॉट द ब्लेझेस इज धिस?"

"जस्ट अ मिनिट सर. एव्हरीथिंग वुईल बी क्लिअर. प्लीज बेअर विथ मी फॉर ए लिटिल व्हाइल मोअर."

बोलताबोलताच कौशिकांनी त्या साडीची व्यवस्थित घडी घातली आणि ती त्या लोहचुंबकाच्या मधोमध ठेवली. परत आपल्या खुर्चीकडे येत त्यांनी लॅपटॉपवरची एक की दाबली.

पुढच्याच क्षणी लॅपटॉपचा लाउडस्पीकर बोलू लागला.

"ओके. लेट्स बिगिन, माय डियर प्राइम मिनिस्टर," जनरलसाहेबांचा खर्जातला आवाज ऐकू येऊ लागला. चमकून पीएमनी जनरलसाहेबांकडे बघितलं. त्यांनी कौशिकांकडे प्रश्नार्थक मुद्रा करून बघितलं. कौशिकांचं लक्ष मात्र समोरच्या लॅपटॉपवरच खिळलेलं होतं.

"...आय ॲम टेकिंग द लिबर्टी ऑफ ॲड्रेसिंग धिस नोट डायरेक्टली टू यू. आय ॲम अवेअर दॅट धिस इज समव्हॉट अगेन्स्ट द प्रोटोकॉल. हाउएव्हर आय विश टू ड्रॉ युवर अटेन्शन टू ॲन एक्स्ट्रीम्ली सीरियस मॅटर दॅट कन्सर्न्स नॅशनल

सिक्युरिटी. आय विश दॅट धिस इज व्ह्यूड इन ऑल इट्स ग्रॅव्हिटी ॲण्ड मेझर्स टेकन टू रेमेडी द सिच्युएशन इन अर्जन्ट मॅनर...''

बटॅलियनला ऑर्डर्स देता देता कमावलेल्या खर्जातल्या आवाजातलं जनरलसाहेबांचं डिक्टेशन चालूच होतं. जसजसं एक एक वाक्य पीएम आणि जनरल ऐकत गेले तसतसं ते त्या खळबळजनक पत्राचंच डिक्टेशन आहे याविषयी त्यांची खात्री पटत चालली होती. अमृतरावांनी ते पत्र पाहिलं नव्हतं; पण मीडियामध्ये आलेली कॉपी त्यांनी वाचली होती. त्यांनाही तेच पत्र डिक्टेट होतंय याविषयी शंका राहिली नाही.

''आय रिमेन सर, युअर...''

कौशिकांनी समोरच्या लॅपटॉपवरची एक कळ दाबली मग तो आवाज बंद झाला. क्षणभर तिथं अस्वस्थ शांतता पसरली. सर्वजण अवाक झाले होते. शेवटी जनरलसाहेबांनीच ती कोंडी फोडली.''

''व्हेअर डिड यू गेट धिस? आय मीन हाउ डिड यू गेट धिस? माझ्या चेम्बरमध्ये कोणतंही लिसनिंग डिव्हाइस नव्हतं. मी खात्री करून घेतली होती.''

''आय विल टेल यू.'' उठून त्या उपकरणातली साडी काढून परत त्या कापडी पिशवीत ठेवत कौशिक म्हणाले. सगळ्या उपकरणांची कनेक्शन्स काढून टाकल्यावर त्यांनी पुढं सुरुवात केली. ''बट फर्स्ट लेट मी कन्फर्म धिस. हा तुमचाच आवाज होता जनरल? आणि ते पत्र डिक्टेट करतानाचंच हे रेकॉर्डिंग होतं?''

''यस, ॲब्सोलूटली; पण मी माझ्या चेम्बरमध्ये कोणतंही लिसनिंग डिव्हाइस नसल्याची खात्री करून घेतली होती. मग हे रेकॉर्डिंग झालं कसं?''

''मलाही ते जाणून घ्यायचंय.'' पीएम म्हणाले.

''आता ही साडी पाहिलीत तुम्ही! तीच होती ते लिसनिंग डिव्हाइस.''

''साडी? तिच्यात लपवलं होतं ते डिव्हाइस? तरीही ही साडी आली कुठून माझ्या चेम्बरमध्ये? मला दिसली कशी नाही?''

''तुमच्या नजरेसमोरच तर होती सगळा वेळ. तुमची सेक्रेटरी लेफ्टनंट मल्होत्रा नेसली होती ती साडी त्या दिवशी.''

''बट आय थॉट दॅट ऑल युअर आर्मी ऑफिसर्स वेअर युनिफॉर्म व्हेन ऑन ड्यूटी.'' पीएमनीही बुचकळ्यात पडून विचारलं.

''दॅट इज करेक्ट सर; पण काही अपवादात्मक वेळी आम्ही थोडीशी सूट देतो. त्या दिवशी लेफ्टनंट मल्होत्राला कोणत्या तरी फंक्शनला जायचं होतं. म्हणून तिने युनिफॉर्मबाबत सवलत मागितली आणि मी दिली होती. त्याच दिवशी काही टॉप सीक्रेट पत्र डिक्टेट करण्याचा माझा विचार झाला नव्हता; पण मग काही घडामोडी झाल्या आणि मला ते पत्र ताबडतोब पाठवावं असं वाटू लागलं; त्यामुळे ते डिक्टेशन घेताना ती त्या सिव्हिल ड्रेसमध्येच होती. म्हणजे तिनंच हे रेकॉर्डिंग

करून ते पत्र लीक केलं तर! आय नेव्हर एक्स्पेक्टेड दॅट. नाउ शी विल हॅव टू फेस कोर्ट मार्शल.''

''सबूर जनरल. यात तिचा बिचारीचा काहीही दोष नाही. ही साडी रेकॉर्डिंग करते हे तिला माहितीही नाही. नाहीतर तिनं आपणहून ती साडी मला आणून दिली नसती.''

''पण मग...'' पीएम आणि जनरल दोघांनीही एकसाथ विचारलं.

''सर, तुम्हाला ऑप्टिकल फायबर्स माहिती आहेत. आजकाल कम्युनिकेशनसाठी रेग्युलर केबलऐवजी ऑप्टिकल फायबरचाच वापर करतात. त्यांची क्षमताही जास्त असते आणि टिकाऊपणाही. मोबाइल टेलिफोनी, इंटरनेट यासाठी तर जगभर ऑप्टिकल फायबर्सच वापरतात. थोडक्यात, त्यांचा वापर इलेक्ट्रॉनिक सर्किट्ससाठी करता येतो. तरीही तो एक फायबरच असतो. एक धागा, सुती धागा असतो, लोकरी धागा असतो, नायलॉनचा धागा असतो तसा हा ऑप्टिकल धागा; त्यामुळे तो विणून त्यापासून कापडही बनवता येऊ शकतं. याच दोन टेक्नॉलॉजींचं मीलन घडवून आता रेकॉर्डिंग फॅब्रिक्स बनवली जात आहेत. आपल्या नॅशनल फिजिकल लॅबोरेटरीमध्ये यावर बराच रिसर्च होतो आहे. गेले दोन दिवस मी तिथंच जाऊन त्याविषयी सगळी माहिती काढून घेतली आणि नंतर डायरेक्टरशी बोलून दोन दिवसांसाठी हे इन्स्टुमेन्टही घेऊन आलो; त्यामुळेच त्या साडीवरचं रेकॉर्डिंग आपण ऐकू शकलो.''

''म्हणजे त्या मल्होत्रानं मुद्दाम ती साडी नेसून डिक्टेशन घेतलं. तिला आता...''

''...काहीही करू नका जनरल. शी इज इनोसन्ट. शी इज अ व्हिक्टिम ऑफ धिस कॉन्स्पिरसी. ती साडी तिला डिम्पल सक्सेना नावाच्या एका मैत्रिणीनं दिली. धिस डिम्पल इज ए सोसायटी गर्ल. तिनं मुद्दाम ओळख काढून, लेफ्टनंट मल्होत्राशी मैत्री वाढवली. ही साडी भेट दिल्यानंतर ती जवळजवळ दररोज 'ती नेसून पाहिलीस का?' म्हणून विचारत होती. त्या दिवशी तुमच्या ऑफिसमधून मल्होत्रा थेट एका लग्नाच्या रिसेप्शनला गेली. तिथं ती डिम्पल सक्सेनाही आली होती. हिच्या अंगावरची साडी पाहून तिनं तिची आणि साडीचीही भलतीच स्तुती केली आणि दुसऱ्या दिवशी एका पार्टीला जाताना वापरण्यासाठी म्हणून बॉरो केली. पार्टीचा तो बहाणा होता. तिला आणि तिच्यामागे असलेल्या या कारस्थानाच्या म्होरक्यांना त्या साडीनं केलेलं रेकॉर्डिंग ऐकायचं होतं. त्याची कॉपी करून घ्यायची होती. त्यांच्या नशिबानं त्यांच्या हाती नेमकं ते टॉप सीक्रेट पत्र लागलं. ते मीडियामध्ये लीक करून, त्यांनी चांगलाच पैसा कमावला असला पाहिजे. कदाचित त्यांनी त्याचं गुपचूप ऑक्शनही केलं असावं. ते ऐकून झाल्यावर डिम्पलनं ती साडी

मल्होत्राला परत केली. परत ती केव्हा नेसते याची वाट पाहत. सुदैवानं अजूनही ते रेकॉर्डिंग डीलिट करण्याची टेक्नॉलॉजी विकसित झालेली नाही. म्हणून तर ती साडी लेफ्टनंट मल्होत्राला परत दिल्यावरही ते तसंच शाबूत राहिलं आहे आणि आपण ते ऐकू शकलो. लेफ्टनंट मल्होत्रा इनोसन्ट आहे आणि तुम्ही म्हणालात तशी ट्रस्टवर्दीही आहे. तिला यातलं काहीही कळू न देता या कारस्थानात भाग घेतलेल्या मंडळींचा कसा बंदोबस्त करायचा, हे मी काय आपल्याला सांगणार! आपण यापुढची कारवाई रेग्युलर यंत्रणांमधून गुपचूप करू शकता. याचा फारसा बोभाटा न झालेलाच बरा. ती साडी मात्र तुम्ही मल्होत्राला परत न करता तिची काय ती विल्हेवाट लावा.''

''पण मीडियाला काय सांगायचं? त्यांनी तर ही गोष्ट चांगलीच उचलून धरली आहे. त्यांचं समाधान तर करायलाच हवं. नाहीतर सध्या ज्या अफवा पसरवल्या जात आहेत, त्या खऱ्याच मानल्या जातील. आम्हा दोघांची तर बदनामी होईलच; पण देशाचीही होईल. ते परवडणारं नाही.'' पीएमनी विचारलं.

''आपण मीडियाला सांगू शकता की, सर्व चौकशी केली गेली आहे. मीडियाच्या हाती लागलेलं पत्र बनावट आहे. त्यांनी ते रेकॉर्डिंग ऐकून तयार केल्यामुळे ते जनरलच्या ऑफिशिअल स्टेशनरीमध्ये नाही. त्यावर त्यांची सही नाही, स्टॅम्प नाही; तेव्हा ते बनावट असल्याचं सहज सांगू शकाल. कोणीतरी ते तयार करून मीडियाला दिलं असंही आपण म्हणू शकाल. यू कॅन से दॅट इट इज ऑल ए फॅब्रिकेटेड स्टोरी.''

''ओह यस! नॉव्हेल फॅब्रिक अॅन्ड ए फॅब्रिकेटेड नॉव्हेल. ए फॅब्रिकेटेड स्टोरी इन्डीड!'' फॅब्रिकवरची अनायासे झालेली कोटी ऐकून पीएमही सुखावले.

''सो सर, आय थिंक आय हॅव डिस्चार्ड माय रिस्पॉन्सिबिलिटी टू युअर सॅटिस्फॅक्शन. कॅन वुई नाउ टेक युअर लीव्ह?'' बरोबरचा पसारा आवरत कौशिक म्हणाले.

''इन्डीड. यू हॅव डन मच मोअर. आजपर्यंत मी तुमची रेप्युटेशन ऐकून होतो. तुमच्याशिवाय ही मिस्टरी सॉल्व्ह झालीच नसती. थँक्यू व्हेरी मच! आय अॅम ग्रेटफुल.''

''नो, नो, सर. मला थँक्स देऊ नका. खरं श्रेय तर या अमृतरावांचं आहे. ते काही बोलत नाहीत यावर जाऊ नका. इन फॅक्ट तोच त्यांचा दोष आहे. ते सगळा उलगडा सहजगत्या करतात, सूचकपणे बोलतात आणि कामगिरी फत्ते झाली की, असे मूग गिळून गप्प राहतात. अमृतराव, हे काही चांगलं नाही असं किती वेळा सांगितलंय मी तुम्हाला.''

''मी? पण मी तर काहीच केलं नाही. मी आपला तुम्ही सगळं करत असताना

चूपचाप पाहत होतो. मी काय केलंय?''

''नाही कसं! सर हीच यांची खोड आहे. जनरल, जेव्हा तुमच्याकडून गोल्फ लिंक्सवर सगळी कहाणी ऐकली, तेव्हा हेच म्हणाले, भिंतीलाही कान नाहीत अन् खिडकीला डोळे नाहीत. मग काय अंगावरच्या कपड्यांनाच वाचा फुटली! झालंच तर त्या लेफ्टनंट मल्होत्राबरोबर डिनर घेताना यांनीच तर त्यांना विचारलं की, तुम्ही नेहमीच युनिफॉर्म घालता की सिव्हिल ड्रेसही असतो. बरोबर ओळखलं होतं त्यांनी काय भानगड आहे ते. मी फक्त ती भानगड कशी केली गेली, याचाच तपास केला. तुम्हाला महावस्त्र देऊन तुमचा सत्कारच करायला हवा खरंतर अमृतराव; पण हा सगळा गुप्त मामला असल्यामुळेच आपण ते षटकर्णी होऊ देत नाही आहोत.''

''ऑफ कोर्स! ऑफ कोर्स!'' असं म्हणत पीएमनी अमृतरावांचा उजवा आणि जनरलनी त्यांचा डावा हात हातात घेत आपली कृतज्ञता व्यक्त केली.

अमृतराव त्यावर काय बोलणार!

■

''ओह नो! नॉन्सेन्स! धिस इज ऑल बाल्डरडॅश!'' हाताची मूठ समोरच्या कॉफी टेबलावर जोरानं आपटत कौशिक ओरडले. त्यांचा तो चढलेला आणि चिडलेलाही आवाज ऐकून धोंडिबा आतून घाबराघुबरा होत बाहेर आला.

''काय झालं साहेब?'' त्यानं भीतभीत विचारलं. आपल्या हातूनच काही चूक तर झाली नाही ना ही शंकाच त्याचं मन कुरतडत होती.

पण कौशिक पेपर वाचण्यात गढून गेले होते आणि तो वाचतावाचताच कशानं तरी उत्तेजित होऊन, त्यांच्या तोंडून नकळत ते रागीट शब्द बाहेर पडले होते.

''काही नाही, तू आपल्या कामाला जा.'' स्वतःला सावरत कौशिक म्हणाले; पण त्यांच्या कपाळावरची आठी आणि चेहऱ्यावरची उद्विग्न छटा तशीच कायम राहिली होती. ती बातमी होतीच तशी. या मीडियावाल्यांना कोणतीही बातमी तिच्यात तिखटमीठ घातल्याशिवाय सादरच करता येत नाही, या त्यांच्या समजुतीला अधिक पुष्टी देणारी होती.

दोन दिवसांपूर्वी प्रकाश पेठे यांचा खून झाला होता. खून विचित्र परिस्थितीत झाला होता. एका पंचतारांकित इस्पितळातल्या ज्या खोलीत त्यांचा छातीत सुरा खुपसलेला मृतदेह मिळाला होता, ती खोली आतून बंद होती. त्या खोलीमध्ये त्यांच्याशिवाय फक्त एक रोबो म्हणजेच यंत्रमानव आणि गळ्यापासून खालचं सगळं अंग लुळं पडलेला एक वृद्ध गृहस्थ एवढीच मंडळी होती. खोलीच्या सगळ्या खिडक्या बंद होत्या. खोलीत कोणीही आलं नव्हतं की तिथून कोणीही बाहेर पडलेलं नव्हतं.

खोलीबाहेर बसलेल्या पहारेकऱ्यानं तशी ग्वाही दिली होती. पेठे यांच्या मृतदेहाकडे तो रोबो अविचल आणि निर्विकार नजरेनं पाहत होता आणि शरीराची काहीही हालचाल न करता येणाऱ्या त्या वृद्ध गृहस्थांच्या डोळ्यांत केवळ हताशपणाचे भाव होते. त्यांच्या बेडचा काही भाग खालचा जॅक लावून अर्धवट उंचावलेला होता; त्यामुळे ते बसलेल्या अवस्थेत होते. त्यांच्या जेवणाची वेळ झाल्यामुळे त्यांची देखभाल करण्यासाठी ठेवलेल्या त्या रोबोनं त्यांना बसतं केलं होतं. त्यांनी खाऊन अर्धवट राहिलेलं जेवणही तिथंच बाजूला पडलेलं होतं. त्या थाळीतलीच सुरी प्रकाश पेठेंच्या छातीत खोलवर घुसवली गेली होती. बाकी तिथं कोणीच नव्हतं. दोन दिवस केलेल्या पोलीस तपासातूनही तिथं चौथं कोणी आल्याचं दिसून आलेलं नव्हतं. त्या रोबोला माणूस मानायचं तर चौथं. नाहीतर तिसरंच म्हणायला हवं अशी मल्लीनाथीही त्या वर्तमानपत्राच्या वार्ताहरानं केली होती आणि त्यामुळेच पेठ्यांची हत्या करणारा कोणीतरी अदृश्य खुनी असल्याचं म्हटलं गेलं होतं.

"या मीडियावाल्यांचं तर्कसंगतीशी काहीही देणं-घेणं नसतं." कौशिक स्वतःशीच बोलत होते, "एकानं म्हटलं, दुसऱ्यानंही त्याचीच तळी उचलून धरली." आता अदृश्य खुन्याचा तपास पोलीस कसा करणार याचीच चर्चा सगळ्यांनी सुरू केली होती. ते वाचूनच कौशिक एवढे चिडले होते.

"ही मंडळी आपल्या अकला गहाण ठेवून कामं करतात की काय?" त्यांनी परत स्वतःलाच तो सवाल केला. "अदृश्य असला तरी त्याला त्या खोलीच्या बाहेर जाण्यासाठी दरवाजा उघडावा लागला असेलच ना! खिडकीतून उडी मारून पसार झाला असं म्हटलं तरी ती खिडकी तरी उघडावी लागली असेलच ना! मग ती दारं-खिडक्या बंद कशा झाल्या, एवढी साधी शंका यांच्या मनात येऊ नये? अदृश्य म्हणे! मूर्खांचा बाजार आहे सगळा!"

कौशिकांच्या चिडण्यामागे आणखीही एक कारण होतं. ही विचित्र घटना त्यांना आव्हान देणारी वाटत होती. या अजब रहस्याची उकल करण्याचं चॅलेन्ज घ्यायला ते शिवशिवत होते; पण त्यांना कोणी बोलावलं नव्हतं. अमृतरावांकडे ही केस असल्याची बातमी त्यांनी केव्हाच काढली होती. ते आपल्याकडे येतील म्हणून गेले दोन दिवस त्यांनी वाटही पाहिली होती; पण अमृतराव आले नव्हते आणि आपणहून त्यांच्याकडे जाणं कौशिकांना मान्य नव्हतं. तसं केल्यानं आपल्या नेहमीच्या खेळात कुठंतरी आपल्यावर मात करण्याची संधी आपण अमृतरावांना देऊ असं त्यांना वाटत होतं. स्वतःशीच चरफडत, वाट पाहण्याखेरीज त्यांच्या हाती काहीही नव्हतं; यामुळेही त्यांची चिडचिड वाढत होती.

हातातला पेपर खाली टाकत कौशिक उठले आणि येरझारा घालू लागले. त्यांचा पाइपही धडाडून पेटला होता. त्यातून धुराचे भपकारे रागारागानं बाहेर पडत

होते. त्यांचं विचारचक्र चालू झाल्याची ती निशाणी होती.

अदृश्य वगैरे सगळा बकवास आहे. अदृश्य असलाच तर आपल्याला तो दिसणार नाही इतकंच. त्याच्या अंगी काही भिंतीतून पलीकडे जाण्याची शक्ती नसणार. मग तो बाहेर गेलाच कसा? किंवा पहारेकऱ्याचा डोळा चुकवून आधी आत आलाच कसा? तेव्हा खुनी अज्ञात आहे म्हणजे तो अदृश्य आहे असा त्याचा अर्थ होत नाही. तसा तो आपल्या नजरेला पडणाराच असला पाहिजे. तरीही मग तो तिथून नाहीसा कसा झाला, हे कोडं काही सुटत नाही.

छे, छे, अगदी वेगळ्याच दिशेनं याचा विचार करायला हवा; पण तो तरी अपुऱ्या माहितीच्या आधारावर करणार कसा? कारण ज्याचा खून झाला आहे त्याची आपल्याला फारशी माहिती नाही. मीडियानं दिलेली आहे तेवढीच. त्यावरून तो एक प्रतिष्ठित गृहस्थ होता एवढंच माहिती आहे; पण तो तिथं त्या इस्पितळातल्या खोलीमध्ये काय करत होता? त्या खोलीतला तो रुग्ण कोण आहे?तसेच त्याच्या सेवेला तो रोबो कशाला ठेवला आहे? आणि त्या खोलीवर तो पहारेकरी तरी कशाला ठेवला गेलाय? मीडियानं बाकीची सगळी माहिती रंगीतसंगीत करून दिली आहे; पण या कळीच्या मुद्द्यांवर मात्र त्यांनी काहीही प्रकाश टाकलेला नाही. अर्थात अमृतरावांना ही सगळी माहिती नक्की असणारच; पण ते तर आपल्या संपर्कातच नाहीत.

काय करावं? त्यांना फोन करावा का? पण आपणहून त्यांच्याकडे गेलेलं त्यांना कदाचित आवडणारही नाही. तशी आजवर त्यांनी अमृतरावांना, पोलीस खात्याला अनेकवेळा मदत केली होती. मती गुंग करणाऱ्या अनेक गुन्ह्यांच्या तपासात कळीची भूमिका बजावली होती. कमिशनरच काय पण मुख्यमंत्री, पंतप्रधान यांनाही त्यांच्या ज्ञानाची, कौशल्याची कदर आहे. तरीही आजवर ते स्वतःहून कधीही ही मदत द्यायला गेले नव्हते. बोलावणं आल्यावरच त्यांनी त्या कामगिरीला हात लावला होता.

अकस्मात त्यांचा फोन घणघणायला लागला. कौशिक आपल्या विचारातच इतके गढून गेले होते की, त्यांच्या ते ध्यानातही आलं नाही. शेवटी धोंडिबानंच तो घेतला आणि कौशिकांकडे आणून दिला. वास्तविक ते असे विचारमग्न असताना त्यांना डिस्टर्ब करायचं नाही अशी सक्त ताकीद त्याला दिलेली होती; पण हा फोन त्यांना घ्यावासा वाटेल असं वाटल्यावरूनच त्यानं ती ताकीद मोडण्याची जोखीम पत्करली होती.

"काय आहे? तुला कितीदा सांगायचं धोंडिबा की मला..."

"...व्हय जी. पण हा फोन..." त्यांच्यापुढं तो धरत धोंडिबा म्हणाला.

"...ते दिसतंय मला; पण म्हणून काय झालं? आणि कोणाचा आहे

एवढा?''

''रावसाहेब.''

''पण मी कामात आहे, नंतर करा असं नसतं सांगता आलं तुला?'' आणि मग काहीतरी एकदम ध्यानात आल्यासारखं त्यांनी विचारलं,

''कोणाचा म्हणालास?''

''रावसाहेब.''

''अमृतरावांचा? मग आधी सांगायचं नाहीस का? आण तो इकडे.'' त्याच्या हातातून हिसकावून घेत ते म्हणाले.

''हॅलो, हं बोला अमृतराव. आज बऱ्याच दिवसांनी आठवण झाली. पट वाट पाहतोय तुमची. मांडून तयार आहे.''

त्यांनी कशासाठी फोन केलाय याची तशी जाणीव होऊनही कौशिकांनी नेहमीप्रमाणेच आपल्याला अमृतरावांशी बुद्धिबळाचे दोन डाव करण्यातच जास्त स्वारस्य आहे असं भासवलं. आतापर्यंतच्या त्यांच्या तगमगीचा थांगपत्ता त्यांनी अमृतरावांना लागू दिला नाही. अमृतरावही या उंदरा-मांजराच्या खेळाला तेवढेच सरावलेले होते.

''म्हणजे मला आज तुम्ही बोलावणारच होतात तर? आणि धोंडिबाला बटाटेवड्यांची ऑर्डरही दिली असेल तुम्ही.''

''छे, हो. विचारा हवं तर धोंडिबाला. आता तुम्ही येणारच म्हणताय तर सांगतो बापडा त्याला.''

तसा हा खेळ कितीतरी काळ चालला असता; पण अमृतरावांच्या मागे घाई होती. त्या अदृश्य खुन्याच्या बातमीनं मीडियानं रान उठवलं होतं. कमिशनरही वैतागून गेले होते. त्यांनी अमृतरावांच्या मागे तगादा लावला होता.

''मग सांगा त्याला तसं. संध्याकाळी येतो, सहाच्या सुमाराला.''

''या, या, वाट पाहतोय.'' आपल्या नकळत कौशिक अधीरपणे बोलून गेले आणि मग त्याची जाणीव झाल्यावर ''म्हणजे धोंडिबा हो'' अशी पुस्ती जोडण्याचा प्रयत्न त्यांनी केला; पण तोवर अमृतरावांनी फोन ठेवूनही दिला होता.

धोंडिबाला ते बटाटेवड्याबद्दल सांगायला गेले तर त्यानं बटाट्यांचा भला मोठा ढीग उकडायची तयारी चालवलेली त्यांना दिसली. तोही आपल्याच तालमीमध्ये तयार झालाय याची अशी प्रचिती मिळताच त्यांची तबियतही खूश झाली. कधी नव्हे ते धोंडिबाच्या पाठीवर थाप मारत, ते परत बाहेर आले. टीव्हीवरच्या बातम्या पाहू लागले.

अमृतराव ठीक सहा वाजता आले; पण आज ते त्यांच्या नेहमीच्या खेळाच्या मूडमध्ये नव्हते. बुद्धिबळाच्या डावाकडे त्यांचं लक्षही नव्हतं. आल्याआल्या त्यांनी

सरळसरळ मुद्द्यालाच हात घातला. कौशिकांना आश्चर्य वाटल्यावाचून राहिलं नाही; पण अमृतरावांवर बराच दबाव आलाय हे त्यांनी जाणलं. मग त्यांनीही जास्त ताणून न धरता अमृतरावांना साथ दिली.

"मी आज कशासाठी आलोय हे तुम्ही ताडलं असेलच, कौशिक."

"प्रकाश पेठे!" कौशिकांनी प्रश्न नाही विचारला तर आपण ते बरोबर ओळखल्याचंच सांगितलं.

"आमची मती तर गुंग झाली आहे. त्यात या मीडियावाल्यांनी..."

"...येस, येस, येस मूर्ख आहेत सगळे. अहो, खुनी अदृश्य कसा असेल?"

"मलाही ते पटत नाही; पण मग झाल्या घटनांचा अन्वयार्थ तरी कसा लावायचा?"

"अमृतराव, तो लावता येईल; पण त्याआधी मला सगळं काही सविस्तर समजून घ्यायला हवं. मला सांगा हा प्रकाश पेठे कोण?"

"तो एक सधन व्यापारी आहे, आय मीन होता. त्याचा तसा मोठा बिझिनेस आहे. थोरामोठ्यांमध्ये ऊठबस होती. काही मंत्र्यांशीही त्याच्या ओळखी होत्या. म्हणूनच तर आमच्यापाठी ही केस लवकरात लवकर सॉल्व्ह करण्याचा तगादा लावण्यात आलाय."

"त्याच्या मरण्यानं कोणाचा फायदा आहे किंवा त्याची कोणाशी दुष्मनी होती की काय यासारख्या रुटीन बाबींचा छडा तुम्ही याआधीच लावला असणार याची मला खात्री आहे. तेव्हा ते जरा सावकाशीनं सांगितलंत तरी चालेल. त्याआधी जिथं खून झाला त्या जागेसंबंधी आणि तिथं असलेल्या इतरांबद्दल सांगा मला."

"व्हीनस हॉस्पिटल तुम्हाला माहिती असेलच. शहरातलं एक पंचतारांकित हॉस्पिटल आहे ते. तिथल्याच स्पेशल वॉर्डमधल्या खास व्हीआयपी रूममध्ये हा खून झालाय. त्या खोलीत प्रकाशचे सासरे माधव पुराणिक यांना ठेवलेलं आहे. त्यांना एक विचित्र अपघात झाला आणि त्यातून त्यांचं मानेखालचं सारं शरीर लुळं पडलंय. त्यांना कोणतीही हालचाल करता येत नाहीय. त्यांचं स्वरयंत्रही निकामी झालंय."

"पण त्यांचे कान? ते शाबूत आहेत की नाही? म्हणजे त्यांना ऐकू येतंय की नाही? आणि ऐकलेलं समजतंय की नाही?"

"तसं असावं; पण मी निश्चित नाही सांगू शकत. त्यासाठी आपल्याला तिथल्या डॉक्टरांची भेट घ्यायला हवी; पण ते पुराणिक आपल्या बिछान्यातून उठूही शकत नाहीत एवढी माहिती माझ्यासाठी पुरेशी आहे, कारण मग संशयितांच्या यादीतून त्यांचं नाव वगळता येतं."

"संशयितांची यादी म्हणालात तुम्ही अमृतराव; पण त्या खोलीत तर पुराणिकांशिवाय

आणखी कोणीही नव्हतं असंच मीडियानं सांगितलंय.''

''खरं आहे. तिथंच तर सगळी गोची झालीय ना, कारण त्या खोलीतून कोणीही बाहेर गेलं नाही की खोलीतही प्रकाश पेठेशिवाय आणखी कोणी गेलं नाही. दारावरचा पहारेकरी तसं शपथेवर सांगायला तयार आहे. नाही म्हणायला त्या खोलीत तिसरं होतं ते एक यंत्र. यंत्रमानव म्हणालात त्याला तरी त्याच्या ठायी काही द्वेष, तिरस्कार, दुष्मनी यांसारख्या भावनांचा गोफ विणलेला नसणार. मग खून करण्याच्या थराला तो जाईलच कसा? शिवाय स्वतःच्या अकलेनं काही करण्याची या यंत्रमानवांची क्षमताच नसते असं सांगता ना तुम्ही?''

''अं, अं हो, हो.'' कौशिकांनी आपला पाइप पेटवल्याचं पाहून अमृतरावही गप्प झाले. तोवर धोंडिबानं आणलेल्या बटाटेवड्यांचा समाचार घ्यायला त्यांनी सुरुवात केली.

''पहारेकरी!'' अकस्मात आपला पाइप त्यांच्यावर रोखत कौशिकांनी विचारलं.

त्यांचा हा पवित्रा आता अमृतरावांच्या परिचयाचा झाला होता; त्यामुळे या वेळी बटाटेवड्याचा घास त्यांच्या घशात अडकला नाही. तोंड मोकळं होताच त्यांनी विचारलं, ''त्याचं काय?''

''त्यानंच कशावरून नसेल हा खून केला? तो खरं बोलतोय हे कसं ठरवलं तुम्ही?''

''एक तर तो ज्या कॉरिडॉरमध्ये बसतो, तिथं सीसीटीव्ही बसवलेला आहे. त्याचं फुटेज पाहिलं आम्ही. ज्या वेळी हा खून झाला असं पोस्टमॉर्टेम रिपोर्ट म्हणतोय त्या वेळी तो पहारेकरी तिथून हललेलाही नव्हता. तसंच त्या वेळी त्या खोलीतही कोणी आल्या-गेल्याचं दिसलेलं नाही; त्यामुळे त्याच्या म्हणण्यावर विश्वास ठेवायला हवा. शिवाय पेठ्यांच्या छातीमध्ये जेवणातली सुरी खुपसलेली होती. ती तशी फारशी धारदार नसते हे तर जाणताच तुम्ही; पण ती इतक्या जोरानं छातीत रोवली गेली आहे की, त्यापायी पेठ्यांचा मृत्यूच ओढवला. बराच रक्तस्राव झाला आणि त्यातूनच त्यांना मृत्यू आला, असा पोस्टमॉर्टेमचा रिपोर्ट आहे. कदाचित वेळेवर त्यांना वैद्यकीय मदत मिळाली असती तर ते वाचले असते.

''काय गंमत आहे पाहा, झाडून सगळ्या सुविधा असलेल्या आणि शहरातल्या उत्तमोत्तम डॉक्टरांचा राबता असलेल्या इस्पितळामध्ये एका व्यक्तीला वेळेवर वैद्यकीय मदत न मिळू शकल्यानं मृत्यू आला. खरंतर हीच जास्त सेन्सेशनल बातमी आहे.''

''हं खरंय; पण जेवणातल्या सुरीनं मरण येण्याइतपत जखम व्हावी...''

''...पटत नाही ना? मलाही प्रथम तसंच वाटलं होतं; पण पोस्टमार्टेम करणाऱ्या डॉक्टरांना ती छातीत तशीच अडकून पडलेली सुरी उपसून काढताना

ब्रह्मांड आठवलं होतं. एवढ्या जोरानं तिचा वार केला गेला होता. म्हणजे खुनी चांगलाच ताकदवान असला पाहिजे आणि तो पहारेकरी त्या मानानं अगदीच किरकोळ आहे. झालंच तर खोली आतून बंद होती. आम्हाला ती फोडूनच आत जावं लागलं, कारण खून संध्याकाळीच झाला. दुसऱ्या दिवशी सकाळी ब्रेकफास्ट घेऊन वॉर्डबॉय आला, त्याला दार उघडता येईना. दार आतून बंद असल्याचं आढळलं म्हणून त्यानं डॉक्टरांना सांगितलं. त्यांनाही ते विचित्र वाटलं. ते आतून बंद असल्याचं पाहून त्यांनी आम्हाला बोलावलं.''

''तुम्हाला बोलावलं डायरेक्ट? हे जरा विचित्र नाही वाटलं तुम्हाला?''

''वाटलं ना! आम्ही विचारलंही डॉक्टरांना. तर ते म्हणाले की, पुराणिक हे खास पेशंट होते. त्यांची देखभालही नेहमीपेक्षा वेगळी केली जात होती. म्हणूनच तर बाहेर तो पहारेकरी वगैरे व्यवस्था करण्यात आली होती.

खरंतर त्या खोलीत कोणाही व्हिजिटरला जाऊ दिलं जात नव्हतं; पण प्रकाश पेठे खुद्द जावईच असल्यामुळे त्याला स्पेशल परमिशन दिली गेली होती. त्याला एन्ट्री परमिट दिलेलं होतं आणि ते त्या पहारेकऱ्याला दाखवल्यानंतरच त्याला आत सोडण्यात आलं होतं.''

''त्यानंच खोलीला आतून कडी लावली तर?''

''तेही ठामपणे सांगता येत नाही, कारण त्या कडीवर कोणाचेही ठसे मिळाले नाहीत आम्हाला. प्रकाशनं ग्लोव्हज वापरून कडी लावली असावी अशी शंका आली होती मला; पण त्याच्या अंगावर कुठंही किंवा त्या खोलीतही कुठं आम्हाला ग्लोव्हज मिळाले नाहीत. तेही एक कोडंच आहे आणि कडी का लावली गेली हेही समजत नाही.''

''हं! बरीच गुंतागुंत आहे तर... तो रोबो तिथं कशाला ठेवलाय?''

''पुराणिकांच्या दिमतीला.''

''पण रोबो कशाला? कोणी नर्स, हवं तर मेल नर्स ठेवता आला असता.''

''तेही मला वाटतं, डॉक्टरांनाच विचारायला हवं.''

''तर मग आपण इथं काय करतो आहोत? चला, त्या डॉक्टरांनाच भेटू या.''

''आता?''

''हो, काय हरकत आहे? वेळ कशाला घालवायचा उगीच?''

अमृतरावांबरोबर गेल्यानं कौशिकांना त्या खोलीत प्रवेश मिळाला. एरवी तिथं कोणीही जाऊ शकत नव्हतं याची प्रचिती त्यांना आलीच. त्या दोघांबरोबर स्वतः डॉक्टर अग्निहोत्रीही आले होते. त्यांनीच सांगितल्यावरून पहारेकऱ्यानं त्यांना आत जाऊ दिलं. तसं करताना त्यानं अग्निहोत्रींचं आय कार्ड तपासलं. त्यांनीही कोणतीही खळखळ न करता त्याला ते तपासू दिलं.

आतली व्यवस्था अजूनही बदललेली नव्हती. फक्त प्रकाश पेठेची बॉडी हलवली गेली होती. पोस्टमॉर्टेमसाठी ती पाठवताना, आधी ती कशी पडली होती हे खडूनं रेघा काढून दाखवलेलं होतं. त्या खुणाही अजून तशाच होत्या. खोलीत पलंगावर पुराणिक पडलेले होते. त्यांच्या डोळ्यांमध्ये थोडीफार चमक दिसत होती म्हणून ते जिवंत असावेत असं वाटत होतं. बाकी शरीराची कोणतीही हालचाल होत नव्हती. त्यांचा श्वासही मंद गतीनं सुरू होता. नाकाजवळ दोरा धरला तरच त्याची जाणीव झाली असती. तो रोबोही तिथं होता. पुराणिकांच्या पायाजवळ पलंगाच्या एका बाजूला उभा होता. थोडं पलीकडे एक छोटंसं कपाट आणि त्याच्यावरच टेबल होतं. त्यावर काही औषधांच्या बाटल्या, काही खाद्यपदार्थ असलेली एक डिश आणि दोन थर्मास होते. बाकी खोलीमध्ये पाहणी करण्यासारखं काहीच नव्हतं. आणि असलंच तर अमृतरावांनी त्याची कसून तपासणी करून घेतली असणार याची कौशिकांना खात्री होती.

"डॉक्टर हे पुराणिक, पुराणिकच ना, जिवंत आहेत हे तुम्ही कसं सांगू शकता?"

"टेलिमेट्री डिव्हायसेस वापरून त्यांच्या हृदयाचे ठोके, श्वासोच्छ्वासाबरोबर होणारी फुप्फुसाची हालचाल, मेंदूचा ईईजी वगैरे आम्ही सतत मॉनिटर करत आहोत. तीच त्यांच्या जिवंतपणाची लक्षणं आहेत. त्यात जरा जरी फरक पडला तरी आम्हाला इशारा मिळतो आणि त्याकडे लक्ष देत जरूर वाटल्यास आम्ही उपचारांना सुरुवात करतो."

डॉक्टर ही माहिती देत असताना कौशिकांचं लक्ष मात्र पुराणिकांकडेच लागलं होतं. त्या वेळी त्यांच्या डोळ्यांमध्ये अंगार फुलल्यासारखा दिसला हे त्यांच्या नजरेतून सुटलं नाही.

"आय सी! पण यांची ही स्थिती कशी काय झाली?"

"त्यांच्या मोटारीला एक अपघात झाला. त्यातून ते वाचले; पण त्यांच्या स्पायनल कॉर्डला धक्का बसल्यानं त्यांचे सगळे मोटार न्यूरॉन्स काम करेनासे झाले आहेत; पण त्यांच्या मेंदूला इजा झालेली नाही; त्यामुळे त्यांचे इतर अनैच्छिक व्यवहार म्हणजे श्वासोच्छ्वास, रक्ताभिसरण, अन्नपचन वगैरे सुरळीत चालू आहेत. त्यांची वाचाही गेलेली आहे; त्यामुळे ते आपल्याशी संवाद साधू शकत नाहीत; पण आपण बोललेलं त्यांना ऐकू येतं, समजतं."

कशावरून असं कौशिक विचारणार होते, तेवढ्यात त्यांना परत पुराणिकांच्या डोळ्यांची हालचाल झाल्याचं दिसलं. त्याबरोबर ऐन वेळी त्यांनी आपला शब्द मागे घेतला.

"मेंदूला इजा झालेली नाही म्हणालात ना डॉक्टर? मग डोक्याला हे बँडेज

कशाला?'' डोक्याभोवती फेटा गुंडाळल्यासारखं बँडेज पाहून अमृतरावांनी विचारलं.

''ते बॅन्डेज नाही. तोसुद्धा आमच्या टेलिमेट्रीच्या उपकरणाचाच एक भाग आहे.''

''आय सी! अपघात इथून दूरवर कुठंतरी झाला असणार. मग त्यांना इथं कसं आणण्यात आलं?''

''ज्यांचा दोन दिवसांपूर्वी इथंच खून झाला, त्या प्रकाश पेठे यांनी म्हणजेच पुराणिकांच्या जावयानंच त्यांना इथं आणलं. तेच ती मोटार ड्राइव्ह करत होते; पण आश्चर्यकारकरीत्या बचावले. त्यांना काही ठिकाणी खरचटलं होतं. पायाच्या करंगळीचं हाडही मोडलं होतं. हेअरलाइन फ्रॅक्चर होतं; त्यामुळे नुसतंच टेपनं आम्ही इम्मोबिलाइज केलं. प्लास्टर घातलं नाही. खरंतर त्यांनी यांना तातडीनं इथं आणलं म्हणून तर ते जिवंत आहेत. तिथंच ठेवलं असतं तर कदाचित यांचा जीवच गेला असता.''

''बराच रक्तस्राव झाला होता का?''

''नाही. तेही एक आश्चर्यच आहे, कारण मोटारीच्या मागच्या भागाचा चक्काचूर झाला आहे. पोलिसांनी ती गाडी पाहिलीच आहे.''

त्याला अमृतरावांनीही दुजोरा दिला.

''अशा पेशंट्सना तुम्ही नेहमी अशी रोबोचीच सेवा देता का डॉक्टर?''

''नाही. तसा हा एक एक्स्पेरिमेन्टच आहे. हा रोबो या पुराणिकांच्या कंपनीनं बनवलेला आहे. अशा प्रकारे संपूर्ण पॅरॅलाइज झालेल्या व्यक्तीबरोबर संवाद साधत त्यांची सेवा करण्यासाठी. पेठ्यांनीच आम्हाला हे सांगितलं आणि त्यांनीच ही व्यवस्था करण्याचा आग्रह धरला. पुराणिकांना चांगली ट्रीटमेन्टही मिळेल आणि या रोबोची टेस्टही घेतली जाईल असं ते म्हणाले. पुराणिक आमच्या बोर्डावर असल्यामुळे आम्हीही त्याला मान्यता दिली; पण हा प्रयोग सुरळीत पार पडावा म्हणून तर ही हाय सिक्युरिटी ठेवली गेली. इतर कोणी इथं लुडबुड करू नये, खास करून मीडियानं येऊ नये अशी पेठ्यांची इच्छा होती.''

''आणि काय आयरनी बघा कौशिक, आता त्या पेठ्यांच्या खुनामुळेच मीडियाचं सगळं लक्ष इकडे लागलं आहे. आत येताना बाहेर त्यांचा घोळका तुम्हाला दिसला असेलच.''

''हो. आणि इथून बाहेर जाताना तुम्ही त्यातून तुमची सुटका कशी करून घ्याल याचाच विचार करत होतो.''

आता इथं काहीही पाहण्यासारखं राहिलं नाही असं वाटून कौशिक तिथून निघण्याचा इशारा करणार तोच इतका वेळ अगदी स्तब्ध असलेला तो रोबो अचानक हालचाल करू लागल्याचं त्यांना दिसलं. पलंगापासून त्या कपाटापर्यंत

जात त्यानं आपल्या हातांनी एक थर्मास उचलला. त्याचं झाकण काढलं. समोरचा एक मग उचलून, त्या थर्मासमधली कॉफी त्यात ओतली आणि तो मग घेऊन तो पुराणिकांजवळ पोहोचला. मगमधली कॉफी हळुवारपणे त्यानं पुराणिकांना पाजायला सुरुवात केली.

अमृतराव अवाक होऊन ते सारं पाहत होते. लोखंडाचा किंवा कदाचित कोणत्यातरी हाय स्ट्रेन्थ प्लास्टिकनं बनवलेला तो रोबो मायेच्या माणसासारखा हळुवारपणे पुराणिकांची सेवा करत होता. कौशिकांनीही ते पाहिलं; पण त्यांच्या चेहऱ्यावर कोणतेही भाव उमटले नाहीत. मात्र, आपला पाइप तोंडात धरत त्यांनी तो चावायला सुरुवात केली होती.

"पाहिलात तुम्ही तो रोबो, अमृतराव? हाडामांसाच्या माणसापेक्षाही हळुवारपणे जपत होता पुराणिकांना. ती कॉफीही त्यानं कशी पाजली ते पाहिलंत ना? आणि पुराणिकांनाही नेमकी त्याच वेळी ती हवी होती. कसं काय त्यांचं मन त्यानं जाणलं असेल? कमाल आहे. गेलं पाहिजे या पुराणिकांच्या कंपनीत आणि त्यांच्या त्या रोबॉटिक लॅबोरेटरीलाही भेट द्यायला हवी. येताय? उद्याच जाऊ या."

"अहो, पण मग या केसचं काय? पेठ्यांची बॉडी, पोस्टमॉर्टेम रिपोर्ट, तो सुरा हे सर्व बघायला नको का तुम्ही?"

"ते आहेच हो. बघू या नंतर. पेठे काही कुठं पळून जात नाहीत. पळूच शकणार नाहीत." स्वतःच केलेल्या विनोदावर हसत कौशिकांनी अमृतरावांचा निरोप घेतला. अमृतराव त्यांच्याकडे पाहतच राहिले. त्यांना कौशिकांची चीड आली होती. असा कसा हा माणूस! वेळ नाही, काळ नाही. जबाबदारीची जाणीव नाही. मला सांगताहेत की पेठे काही कुठं पळून जात नाहीत; पण मग ती लॅबोरेटरी तरी कुठं पळून जाणार होती? तीदेखील नंतर सावकाशीनं नसती का पाहता आली? पेठ्यांचा खून झालाय हे नक्की आणि तो पुराणिकांनी केलेला नाही हेही नक्की. कौशिकांच्या शब्दांतच सांगायचं तर ते तसं करूच शकणार नाहीत. म्हणूनच तर मीडियानं अदृश्य खुनी असा धोशा लावलाय. त्याचा बंदोबस्त करणं तातडीचं असताना हे निघालेत ती लॅबोरेटरी पाहायला. कमिशनर साहेबांनी तसं सुचवलं नसतं तर या वेळी कौशिकांना दूरच ठेवलं असतं आपण; पण आता इलाज नव्हता. कौशिकांना यात ओढलंच होतं. आता त्यांच्या मागे फरफटत जाण्यावाचून गत्यंतरच नव्हतं.

दोन-तीन दिवस गायब झालेले कौशिक अकस्मात उगवले आणि अमृतरावांना म्हणाले,

"तुम्हाला सांगतो अमृतराव, पुराणिकांची ती कंपनी म्हणजे मायाजालच आहे. तिथं चाललेल्या एकेक रिसर्च प्रॉजेक्टनं चक्रावूनच जायला होतं आणि या

सगळ्याचे मूर्तिमंत चैतन्य असलेले पुराणिक मात्र अशा जवळजवळ अचेतन अवस्थेत पडलेले आहेत हे पाहून माझ्या हृदयाचा एक ठोकाच चुकला बघा. तुम्हीही यायला हवं होतं माझ्याबरोबर. एकेक भन्नाट कल्पना तुम्हाला ऐकायला, बघायला मिळाल्या असत्या. तुमच्या विवंचनेतून विरंगुळाही मिळाला असता.''

कसला विरंगुळा! दिवसभर राबतो आहे तरीही काहीही प्रगती नाही म्हणून सगळीकडून आरडाओरड चालूच आहे. वरून दबाव येतोच आहे. मीडियानं तर वैताग आणलाय. त्यात मी असा तीन दिवस तुमच्याबरोबर प्रयोगशाळेत रमलो असतो तर बघायलाच नको होतं.

अमृतराव उघड बोलले नाहीत; पण त्यांच्या मनात मात्र निषेधाचा सूर उमटलाच.

''पण हातातल्या कामगिरीचं काय? त्या प्रकाश पेठेचा खुनी शोधून काढायचाय ना आपल्याला?''

''अरे हो. प्रकाश पेठेचा खुनी नाही का? पण त्याची चिंता करू नका. तो काही कुठं पळून जात नाही. पळताच येणार नाही त्याला.''

हे एक नवंच पालुपद कौशिकांनी लावलं होतं. त्या प्रकाश पेठेबद्दल असंच म्हणाले होते. आता त्याच्या खुन्याबद्दलही तेच सांगताहेत.

''खरं असेलही तुमचं म्हणणं. तरीही त्याला शोधून काढून, बेड्या घातल्याशिवाय माझी चिंता हटणार नाही. तुम्हालाही याची जाणीव आहे.''

अमृतराव असं निकराचं बोलल्यावर कौशिकांनीही आपला पवित्रा बदलला.

''अमृतराव, हा प्रकाश पेठे माणूस कसा होता हो? म्हणजे त्याची बॅकग्राउन्डही तुम्ही चेक केली असेलच. त्याच्या खुनामागचा मोटिव्ह आणि ऑपर्च्युनिटी शोधून काढण्यासाठी.''

''ते मी तुम्हाला सांगितलं आहेच. तसा तो एक प्रतिष्ठित बिझिनेसमन होता; पण त्याला अलीकडे त्यात बराच लॉस झाला होता. कर्जाचे डोंगर वाढले होते त्याच्या डोक्यावर आणि देणेकऱ्यांचे तगादेही लागले होते; त्यामुळे त्याला मारून कोणाचाच फायदा होण्याची शक्यता नव्हती. उलट ते कर्ज न फेडलं गेल्यानं नुकसानच होणार होतं, कारण त्याची पत्नी दोन वर्षांपूर्वीच कॅन्सरनं गेली होती. मुलं तशी लहान आहेत. अजून सज्ञानही झालेली नाहीत.''

''काही मोठ्या रकमेचा इन्शुरन्स वगैरे?''

''तसा बिझिनेस प्रॉपर्टीचा इन्शुरन्स आहे; पण तो फायर, आर्सन वगैरेचा आहे. त्याच्या स्वतःच्या लाइफ इन्शुरन्स पॉलिसीज जेमतेम दहा-बारा लाखांच्याच असतील. आणि त्या पाच सात वर्षांपूर्वीच घेतलेल्या आहेत.''

''थोडक्यात, त्याच्या मरण्यानं कोणाचाच, त्याचा स्वतःचाही काहीही फायदा

होणार नव्हता. म्हणजे त्या दिशेनं शोध करण्यात काहीच अर्थ नाही तर! पण अमृतराव, मला वाटतं, आपण पुन्हा एकदा इस्पितळातल्या त्या खोलीला भेट द्यायला हवी. मला वाटतं, या खुनाचं रहस्य तिथंच दडलेलं आहे.''

''पण आपण तर त्या खोलीची कसून तपासणी केली आणि तरीही तिथं काही पुरावा तर सोडाच पण क्लूही मिळालेला नाही.''

''एक्झॅक्ट्ली! म्हणून तर तिथं जायला हवं.'' कौशिकांचं बोलणं अमृतरावांना नेहमीच कोड्यात पाडत असे. आताही त्यांना तोच अनुभव आला; पण आता तिथं जाण्यावाचून गत्यंतर नाही हेही त्यांनी आजवरच्या अनुभवातून ताडलं होतं.

या वेळीही डॉक्टर अग्निहोत्री त्यांच्या बरोबर होते किंबहुना कौशिकांनीच तसा आग्रह धरला होता.

''तुम्ही ते टेलिमेट्रीचं काय म्हणत होतात डॉक्टर?''

''त्याच्या मदतीनंच आम्ही पुराणिकांच्या प्रकृतीविषयीची खडान्‌खडा माहिती मिळवत असतो. अगदी ते टीव्हीवाले म्हणतात ना तशी ट्वेन्टीफोर बाय सेव्हन.''

''आणि त्यासाठीच तर तुम्ही पुराणिकांच्या डोक्यावर हा फेटा चढवला आहे. वा! जवाब नही। तुम्हाला सांगतो अमृतराव, आजकाल ना या टेलिमेट्रीनं मुळी एक क्रांतीच घडवून आणलेली आहे. म्हणजे तज्ज्ञ डॉक्टर अमेरिकेत आणि पेशंट इथं मुंबईत असला तरी त्याच्यावर उपचार करता येतात. अगदी शस्त्रक्रियाही पार पाडल्या जातात. खरं ना डॉक्टर?''

म्हणजे या चर्चेसाठी इथं यायचं होतं तर यांना! डॉक्टरांना काय आपली स्तुती करणारा कोणी मिळाल्यावर ते हुरळून जातील यात नवल कसलं! कौशिकांची ही खोड काही जाणार नाही. मी मात्र विनाकारण इथं वेळ फुकट घालवत बसलो आहे. अमृतरावांची घालमेल होतच होती.

''म्हणजे हे कसं केलं जातं याची मला माहिती आहे डॉक्टर, तरीही हे जे रुग्णाच्या तब्येतीची माहिती देणारे इलेक्ट्रॉनिक संदेश पेशंटकडून या उपकरणाद्वारे पोहोचवले जातात, त्यामुळे त्या रुग्णाला काही त्रास होत नाही?''

''काहीही नाही. आपले नेहमीचे व्यवहार तो व्यवस्थित चालू ठेवू शकतो. म्हणून तर मिळणारे हे संदेश खरेखुरे आहेत; त्या उपकरणाच्या प्रभावापोटी मिळालेले नाहीत याची खात्री बाळगू शकतो ना आपण.''

''आता तुम्ही सांगता आहात तर ते खरं असायलाच हवं. तरी पण मला एकदा याचा प्रत्यक्ष अनुभव घ्यायचाय. पाच मिनिटांसाठी पुराणिकांच्या डोक्यावरचा हा फेटा तुम्ही माझ्या डोक्यावर चढवू शकाल का? नाही म्हणजे तसं केल्यानं पुराणिकांकडून मिळणाऱ्या संदेशांमध्ये बाधा येईल कदाचित; पण तुम्ही इथं आहातच, तेव्हा त्याची काळजी नसावी.''

डॉक्टर तेवढे उत्सुक नव्हते; पण कौशिकांनी त्यांना गळच घातली आणि त्यांच्या म्हणण्यामध्ये काही गैर असल्याचं त्यांना दाखवता येईना. तेव्हा ते तयार झाले.

"पण पाचच मिनिटं हं!"

"मोजून पाच मिनिटं. घड्याळ लावा हवं तर तुम्ही."

डॉक्टरांनी हलक्या हातानं तो फेटा पुराणिकांच्या डोक्यावरून उतरवला. तसं करायला पुराणिकांचा विरोध असावा असं का कोण जाणे कौशिकांना वाटून गेलं, कारण त्यांच्या डोळ्यांमध्ये अंगार फुललाय असं त्यांना दिसलं.

कौशिकांच्या डोक्यावर तो फेटा चढला. तो व्यवस्थित बसला आहे याची त्यांनी खात्री करून घेतली. डोळे मिटून कौशिक त्याचा अनुभव घेण्यात तल्लीन झाले. पुढच्याच क्षणी तापर्यंत स्तब्ध असलेला तो रोबो एकदम हलायला लागला. सरळ समोर जाऊन त्यानं खोलीचा दरवाजा लावला आणि त्याला कडी घातली. डॉक्टर आणि अमृतराव बघतच राहिले. पुढच्याच क्षणी तो तसा माघारी फिरला आणि टेबलावरचा पाण्यानं भरलेला ग्लास त्यानं कौशिकांच्या समोर धरला. कौशिक घटाघटा त्यातलं पाणी प्यायले आणि त्यांनी तो ग्लास पुन्हा त्या रोबोच्या हातामध्ये दिला. त्यानं तो नेऊन टेबलावर त्याच्या जागी ठेवला. परत एकदा तो स्तब्ध झाला.

रोबोच्या त्या हालचाली बघण्यात अमृतराव आणि डॉक्टर एवढे गुंग होऊन गेले होते की, कौशिकांनी सांगितलेली पाच मिनिटं उलटून गेल्याचंही भान त्यांना राहिलं नाही; पण खुद्द कौशिकांनीच त्यांना आठवण करून देत, तो फेटा आपल्या डोक्यावरून उतरवला. पुन्हा एकदा तो पुराणिकांच्या डोक्यावर व्यवस्थित चढवला गेला. त्याच्याकडून येणारे संदेश तिथल्या मॉनिटरवर रजिस्टर होताहेत याची डॉक्टरांनी खात्री करून घेतली.

"कसं वाटलं तुम्हाला, डॉक्टरसाहेब?" डॉक्टरांनी कौशिकांना विचारलं.

"अंगावर मोरपीस फिरतानाही यापेक्षा जास्त संवेदना होत असतील. तुम्हालाही बघायचं आहे का अमृतराव?"

"नको, मी बधिर होऊन गेलोय आधीच. कामधाम सोडून इथं..." अमृतरावांना आपला त्रागा व्यक्त करण्यावाचून राहवलं नाही.

"अरे हो, तुम्हाला त्या प्रकाश पेठ्यांचा खुनी पकडायचा आहे ना! तुमचं सर्व्हिस रिव्हॉल्व्हर आहे ना तुमच्याजवळ. मग तयार राहा. खुनी इथंच आहे. तुमच्यासमोर."

"कोण? हे डॉक्टर?"

"मी, मी..." डॉक्टरांची वाचाच गेली. काय बोलावं हेच त्यांना सुचेना.

"नाही, नाही, त्यांचा बिचाऱ्यांचा यात काहीच दोष नाही. ते नाहीत."

"मग दुसरं कोण आहे इथं. हा रोबो?"

"तसं म्हटलं तर तोच. त्यानंच आतून दाराला कडी लावली आणि जेवणाच्या ताटातली सुरी उचलून प्रकाश पेठ्यांच्या छातीत खुपसली. तरीही तो केवळ हुकुमाचा गुलाम आहे; त्यामुळे त्याला आपल्या तालावर नाचवणारा हा खरा गुन्हेगार आहे. तोही इथंच आहे. अमृतराव, फेटा उतरवा पुराणिकांच्या डोक्यावरचा..."

कौशिक असे अकस्मात ओरडल्यामुळे अमृतराव जरासे गोंधळलेच; पण तेवढ्यात इतका वेळ स्तब्ध असलेला तो रोबो कौशिकांच्या दिशेनं हात उंचावून वाटचाल करू लागल्याचं पाहून त्यांनी झटपट पुढे होत तो फेटा जवळजवळ ओढून काढूनच टाकला. 'अहो, हे काय करताय?' असं म्हणत त्यांना अडवू पाहणाऱ्या डॉक्टरांनाही त्यांनी बाजूला सारलं. त्याबरोबर तो रोबो जागच्या जागीच स्तब्ध झाला. पुराणिकांच्या चेहऱ्याकडे डॉक्टरांचं आणि अमृतरावांचं एकदम लक्ष गेलं. तो संतापानं भान हरपलेल्या माणसासारखा झाला होता. त्यांचे डोळे आग ओकू पाहत होते. आपण काहीच हालचाल करू शकत नाही या जाणिवेतून येणारा हताशपणाही डोकावू पाहत होता.

"अमृतराव, खुनी अदृश्य नव्हताच मुळी. तो तर सतत सर्वांच्या नजरेसमोर होता; पण त्याच्या विकलांगतेमुळे त्याच्याकडे कोणाचीच नजर वळत नव्हती. समोर असूनही तो दिसत नव्हता. पुराणिकांचा व्यवसाय जोरात चालू होता. गेल्या वर्षी त्यांच्या कंपनीने भरघोस नफा कमावला होता. त्यांची संपत्तीही तशी अफाट आहे. त्यांच्या पश्चात ती मुलीला मिळणार होती; पण तिचा मृत्यू झाल्यानं ती आपल्याला मिळावी असा पेठ्यांचा प्रयत्न चालला होता. पुराणिकांच्या मृत्युपत्रात तशी तरतूदही होती; पण पेठ्यांनी अनेक भलेबुरे धंदे करत कर्जाचा डोंगर उभा केला होता. समाजात त्यांना प्रतिष्ठा असली तरी त्यांचे काळे धंदे पुराणिकांच्या नजरेतून सुटले नव्हते. म्हणून त्यांनी आपलं मृत्युपत्र बदलायचा विचार चालवला होता. त्याचा घोर पेठ्यांना लागला होता. पुराणिकांना झालेला अपघात घडवून आणलेला होता. त्यातून ते बचावले तरी असे विकलांग झाले हे पेठ्यांच्या पथ्यावरच पडलं. आपली अशी अवस्था करायला सर्वस्वी पेठे जबाबदार आहेत हे पुराणिकांना कळून चुकलं होतं."

"तरीही त्यांनी पेठ्यांना का मारावं? आणि मुख्य म्हणजे कसं?"

"मघाशी मी माझ्या डोक्यावर तो फेटा चढवला होता, त्या वेळी या रोबोनं पुढं होत दरवाजाला कडी घातली होती, आठवतं? मला त्या थर्मासमधलं पाणीही प्यायला दिलं होतं, आठवतं?"

"हो, ते पाहिलं आम्ही. आम्हाला त्याचं आश्चर्यही वाटलं होतं." अमृतराव

आणि डॉक्टर दोघेही एकसाथ म्हणाले.

"मीच त्याला तसं करायला सांगितलं होतं. मीच त्याला तशी आज्ञा केली होती. या फेट्यामध्ये ही जी यंत्रणा बसवलेली आहे ना, त्यामुळे आपल्या मेंदूतले विचार त्या रोबोपर्यंत पोहोचवता येतात. गेल्या वेळी आपण इथं आलो होतो, त्या वेळी या रोबोनं कोणीही न सांगता पुराणिकांना कॉफी पाजली होती. ते पाहिलं, तेव्हाच मला जरा शंका आली होती, कारण रोबोंच्या मेमरीत प्रोग्रॅम भरला तरी स्वतःच्या विचारानं काहीही करण्याची क्षमता अजून त्यांच्याकडे आलेली नाही. त्या प्रोग्रॅमनुसार ते केवळ दिलेल्या आज्ञेचं पालन करू शकतात. पण त्या वेळी आपणापैकी कोणीही, या डॉक्टरांनीही त्याला तसं करण्याची आज्ञा दिलेली नव्हती. मग ती कोणी दिली? म्हणूनच तर मी पुराणिकांच्या कंपनीत जाऊन तिथल्या रिसर्च डायरेक्टरशी संवाद साधला होता. त्यातूनच मला या विकसित केल्या जाणाऱ्या नवीन तंत्रज्ञानाची माहिती मिळाली. पेठ्यांनाही त्याची कल्पना नव्हती. म्हणून तर त्यांनी मानवी नर्सऐवजी या रोबोला इथं आणण्याचा घाट घातला आणि आपण एक नवा एक्स्पेरिमेन्ट करू इच्छितो असं डॉक्टरांना सांगितलं, कारण मानवी नर्सच्या उपचारांपोटी पुराणिक कदाचित पूर्वीसारखे बरे होतील अशी भीती त्यांना वाटत असावी. ते काहीही असो; त्यामुळे पुराणिकांचा फायदाच झाला. आता ते आपल्या मेंदूतले विचार रोबोपर्यंत पोहोचवू शकत होते आणि त्याला आज्ञा देत होते. त्या स्टीफन हॉकिंगसाठीही अशीच यंत्रणा असलेली व्हीलचेअर बनवण्यात आलेली आहे आणि त्यातल्या कॉम्प्युटरचा वापर करूनच तो आपलं सगळं काम करत असतो. आपल्या जिवावर उठलेल्या पेठ्यांचीच जीवनयात्रा संपवण्याची ही नामी संधी पुराणिक सोडणार नव्हते. त्यांनीच त्या रोबोला आज्ञा दिली आणि बेसावध असणाऱ्या पेठ्यांच्या छातीमध्ये त्या रोबोनं आपली सगळी ताकद पणाला लावून सुरी खुपसली."

"माझा तर विश्वासच बसत नाही." डॉक्टर म्हणाले.

"आणि न्यायालयाचाही बसणार नाही, कारण तिथं पुरावा मागितला जाईल. तिथे तुमची थेअरी उपयोगी नाही पडणार, कौशिक."

"पुरावा? मिळेल ना. या रोबोच्या मेमरीत रेकॉर्ड झालेले असणार त्याला मिळालेले सगळे संदेश. ते डिकोड करून घ्या, म्हणजे झालं."

पुढं होत कौशिकांचे हात हातात घेत डॉक्टर अग्निहोत्री भारावलेल्या आवाजात म्हणाले,

"हॅट्स ऑफ टू यू, डॉक्टरसाहेब. या अदृश्य खुन्याच्या तोंडावरचा बुरखा फाडून टाकण्यात..."

"...छे! छे! त्याचं क्रेडिट मला नका देऊ. ती सगळी किमया या अमृतरावांची

आहे आणि आता बघा आपला याच्याशी काहीही संबंध नसल्यासारखे दुसरीकडेच पाहत उभे आहेत. अमृतराव, तुमची हीच खोड मला पसंत नाही.''

''मी? मी काय केलं? मी तर तुमच्या बरोबर पुराणिकांच्या कंपनीत यायलाही नकार दिला होता.''

''तुम्हाला त्याची गरजच नव्हती. आठवा पाहू, तुम्हीच नव्हता का म्हणालात, खोलीत तिघंच होते, त्यांपैकी पेठ्यांचा तर खून झालाय आणि रोबो तर मानवच नाही. उरला कोण हे तुम्ही स्पष्टपणे नाही सांगितलंत; पण नेहमीप्रमाणे सूचक बोललात. शिवाय पुराणिकांचा मेंदू व्यवस्थित काम करतोय मग त्यांच्या डोक्यावर हे बँडेज कशाला असं विचारत तुम्हीच तर त्या फेट्याकडे लक्ष वेधलंत. तसा कोणताही फेटा न घालताच तुम्हाला इतरांच्या मेंदूत चालणारे विचार वाचता येतात की काय असं वाटायला लागलंय मला.''

यावर अमृतराव काय बोलणार! ते त्या रोबोसारखेच निश्चल झाले.

■

भिंतींना जिभाही असतात!

“काही उपयोग नाही, सर.” हेमाडी म्हणाले. ते, त्यांचे इतर सहकारी, अमृतरावांबरोबर चर्चा करत होते. “एक शब्द ऐकू येईल तर शपथ! आम्ही व्हॉल्यूम जेवढा वाढवता येईल तेवढा वाढवून पाहिलं; पण व्यर्थ.”

“रेकॉर्डिंगमध्येच काही दोष नाही ना?” आपण वेळ मारून नेण्यासाठीच हा प्रश्न विचारत आहोत याची जाणीव असूनही अमृतरावांनी विचारलं. त्यांनाही काही सुचत नव्हतं.

“नाही सर. रेकॉर्डिंग उत्तम आहे, कारण त्यातला व्हिडिओचा भाग स्पष्ट आहे. रमणिकचा चेहरा स्पष्ट दिसतो आहे. तो प्रणबबरोबर बोलतो आहे हेही स्वच्छ दिसतं आहे. प्रणबच्या चेहऱ्यावरच्या भावना आपण काहीतरी महत्त्वाची माहिती मिळवत आहोत असंच दाखवताहेत. रमणिकचं सांगून झाल्यावर तर प्रणबनं त्याच्या हातावर टाळी दिली आहे.”

“आणि त्याला मिठीही मारली आहे.” एवढा वेळ शांत बसलेले गुजरही म्हणाले. “एवढंच नाही तर त्यानंतर प्रणबनं खिशातून नोटांचं पुडकं काढून रमणिकला दिल्याचंही स्पष्ट दिसतं आहे.”

“तर काय! जरा झूम केलं तर सर्वांत वरच्या नोटेचा नंबरही वाचता येईल.”

“म्हणजे रेकॉर्डिंगमध्ये काही खोट नाही तर!” वास्तविक अमृतराव यापूर्वीही कितीतरी वेळा या निष्कर्षावर आले होते आणि पुनःपुन्हा तिथंच अडकून राहिले होते.

प्रणब मुजुमदारनं शत्रूला काही गुपितं विकल्याचा संशय होता. तो ना सैन्यामध्ये होता ना इंटेलिजन्स एजन्सीशी निगडित होता. तरीही त्यानं अशी गुपितं विकण्याच्या धंद्यात जम बसवला होता. तसा संशय अर्थात फार

पूर्वीपासून होता; पण अजून तो कुठं सापळ्यात अडकला नव्हता. त्याच्याविरुद्ध कोर्टामध्ये उभा राहू शकेल असा सक्षम व ठाम पुरावा मिळत नव्हता. या वेळी मात्र बराच गहजब झाल्यामुळे खास टीम स्थापन करून त्यांना तपास करायला लावलं होतं. क्राइम ब्युरो, एटीस, इंटेलिजन्स ब्युरो, सीक्रेट सर्व्हिस निरनिराळ्या एजन्सींमधून निवडक अधिकारी शोधून ही टीम तयार करण्यात आली होती. अमृतरावांचा आजवरचा लौकिकच असा होता की, या टीमचं नेतृत्व आपसूकच त्यांच्याकडे आलं होतं. कमिशनरांनीही त्यांचं नाव उचलून धरलं होतं.

अमृतरावांना त्याचा आनंद झाला नव्हता असं नाही; पण ही जबाबदारी दुधारी शस्त्रासारखी आहे, याचीही तीव्र जाणीव त्यांना होती. यश मिळालं तर नाव होईल, मेडल मिळेल याची खात्री होती; पण जर अपयश आलं तर आजवरची सारी कमाई मातीमोल होणार होती. सुळावर चढावं लागणार होतं. कमिशनरांनाही त्यांना वाचवणं शक्य होणार नव्हतं.

म्हणूनच ते सर्व तपासात जातीनं लक्ष घालत होते. प्रणबचा तर सावलीसारखा पाठलाग होत होता. त्याला याचा सुगावा लागला होता की नाही, हे छातीठोकपणे सांगता आलं नसतं; पण तो ज्या प्रकारे बिनधास्त असल्यासारखा वावरत होता, त्यावरून अजून तरी त्याला संशय आला नसावा असंच वाटत होतं; त्यामुळेच तो बेसावध राहिला होता आणि त्याचं तसंच राहणं आपल्या पथ्यावर पडणारं आहे हे अमृतराव आणि त्यांचे सहकारीही पुरेपूर ओळखून होते.

जेव्हा प्रणबशी रमणिक संधान बांधून आहे, निरनिराळ्या ठिकाणी त्यांच्या गाठीभेटी होत असतात हे समजलं, तेव्हा टीममध्ये उत्साह संचारला होता. रमणिक, मेजर रमणिक हांडा, सिग्नल कोरमध्ये अधिकारी होता. टॉप सीक्रेट सिग्नल हाताळणाऱ्या पथकाचा मुख्य होता. असे अतिशय गुप्त संदेश त्याच्याच हातातून पास होत असत. या संदेशांच्या दुतर्फा दळणवळणावर त्याचीच नजर होती. तो जर प्रणबला भेटत असेल तर मग तोच त्याला ही महत्त्वाची गुप्त माहिती पुरवत असावा, असा संशय घ्यायला जागा होती. ही माहिती मिळवणाऱ्या गुजरांनीच सर्वप्रथम तो बोलून दाखवला होता.

क्लू महत्त्वाचा होता यात शंकाच नव्हती; पण अमृतराव असे सुतावरून स्वर्ग गाठणारे नव्हते. प्रत्येक पाऊल खंबीरपणे, पण सावधगिरी बाळगून टाकण्याबाबत त्यांची ख्याती होती. प्रत्येक सुगाव्याचा साधकबाधक, सर्व बाजूंकडून विचार केल्याशिवाय कोणताही निष्कर्ष काढायची घाई ते करत नसत.

"पण तेवढ्याच पुराव्यावरून आपण त्याला संशयित मानणं योग्य ठरेल का?" त्यांनी विचारलं. "कारण हे संदेश काही उघडपणे पाठवले जात नाहीत. ते सांकेतिक भाषेत - कोड लँग्वेजमध्ये असतात, हो ना?"

यावर गुजर काही बोलणार तोच सुशीलन बोलला. ''अर्थातच! शिवाय प्रत्येक सिग्नलसाठी नवनवीन कोड वापरलं जातं. तेच कोड परत परत वापरलं ज़ात नाही.''

''एक्झॅक्ट्ली! मग रमणिककडे ही माहिती...''

''...आली असण्याची शक्यता आहे, कारण रमणिक यापूर्वी काउन्टर इंटेलिजन्समध्ये काम करत होता. तिथं त्याच्याकडे डिकोडिंगचं, म्हणजे हस्तगत केलेल्या शत्रूच्या संदेशांची फोड करण्याचंच काम होतं. इथं शत्रूचे संदेश नसले म्हणून काय झालं! आपल्याच संदेशांचीही फोड करण्याची कामगिरी तो पार पाडू शकतो. त्यासाठी जर छप्परफाड रक्कम मिळत असेल तर आपली निष्ठा विकायला रमणिकही तयार होईल याविषयी मला तरी शंका नाही. त्याची राहणी विलासी आहे आणि ती भागवायला त्याचा पगार पुरा पडत असेल, असं मला वाटत नाही.''

अमृतरावांनी रमणिकची इत्थंभूत माहिती देणारी फाइल तीन-चारदा तरी अथपासून इतिपर्यंत बारकाईनं वाचली होती. त्यांना हा मुद्दा पटला होता.

''तरीही केवळ संशय आहे म्हणून आपण त्याला पकडू शकत नाही. त्यानं जर आपण निष्ठावान आहोत, निरपराध आहोत, देशाशी आपण कधीच गद्दारी करणार नाही असा दावा केला, तर तो आपण कसा काय खोडून काढणार आहोत? त्याची राहणी विलासी असेल; पण तसं त्याचं आजवरचं रेकॉर्ड क्लीन आहे.''

''हो सर. शिवाय आपण त्याला आत्ताच पकडलं तर तो आणि प्रणबही सावध होतील. मग आपलं काम अधिकच कठीण होऊन बसेल.''

''म्हणूनच तर आपण त्याला मोकळा सोडला ना. त्याच्यावर पाळत ठेवली ना; पण काय झालं त्यातून?'' हेमाडी हताश सुरात म्हणाले.

''का? का? हे रेकॉर्डिंग तर हाती लागलं ना आपल्या. रमणिकच्या आणि प्रणबच्या भेटीगाठी होतात हे तर आपण सिद्ध करूच शकतो.''

''हो. पण त्या भेटींमध्ये गुप्त माहितीची देवाणघेवाण होते, हे आपण नाही सिद्ध करू शकत. त्यासाठी त्या दोघांमध्ये नेमकं काय संभाषण झालं, हे जाणून घेणं आवश्यक आहे आणि तेच नेमकं आपल्या हाती लागत नाहीये.''

त्यावर मग बोलणंच खुंटलं. सर्वांनाच आपण एका डेड एन्डला पोहोचलो आहोत हे समजत होतं. सावजाच्या इतक्या जवळ येऊनही ते अजूनही नेमकं माऱ्याच्या टप्प्यात येत नव्हतं. हुलकावणी देत होतं.

गुजरांनी जेव्हा एके दिवशी रमणिक आणि प्रणब यांची भेट होणार असल्याची आणि ती नेमकी कुठं होणार आहे याची बातमी आणली, तेव्हा सुशीलन खूश झाला होता.

''हॉटेल ला प्लाझच्या खोलीत होणार आहे ना? मग आपण तिथंच सापळा

रचायचा.''

''कसा? आपणही त्याच हॉटेलमध्ये दबा धरून बसायचं की काय? चोरून त्यांचं संभाषण ऐकायचं की काय?''

''छे, छे! तसं करून चालणार नाही. एक तर त्यांना चाहूल लागल्यास सगळंच ओंफस व्हायचं. शिवाय त्याच खोलीत आपण लपूनही बसू शकणार नाही.''

''मग सापळा कसा, काय आणि कोणता रचायचा?''

''सांगतो; पण त्यासाठी आपल्याला प्रणब आणि रमणिक नेमके कुठं भेटणार आहेत याची माहिती मिळायला हवी. ते जर त्या हॉटेलमधल्या एखाद्या खोलीत भेटणार असतील तर ते आपल्यासाठी ठीक राहील.''

''ती माहिती गुजर मिळवतील. म्हणजे तुम्ही त्या खोलीत सीसीटीव्ही बसवणार तर!''

''नाही. तो तर ते ताबडतोब ओळखतील. शिवाय काहीही बोलण्यापूर्वी ते खोलीची झडती तर घेणारच; त्यामुळे एखादा बग बसवून, त्यांचं संभाषण ऐकण्याचीही व्यवस्था करता येणार नाही. शिवाय तसं केल्यानं नंतर तो आवाज ओळखण्याची बाबही पुढं येईल. आपल्याला ते बोलत असतानाचं व्हिडिओ चित्रण करायला हवं.''

''पण कसं?'' अमृतरावांनीही आता थोडंसं वैतागून विचारलं. ''तुम्ही तर एकेक शक्यता नाकारतच चालला आहात.''

''तरीही दोन पॉसिबिलिटीज आहेत. पहिली म्हणजे त्या खोलीत जर मोठा म्हणजे जमिनीपासून सीलिंगपर्यंत पोहोचणारा आरसा असेल तर तो रिप्लेस करून तिथं आपण वन वे मिरर बसवायचा. म्हणजे समोरून पाहणाऱ्याला तो आरसाच वाटेल; पण आरशामागून पाहणाऱ्याला ती एक पारदर्शक काचच असेल. अशा आरशाच्या मागे आपण एक व्हिडिओ कॅमेरा बसवायचा. म्हणजे त्या दोघांच्या भेटीचं यथायोग्य व्हिडिओ चित्रीकरण होऊ शकेल. त्या दोघांचे चेहरेही दिसतील आणि त्यांचं संभाषणही रेकॉर्ड होईल. तो जबरदस्त पुरावा ठरेल.''

''हं, ही आयडिया चांगली आहे. त्यामुळे आपलं उद्दिष्ट साध्य होईल.''

''अर्थात त्यातही एक अडचण आहेच. अशी खोली तिथं आहे की काय हे तर पाहावं लागेलच; पण प्रणब नेमक्या त्या खोलीतच असेल याचीही व्यवस्था करावी लागेल.''

''ते माझ्याकडे लागलं.'' गुजर आत्मविश्वासानं म्हणाले.

''पण आपल्याला जबरदस्तीनं या खोलीमध्ये जायला भाग पाडलं जातंय असा प्रणबला जरासाही संशय येता कामा नये. नाहीतर मामला पार बिघडूनच जायचा.''

“नाही यायचा. ला प्लाझमध्ये आपण ती व्यवस्था करू शकू. या कानाचं त्या कानाला कळणार नाही.”

“तरीही सुशीलनची दुसरी आयडिया काय आहे हे ऐकल्यावरच आपण निर्णय घेऊ या.” अमृतरावांना कधीच घाईघाईनं घेतलेला निर्णय पसंत नसे.

“त्यासाठी आपल्याला हॉटेलच्या डावीकडच्या बाजूची खोली मिळवायला हवी, कारण त्या बाजूच्या खोल्यांच्या खिडक्यांसमोर एका बिल्डिंगची मागची बाजू येते. त्या बाजूला खिडक्या आहेत आणि निदान काही खोल्यांच्या तरी खिडक्या त्यांच्या समोर येतात. समोरासमोर असलेल्या या खिडक्यांचा आपल्याला फायदा करून घेता येईल. अशाच एका समोरच्या खिडकीच्या काचेत आपण एक पॉवरफुल कॅमेरा बसवू शकू आणि तो मग सगळं रेकॉर्डिंग करेल. ती खिडकी आपण बंदच ठेवायची आणि त्या खोलीतही कोणी असणार नाही अशी तजवीज करायची. म्हणजे प्रणबला कसलीही शंका येणार नाही. शिवाय तो राहणार असलेल्या खोलीची झडती त्यानं घेतली तरी त्याला तिथं काहीच सापडणार नाही; त्यामुळे तो निर्धास्त राहील.”

“पण ते दोघे नेमके खिडकीसमोर असतानाच बोलतील याची काय गॅरंटी? नाहीतर आपल्या कॅमेऱ्यात नुसती रिकामी खोलीच टिपली जायची.” इतका वेळ गप्प बसलेल्या कामतांनी शंका काढलीच. तशी ती अवाजवीही नव्हती. अमृतरावांनाही ती पटली. त्यांनीही हेमाडींना त्या बाबतीत विचारलंच.

“त्याची चिंता नाही सर. कारण ला प्लाझच्या खोल्यांच्या खिडक्या फ्रेंच विन्डोसारख्या आहेत. मोठ्या आणि एका टोकापासून दुसऱ्या टोकापर्यंत. कामत, आणखी एक शक्यता तुमच्या नजरेतून सुटलीय बरं का! समजा, खिडक्यांवर पडदे ओढलेले असतील तर...”

“बरोबर. तर मग रेकॉर्डिंग सगळं पडद्याआडच राहील.” आपल्या विनोदाला सगळे हसतील ही कामतांची अपेक्षा मात्र पूर्ण झाली नाही. उलट सगळे अधिकच गंभीर झाले.

“काही काळजी नाही.” सुशीलन सगळी सूत्रं परत स्वतःकडे घेत बोलला. “तसं झालंच तर आपण कॅमेऱ्यातला एक्स-रेचा ऑप्शन वापरू शकू. म्हणजे मग तो पडदाही पारदर्शक बनून जाईल. विमानतळावर नाही का आपल्या सामानातल्या सगळ्या वस्तूंचं असंच चित्रण होतं.”

हे सगळ्यांनाच, मुख्य म्हणजे अमृतरावांना पटलं. त्यांनी निर्णय घेतला. गुजरांना प्रणब आणि रमणिकच्या भेटीसाठीची खोली ठरवायला सांगण्यात आलं. ती पक्की होताच हेमाडी आणि सुशीलन यांना समोरच्या बिल्डिंगमधली खोली निवडून तिथल्या रहिवाशाकडून ती तीन दिवसांपुरती ताब्यात घेण्याची व्यवस्था

करायला सांगण्यात आलं. आदल्या दिवशीच तिथं बसवायच्या यंत्रणेची तजवीज करून ठेवायची. प्रत्यक्ष भेटीच्या दिवशी तिकडं कोणीही फिरकायचं नाही. त्या कॅमेऱ्याचं नियंत्रण हेमाडी दुसरीकडे कुठंतरी बसून करणार होते. तिसऱ्या दिवशी मग तो कॅमेरा आणि इतर यंत्रणा तिथून हलवून ती व्हिडिओ क्लिप ताब्यात घ्यायची अशी ऑर्डर अमृतरावांनी दिली.

तीच व्हिडिओ क्लिप आता हातात आल्यावर ही चर्चा होत होती. कॅमेऱ्यानं आपलं काम तसं चोख बजावलं होतं. त्या प्रसंगाचं, प्रणब आणि रमणिक यांच्या भेटीचं स्पष्ट चित्रण केलं गेलं होतं. अडचण एकच होती. त्यांचं संभाषण अजिबात ऐकू येत नव्हतं. त्यांचे ओठ हलताना, हातवारे होताना, चेहऱ्यावरचे भाव बदलताना स्पष्ट दिसत होतं; पण शब्द मुळीच ऐकू येत नव्हते. तिथंच सारी गोची झाली होती. एवढा खटाटोप करूनही आपल्या हाती काहीच लागलं नाही अशी निराशेची भावना प्रत्येकाच्या मनात पिंगा घालत होती.

काय करावं सुचत नव्हतं.

मिनिट, दोन मिनिटं कोणीच काही बोललं नाही. तिथं एक अवघड शांतता पसरली.

एकाएकी आरोळी ठोकत कामत म्हणाले, ''आयडिया सर! आपण लीप रिडर्सना बोलावलं तर? मूक-बधिर मंडळी नाही का बोलणाऱ्याच्या ओठांच्या हालचालीवरून काय बोललं जातंय हे समजून घेत, तसंच आपण हे कसब असणाऱ्यांकडून ते दोघे काय बोलत होते हे समजून घेऊ शकू.''

कल्पना तशी चांगली होती. इतर सगळे ती उचलून धरणार तोच त्यातला कमकुवत दुवा हेमाडींच्या लक्षात आला.

''पण त्यासाठी नेहमी लीप रीडर्सना थेट त्या व्यक्तीच्या समोर उभं राहावं लागतं. समोरासमोरून ओठांच्या हालचाली टिपाव्या लागतात. इथं तर प्रणब आणि रमणिक दोघांच्याही प्रोफाईल्सच आहेत. उजव्या - डाव्या; त्यामुळे संपूर्ण ओठ नजरेच्या टप्प्यात येतच नाहीत. शिवाय ते जरी साध्य झालं तरी उद्या कोर्टात ते सिद्ध करणं तेवढं सोपं राहणार नाही. त्यासाठी रेकॉर्डिंगमधूनच ते आवाज ऐकवण्याची काही तजवीज करावी लागेल.''

हेमाडींचा हा मुद्दा पटल्यामुळे कामतांच्या कल्पनेपोटी निर्माण झालेली आशा मावळली. परत एकदा निराशेनं सर्वांना झाकोळून टाकलं.

''सर आपण डॉ. कौशिकांना बोलावलं तर?'' हे कोण बोलले हे पाहण्यासाठी सगळ्यांनी त्या आवाजाच्या दिशेनं आपल्या नजरा वळवल्या. इतका वेळ सगळी चर्चा निमूटपणे ऐकत बसणारा राजेश साठे हलक्या आवाजात बोलला होता. अमृतरावांसह सगळेच आपल्याकडे पाहताहेत हे पाहून त्याला जरा एम्बॅरॅसिंग झालं

होतं. ''मी त्यांच्याबरोबर एका केसवर काम केलंय सर.''

ती केस कोणती हे कदाचित तो आता सांगेल या भीतीनं अमृतरावच घाईघाईनं बोलले, ''येस, येस, आय नो दॅट.'' आपल्यावरच बालंट येऊन, सस्पेन्ड व्हायची पाळी आली होती त्या वेळी या राजेशनंच कौशिकांबरोबर काम करून योग्य तो पुरावा सादर केला होता, हे अमृतराव कधीच विसरू शकले नसते; पण त्या केसची माहिती ते स्वतः, कमिशनर, कौशिक आणि राजेश यांच्यापलीकडे कोणालाही नव्हती. ती आता चारचौघांत उघड व्हावी हे अमृतरावांना निश्चितच आवडलं नसतं.

पण राजेशही हुशार होता. त्या केससंबंधी एक चकार शब्दही न काढता तो म्हणाला,

''त्या वेळी त्यांची सर्व तंत्रज्ञानांवर किती घट्ट पकड आहे हे मला जाणवलं होतं. तसंच त्याही पूर्वी ती हॉटेलमध्ये बॉम्ब ठेवल्याचे मेसेज देणारी केस होती, तेव्हाही कॉम्प्यूटरच्या की-बोर्डवरून त्यांनी ती सॉल्व्ह केली होती. मला वाटतं, त्यांनाच आपण या तिढ्यातून मार्ग काढायला सांगू या. ते नक्कीच काहीतरी तोडगा काढतील असं मला वाटतंय.''

कौशिकांची ख्याती इतरांनाही माहिती होती. राजेशचा विचार त्यांनाही आवडला होता हे त्यांच्या चेहऱ्यांवरून अमृतरावांना जाणवत होतं; पण आपणहून कौशिकांना कसं आमंत्रण द्यावं हे त्यांना सुचत नव्हतं. त्यांनी 'आपण तुम्हाला बोलावलेलं नाही; पण आता तुम्हीच येताय तर घेईन बापडा तुम्हाला सामील करून' असा पवित्रा घ्यावा आणि कौशिकांनीही 'मला यात अजिबात इंटरेस्ट नाही; पण आता तुम्हीच मदतीचा हात मागताय तर तो कसा अव्हेरू' अशी उलट खेळी करावी. हा त्या दोघांमधला आजवरचा सामना होता. कोणालाही आपल्यावर दुसऱ्यानं कुरघोडी करावी हे आवडत नसे आणि तरीही केसचा निकाल लागल्यावर आपल्याकडे कमीपणा घेत कौशिक सारं श्रेय अमृतरावांच्या पदरात टाकत असत याचाही अनुभव अमृतरावांनी घेतला होता.

आणि आता तर गाडी रुतूनच बसली होती. दुसरा कोणताही उपाय दिसत नव्हता. अशा वेळी कौशिकांनाच साकडं घालावं लागतं, हेही अमृतराव ओळखून होते. तरीही आपणहून त्यांना कसं बोलवावं असा ते विचार करत असतानाच सुशीलन म्हणाला,

''येस सर. मलाही राजेशचं म्हणणं पटतंय. डॉ. कौशिकांचा अशा केसेस सॉल्व्ह करण्यात हातखंडा आहे, हे मीही ऐकून आहे. मला वाटतं, त्यांनाच बोलवावं.''

''असं म्हणताय! ऑल राइट. आता तुमचीच तशी इच्छा असेल तर...'' जणू 'आपल्याला तशी फारशी गरज वाटत नाही; पण आता तुमचाच आग्रह आहे तर

मी कशाला आड येऊ?' असा आविर्भाव आणत अमृतरावांनीही राजेशची सूचना उचलून धरली. त्याला आणि सुशीलनलाच कौशिकांना गाठण्याची ऑर्डर देत त्यांनी त्या दिवशीची बैठक आवरती घेतली.

पुन्हा सगळेजण जमले, त्या वेळी कौशिकही हजर होते. काहीही बोलण्यापूर्वी त्यांनी ती व्हिडिओ क्लिप पाहिली. एकदा नाही, दोन-तीनदा, ती पाहत असताना त्यांचं दुसरीकडे कुठंही लक्ष नव्हतं आणि कोणाचाही आवाज ऐकू येत नव्हता. एखादा सायलेन्ट जमान्यातला सिनेमा पाहत असल्यासारखे सर्वजण चूपचाप बसून होते. कौशिकांचा पाइप मात्र धडाडून पेटला होता आणि त्यातून धुरांचे लोटच्या लोट बाहेर पडत होते म्हणजेच त्यांचं विचारमंथन सुरू झालं होतं, हे अमृतराव आणि राजेश समजून चुकले होते; त्यामुळे त्यांनी इतरांना चूपचाप राहायलाच सुचवलं होतं.

आपला पाइप विझला आहे याची जाणीव होऊन कौशिकांनी तो ओठांमधून बाहेर काढला. क्षणभर त्याच्याकडे पाहत, तो समोरच्या टेबलावर आपटत त्यातली राख झाडून टाकली. मग ती टिश्यूपेपरमध्ये गुंडाळत ते वेस्टपेपर बास्केट शोधू लागले. राजेशनं तो टिश्यू त्यांच्या हातातून घेत कोपऱ्यातल्या बास्केटमध्ये टाकला.

"एचएमव्हीचा कुत्रा?" गर्रकन वळत, आपला रिकामा पाइप हेमाडींवर रोखत कौशिकांनी विचारलं. त्यांची ही खोड अमृतराव आणि राजेश यांच्या ओळखीची असली तरी तेदेखील दचकले. मग हेमाडींची काय कथा! ते तर चांगलेच गडबडून गेले.

"क, क कुत्रा? त्याचं काय?" कसेबसे त्यांच्या तोंडून शब्द फुटले.

"हिज मास्टर्स व्हॉइसच्या त्या सिम्बॉलमधला तो कुत्रा, त्याला नेमका धन्याचा आवाज कसा ऐकू येतो? धन्यानं वाजवलेली शीळ इतरांना नाही ऐकू येत; पण कुत्र्याला बरोबर समजते. कशी?"

"अल्ट्रासाउन्डमुळे; पण सर इथं तर माणसंच बोलत होती. त्यांनी अल्ट्रासाउन्डचा वापर करणं कसं शक्य आहे?" एवढ्या धीटपणे राजेशच त्यांना विचारू शकत होता.

"यू आर राइट, राजेश. अल्ट्रासाउन्डचा वापर केलाय असं मला म्हणायचं नाही. मला एवढंच सुचवायचं आहे की, इतरांना ऐकू न येणारे आवाज काहीजणांना ऐकू येतात. आपल्यालाही असाच मानवी रूपातला तो इमानी कुत्रा शोधायला हवा. म्हणजे मग आपल्याला ऐकू न येणारा आवाज त्याला ऐकू येईल आणि तो आपल्याला सांगू शकेल."

"पण कौशिक हा तुमचा मानवी कुत्रा शोधायचा कुठं? आमच्या डॉग

स्क्वाडमध्येही तो सापडणार नाही. कुत्र्याचे जीन्स असणारा कोणी माणूस असेल तरच शक्य आहे.'' कौशिक नेहमीच काहीतरी उटपटांग सूचना करतात याचा अनुभव असूनही अमृतराव वैतागले होते. म्हणूनच नेहमीप्रमाणे उपरोधाचा आधार घेत त्यांनी कौशिकांना हटकलंच.

पण आपण त्या गावचेच नव्हेत असा आविर्भाव करत कौशिक उठले. मनगटावरच्या घड्याळात वेळ पाहत ते म्हणाले,

''अरेच्चा, इतका वेळ झाला असेल याची कल्पनाच नाही आली मला. आता गेलं पाहिजे. डॉ. वरेरकरांबरोबर अपॉइन्टमेन्ट आहे माझी.''

''वरेरकर? म्हणजे ते एन्डोक्रिनॉलॉजिस्ट? का हो काही प्रॉब्लेम?''

''छे, छे! मला कसलाच प्रॉब्लेम नाही; पण डॉक्टरांकडे काही अतिशय इंटरेस्टिंग केसेस आहेत. त्याच ऐकवणार आहेत मला ते. काही पॉवरपॉइंटही दाखवणार आहेत. मस्त असतात त्यांचे किस्से. तुम्ही येताय का अमृतराव?''

यावर अमृतराव काहीही न बोलता गप्पच राहिले. असा कसा हा माणूस? समोरचं काम सोडून नेहमी आपल्याच विश्वात मश्गुल होऊन राहणारा. इथं काय चाललंय, आमच्या गळ्याला तात लागायची पाळी आलीय आणि हे चाललेत मजेशीर किस्से ऐकायला. यांना नसेल उद्योग; पण आपण हातातलं हे महत्त्वाचं काम सोडून कसं जायचं यांच्याबरोबर!

आता राजेशची सूचना उचलून धरणाऱ्या सुशीलनच्या मनातही शंकेची पाल चुकचुकायला लागली होती. हे आपल्याला काही मार्ग दाखवतील या आशेनं यांना बोलावलं तर हे त्या कोणत्या कुत्र्याचा शोध घ्यायला सांगून केसशी काहीही संबंध नसणारे किस्से ऐकायला निघाले.

आता मीटिंग संपवण्यावाचून पर्यायच नव्हता.

दोन-तीन दिवस तसेच अस्वस्थतेत गेले. तशी दर दिवशी काही ना काही चर्चा व्हायची; पण त्यातून कोणताच मार्ग निघाला नाही. खिंडीत अडकल्यासारखी स्थिती झाली होती. कौशिकांकडूनही काही कळलं नव्हतं. त्यांच्याविषयी आशा बाळगणारा राजेशही आता हताश होत चालला होता. त्याला पूर्वीच्या केसचा अनुभव नसता तर त्यानंही इतरांसारखा कौशिकांचा विचार कायमचा मनातून काढून टाकला असता.

पण जसे नाहीसे झाले तसे कौशिक चौथ्या दिवशी अकस्मात उगवले. आणि 'तुम्ही कुठं होतात इतके दिवस, आमची इथं काय अवस्था झाली होती याचा विचार तरी तुमच्या मनात आला का?' असं विचारायला अमृतराव सज्ज होण्याआधी त्यांनीच राजेशला विचारलं,

''राजेश, अरे तुझा तो म्युझिक इंडस्ट्रीमधला मित्र अजूनही तिथंच आहे का

रे?''

ते आल्यामुळे उल्हसित होत, आता तरी त्यांच्याकडून काही तोडगा मिळेल अशा अपेक्षेत असणारा राजेशही त्यांच्या या चौकशीनं गोंधळून गेला. गेल्या खेपेलाही त्यांनी त्या स्टुडिओत जाऊन इंडियन पॉप संगीतात रस दाखवल्याबरोबर तो चक्रावूनच गेला होता; पण त्याच मार्गानं जात कौशिकांनी ते ब्रिलियंट सोल्यूशन काढलं होतं याचीही आठवण ताजी होती; त्यामुळे त्यांच्या कलानं घ्यायला हवं हे अमृतरावांप्रमाणे राजेशही शिकला होता.

''अरे, मग त्याला ताबडतोब कॉन्टॅक्ट करून त्याचा तो साउन्डप्रूफ स्टुडिओ आपल्याला काही काळासाठी मिळेल का याची चौकशी कर. नाहीतर तो बुकच का करून टाकत नाहीस एखाद्या दिवसासाठी. धमाल येईल बघ.''

त्यांच्या या शब्दांनी इतका वेळ शांत राहिलेले अमृतराव उखडलेच.

''काय हे कौशिक, अहो प्रसंग काय आणि तुम्ही साउन्डप्रूफ म्युझिक स्टुडिओत जाऊन धमाल करायच्या काय गोष्टी करताहात? त्या तिथल्या मूक झालेल्या भिंतींना तुम्ही गायला लावणार आहात की काय!''

आपले ज्युनियर सहकारी बसले आहेत. त्यांच्या समोर कौशिकांशी असं उपरोधानं निथळणाऱ्या भाषेत आपण बोलत आहोत याचंही भान त्यांना राहिलं नव्हतं; पण त्यांच्या त्या टिंगलीकडे दुर्लक्ष करत कौशिक मात्र उत्साहानं भरलेल्या स्वरात म्हणाले,

''नॉट अ बॅड आयडिया अमृतराव. करूनच बघू या हा प्रयोग तिथं. तर मग राजेश करतोयस ना तुझ्या मित्राला फोन?'' आणि असं म्हणत तिथंच बैठक मारत ते आपला पाइप भरू लागले. राजेश फोनवर गुंतलेला असताना त्यांनी तो पाइप पेटवला आणि थोड्याच वेळात त्यातून धुराचे ढग इकडेतिकडे पसरू लागले. आता जणू ते इतरांचं अस्तित्व विसरले होते. त्यांचं विचारचक्र तुफान वेगानं चालू झालं होतं.

राजेशचा फोन झाला तरी ते तसेच तंद्रीतच होते. अशा वेळी ती भंग करायची नसते याची राजेशलाही जाणीव होती; पण उद्याचीच अपॉइन्टमेन्ट मिळाली आहे, ती चालेल का हे आताच विचारणं भाग आहे हेही त्याला समजत होतं. शेवटी हिय्या करून त्यानं कौशिकांना त्यांच्या तंद्रीतून जागं केलंच. त्याबरोबर ज्या नजरेनं त्यांनी राजेशकडे पाहिलं ती त्याला आयुष्यभर आठवणीत राहणार होती. दुसरा कोणी असता तर तो गर्भगळीतच झाला असता; पण राजेशनं त्यांचे मूड पाहिले होते; त्यामुळे धैर्य एकवटून तो म्हणाला,

''गुड न्यूज आहे सर. उद्याचीच अपॉइन्टमेन्ट मिळालीय आणि सबंध दिवस तो स्टुडिओ आपल्याच ताब्यात असणार आहे. मात्र, तिथल्या वस्तूंची हलवाहलव

करता येणार नाहीये.''

"दॅट्स गुड! कॅपिटल! पण आपल्याला तिथं रेकॉर्डिंग करता येईल का? त्याची व्यवस्था करता येईल का तुला? त्याची खात्री करून घे. बाकीच्या इन्स्ट्रक्शन्स देतोच तुला संध्याकाळपर्यंत. घरीच ये ना. दॅट्स एक्सलन्ट जन्टलमेन. तुम्हीही का येत नाही उद्या ते रेकॉर्डिंग ऐकायला. मजा येईल तुम्हालाही. काय अमृतराव?''

"आम्ही? आम्ही तिथं येऊन काय कोरस गायचाय?''

"ओह नो! नॉट अॅट ऑल! तिथं तुम्ही चकार शब्द काढायचा नाही. अगदी टोटल सायलेन्स. तो साउन्डप्रूफ स्टुडिओ आहे रेकॉर्डिंगसाठी. जे रेकॉर्ड करायचंय त्याशिवाय कसलाही आवाज तिथं केलेला चालणार नाही आणि हो एक फॅन्टॅस्टिक आर्टिस्टही येणार आहे. ती तर तुमची तबियत खूश करून टाकेल. सो सी यू ऑल टुमॉरो अॅट द स्टुडिओ. बाय!''

कोणी काही विचारण्यापूर्वी कौशिक तिथून निघूनही गेले. क्षणभर त्यांच्या पाठमोऱ्या आकृतीकडे सगळेजण पाहातच राहिले. पुढच्याच क्षणी सगळ्यांनी राजेशला वेढा घातला. उद्या काय होणार आहे, कोण येणार आहे, आम्ही तिथं येऊन काय करायचंय, एक ना दोन; त्याला नुसतं भंडावून सोडलं सर्वांनी. तो बिचारा त्यांच्याइतकाच अनभिज्ञ होता. आपल्याला तिथं गेलंच पाहिजे, हे मात्र तो जाणून होता. इतरांनी काय करावं हे त्याला नसतं सांगता आलं; पण अमृतरावांनीच त्याची सोडवणूक केली.

"हे पाहा, त्याला सतावू नका. खरंतर कौशिकांच्या मनामध्ये काय आहे हे त्यालाही माहिती नसणार. ते फक्त त्यांनाच ठाऊक असणार आणि हो, त्यांनी तुम्हीही या असं कॅज्युअली जरी सांगितलं असलं तरी तो त्यांचा आदेशच आहे असं समजा. सर्वांनी हजर राहा. तुमची हजेरी व्यर्थ जाणार नाही अशी आशा करू या.''

मंडळी स्टुडिओत पोहोचतात तो कौशिक आधीच तिथं हजर असलेले आढळले. त्यांनी सर्वांचं उत्साहानं स्वागत केलं. मात्र, ते त्या साउन्डप्रूफ स्टुडिओच्या बाहेरच्या भागात जिथं रेकॉर्डिंग यंत्रणा असते त्या भागातच उभे होते. आपल्या बरोबर एक आर्टिस्ट असेल असं त्यांनी जरी सांगितलं होतं तरी त्याचा कुठंच ठावठिकाणा नव्हता. ही आर्टिस्ट मंडळी लहरी असतात; त्यामुळे ते कधी उगवतील हे सांगता येत नाही. आताही आपल्याला ताटकळत राहावं लागेल या शंकेनं हेमाडी आणि कामत अस्वस्थ झाले होते. राजेश मात्र कामाला लागला होता. त्यानं आपल्या बरोबर आणलेल्या तंत्रज्ञांना सूचना देऊन, त्यांची रेकॉर्डिंगची सर्व यंत्रणा सज्ज करायला सांगितलं. प्लग पॉइंट कुठं आहेत, व्हॉइस आउटपुट कुठून मिळणार आहे, व्हॉल्यूम कंट्रोल करण्याची काही व्यवस्था आहे का वगैरे तो जातीनं

तपासून पाहत होता.

अमृतराव आलेले पाहून, कौशिकांनी सगळ्यांना उद्देशून काही सांगायचंय असं म्हणत सुरुवात केली.

"थोड्या वेळानं आपण सगळे त्या आतल्या साउन्डप्रूफ दालनात जाणार आहोत. त्याचा काही भाग या खिडकीतून दिसतो आहे. त्यातूनच नंतर आपल्याला सगळा कार्यक्रम पाहावा लागेल, कारण प्रत्यक्ष रेकॉर्डिंगच्या वेळी त्या आर्टिस्टखेरीज कोणीही आत असणार नाही."

तो आर्टिस्ट आहे कुठं असं विचारण्याचा मोह गुजरांना झाला होता; पण त्यांनी ऐन वेळी जीभ चावली.

"आत गेल्यावर काहीही, म्हणजे काहीही आवाज होणार नाही याची दक्षता घ्या. कोणीही बोलायचं तर नाहीच; पण कोणतीही प्रतिक्रियाही द्यायची नाही. हसायचं नाही, आश्चर्यानं काही उद्‌गार काढायचे नाहीत, अगदी कुजबूजही नाही. मोबाइल तर सायलेन्टवर ठेवाच; पण कोणाकडे टिकटिक करणारं मेकॅनिकल घड्याळ असेल तर तेही इथंच बाहेर काढून ठेवा. तिथं मी काही डेमॉन्स्ट्रेशन देणार आहे ते मुकाट्यानं पाहून आपण परत बाहेर येणार आहोत. त्यानंतर मग मेन परफॉर्मन्सला सुरुवात होईल. तो किती वेळ चालेल हे नक्की सांगता नाही यायचं; पण जो काही वेळ चालेल तो आपल्याला आनंद देणारा असेल, याविषयी माझी खात्री आहे. कोणाला काही शंका असेल तर विचारा,"

खरंतर सगळंच काही इतकं गूढ होतं की, प्रत्येकाच्या मनात शंकांचा कोलाहल माजला होता; पण कौशिकांची जी ख्याती त्यांनी आजवर ऐकली होती, तिच्यामुळे कोणालाही आपली शंका विचारण्याचं धाडस झालं नाही. अमृतराव आणि राजेश यांना तर अनुभवांतूनच अशी शंका विचारणं फजूल असल्याचं माहिती झालं होतं. त्यांनीही अवाक्षर काढलं नाही.

रेकॉर्डिंग करणाऱ्या तंत्रज्ञांची तयारी झाल्याचं राजेशनं सांगताच, 'व्हेरी गुड!' म्हणत कौशिकांनी आता त्या आतल्या साउन्डप्रूफ चेम्बरकडे मोहरा वळवला. सगळी वरातही त्या दिशेनंच चालू लागली. सगळेजण आत आले आहेत याची खात्री करून घेत कौशिकांनी त्या चेम्बरचा दरवाजा लावून घेतला. त्याच वेळी चेम्बरच्या एका कोपऱ्यात एक विशी-बाविशीची तरुणी बसून असल्याचं सगळ्यांना दिसलं. हीच ती आर्टिस्ट की काय असा प्रश्न सर्वांनाच पडला होता; पण विचारणार कोणाला! आपापसांत कुजबुजायलाही कौशिकांनी बंदी घातली होती.

"ही माधवी. माधवी रेगे. आपली आजची आर्टिस्ट." कौशिकांनी ओळख करून दिली. आपण हॅलो म्हणावं की नाही हे कोणालाही कळेना. काहीही अभिवादन न करणं उद्धटपणाचं झालं असतं; पण तोंडातून ब्रही काढायचा नाही

ही कौशिकांची सक्त ताकीद प्रत्येकाच्या जिभेच्या टोकावरून ते पाठी ओढून घेत होतं. केवळ मान लववूनच सर्वांनी माधवीचं स्वागत केलं.

ती मात्र निर्विकार होती. तिच्या कानांवर जाड जाड बँडेजेस होती. ती नेहमीसारखी कापडाची नव्हती. दुसरंच कसलंतरी मटेरियल होतं. ती आपल्या नखांवरचं नेल पॉलिश पाहण्यात दंग होती.

गूढ वाढत चाललं होतं.

"मी तुम्हाला काही डेमो दाखवणार आहे असं म्हणालो होतो. ते काय ते आता सांगतो. थोड्या वेळानं मी माधवीच्या कानावरचे ते ट्रॅपर्स काढणार आहे. त्यानंतर तर कमालीची शांतता पाळली जायला हवी. ती प्रस्थापित झाली की, मी ही हातातली टाचणी या कोपऱ्यात, माधवीपासून शक्य तितक्या दूर टाकणार आहे. त्यानंतर काय होईल हे तुम्ही बघायचं आहे. फक्त बघायचंय, त्यावर कोणतीही रिॲक्शन व्यक्त करायची नाही. टाचणीनंतर मी हा रुमालही असाच उंचावरून जमिनीवर टाकणार आहे. असे एक-दोन प्रयोग मी करेन. त्यांचे रिझल्ट्स काय येतात याची नोंद करून ठेवा. त्यावर चर्चा करावीशी वाटली तर ती आपण इथून बाहेर गेल्यावरच करायची आहे. आपण बाहेर पडल्यानंतर माधवी एकटीच इथं राहील. ती आपला परफॉर्मन्स सुरू करेल. त्याचं रेकॉर्डिंग राजेशचे हे मित्र करणार आहेत. एनी क्वेश्चन्स?"

परत एकदा सर्वांनी मूग गिळून तोंड बंद ठेवलं. खरंतर आता सस्पेन्स सगळ्यांनाच असह्य होत चालला होता; पण आपण काहीतरी बोलायला जावं आणि कौशिकांचा मूड बिघडून ते जे काही करू पाहत आहेत त्यात मोडता पडावा, हे कोणालाच नको होतं.

सर्वजण शांत झाल्याचं पाहताच कौशिक माधवीजवळ गेले आणि त्यांनी हातवारे करूनच तिला कानावरची ती जाड जाड झापडं काढायला सांगितलं. तिनंही हळुवारपणे कानोसा घेतल्यासारखं करत ती पॅड्स काढली. जवळच ठेवली. कौशिक आता विरुद्ध कोपऱ्यात गेले आणि त्यांनी हातातली टाचणी सगळ्यांना दाखवली. मग माधवीकडे पाठ करत त्यांनी ती हातातून सोडली. ती जमिनीवर पडल्याचं सगळ्यांनीच पाहिलं.

"अरे काय चाललंय हे? कोण घणाघाती घाव घालतंय तिथं?" आपले कान घट्ट दाबून धरत माधवी मोठ्यानं ओरडली.

प्रथम तिच्याकडे आणि नंतर एकमेकांकडे सगळेजण पाहतच राहिले. खरंतर त्यांनाही ओरडावंसं वाटत होतं; पण आपल्यावर कौशिकांची नजर आहे याची त्यांना जाणीव होती. माधवीकडे बघत हातानंच दिलगिरी व्यक्त करत कौशिकांनी तिला परत कानांवरचे हात काढायला सांगितलं. तिनं तसं करताच त्यांनी हातातला

रुमाल खाली टाकला. पुन्हा एकदा माधवी ओरडली,

"कसला आवाज करताय? स्वस्थ बसवतच नाही का तुम्हाला?" मात्र, या वेळी तिनं आपले कान झाकून घेतले नव्हते.

"आणि हा वारा शीळ घालत असल्यासारखा आवाज कसला येतोय?"

वारा, या सगळीकडून बंद असलेल्या खोलीत वारा कुठून येणार? एअरकंडिशनरचा आवाज म्हणावा तर तो अतिशय सायलेन्ट होता. साउन्डप्रूफ चेम्बरसाठी तो खास बनवलेला होता. कौशिक यांना मात्र तिच्या त्या प्रश्नाचा रोख समजला होता. हातवाऱ्यांच्या त्या प्राचीन भाषेत त्यांनी सर्वांना ते उत्तेजित झाल्यामुळे होणाऱ्या जलद श्वासोच्छ्वासाचा तो आवाज असल्याचं सांगून बाहेर चलण्याचा इशारा केला. माधवीजवळ जाऊन हातातला एक कागद त्यांनी तिच्या समोरच्या टेबलावर ठेवला आणि तेही बाहेर पडले. चेम्बरचं दार व्यवस्थित लावून घेत ते मंडळींच्या समोर आले.

"वेल जन्टलमेन, आय नो दॅट यू आर बर्स्टिंग टू आस्क मी थाउजन्ड्स ऑफ क्वश्चन्स. आय नो. तुम्हाला हा सगळा काय प्रकार आहे हेच विचारायचंय. ही माधवी कोण? आणि आपल्याला अजिबात ऐकू न येणाऱ्या त्या टाचणीच्या आवाजानं तिच्या कानठळ्या का बसल्या होत्या? रुमालाची ती सळसळ तिला कशी जाणवली? जराशाच चढलेल्या श्वासोच्छ्वासाच्या आवाजानं ती का वैतागली? हेच विचारायचंय ना तुम्हाला?"

यावर सर्वांनी माना हलवूनच होकार दिला. आता आपण त्या चेम्बरच्या बाहेर आलो आहोत आणि आता तोंड उघडायला हरकत नाही याचाही त्यांना विसर पडला होता.

"आपल्याला अजिबात ऐकू न येणारे आवाज माधवीच्या कर्णेंद्रियाला जाणवतात. मी त्या कुत्र्याचं उदाहरण दिलं होतं ना ते यासाठीच. तिचं कर्णेंद्रिय अतिसंवेदनशील झालं आहे. तिच्या या अवस्थेला हाइपरअॅक्युसिस असं म्हणतात. आपल्या आसपास सदोदित काही ना काही आवाज होत राहतात. आपण सवयीनं त्यांच्याकडे दुर्लक्ष करायला शिकलो आहोत. आपल्याला ते जाणवतही नाहीत. म्हणून तर त्या कोलाहलातही आपण आपल्या कामावर कॉन्सन्ट्रेट करू शकतो; पण माधवीला हळुवार आवाजही सहन होत नाहीत. तिला वेदना होतात. म्हणून तर ती ते साउन्ड बॅरियर पॅड्स वापरते."

"पण तिची ही अवस्था कशामुळे झाली? जन्मापासूनच ती अशी आहे की...?" सुशीलननं विचारलं.

"ॲडिसन्स डिसीज. ती या रोगाची शिकार आहे. ही एक एन्डोक्राइन ग्रंथींच्या बिघाडापोटी उपटणारी व्याधी आहे. माझे मित्र डॉ. वरेरकर यांच्याकडून मी त्याविषयी

केव्हातरी ऐकलं होतं. त्याची आठवण झाली. म्हणूनच मी त्या दिवशी लगबगीनं त्यांच्याकडे गेलो. माधवी ही त्यांचीच पेशंट आहे. त्यांनीच तिला बोलावून माझी ओळख करून दिली. मी तिला आपल्या या कामात सहकार्य करण्याविषयी विचारलं; पण आपल्या या जगावेगळ्या व्याधीपायी माधवी इतकी विटली आहे की, ती सुरुवातीला तयारच नव्हती. वरेरकरांनी तिची समजूत काढली. तिच्या या व्याधीचा उपयोग एका राष्ट्रीय महत्त्वाच्या कामासाठी होणार आहे हे पटवून दिलं; तेव्हा ती तयार झाली.''

''पण म्हणजे ती आपल्याला नेमकी कशी मदत करणार आहे?''

''तिला आपण ती क्लिप ऐकवणार आहोत. आपल्याला न ऐकू येणारं प्रणब आणि रमणिक यांच्यातलं संभाषण तिला ऐकू येईल अशी माझी अपेक्षा आहे. ते ऐकताऐकताच तिनं ते बोलून दाखववं असं मी तिला सांगितलं आहे. मग ते तिच्या आवाजात रेकॉर्ड होईल आणि रमणिकनं प्रणबला नेमकी काय आणि कोणती माहिती पुरवली हे समजेल. पुढची कारवाई तुमची.''

''ब्राव्हो सर, ब्राव्हो!'' कामत एकदम उठून पुढं धावला. अमृतरावांनी त्याला हाताला धरून मागं खेचला नसता तर त्यानं पुढे जाऊन कौशिकांना मिठीच मारली असती.

''नॉट सो फास्ट. यंग मॅन. आपल्याला ऐकू न येणारा तो आवाज माधवीला ऐकू येईल अशी माझी अपेक्षा आहे असं मी म्हटलं. ती सफल तर होऊ दे. मग बघू या.''

पण ती सफल झाली. मात्र, पंधरा मिनिटांच्या त्या संभाषणाचं माधवीकडून रिरेकॉर्डिंग करायला पावणेदोन तास लागले. अर्थात त्याविषयी कोणाचीही तक्रार नव्हती, कारण माधवीच्या आवाजात का होईना ते संभाषण ऐकताना सगळेच उत्तेजित झाले होते. त्यांच्या हाती घबाड लागलं होतं. रमणिकनं नेमकी कोणती माहिती पुरवली हे तर स्पष्ट झालंच होतं; पण त्या सगळ्या घृणास्पद प्रकारात गुंतलेल्या इतर काहीजणांची नावंही उघड झाली होती. प्रणबनं आपला हा धंदा किती खोलवर पसरवला आहे, याची जाणीव अस्वस्थ करणारी होती. या साऱ्या षड्यंत्राची पाळेमुळे खणून काढेपर्यंत आपल्याला स्वस्थ राहता येणार नाही, हे सगळेजण समजून चुकले होते.

संभाषण संपलंय आणि त्याचं रेकॉर्डिंगही व्यवस्थित झालं आहे, हे रेकॉर्डिंग टेक्निशियननी सांगितल्यावर एकच जल्लोष उडाला. जो तो कौशिकांचं अभिनंदन करायला पुढे सरसावू पाहत होता. अमृतराव मात्र निश्चल होते. हात वर करून त्यांनी सगळ्यांना थोपवलं.

''एवढ्यात विजयाची आरोळी ठोकू नका. रमणिक आणि प्रणब यांच्यामध्ये

नेमकं काय संभाषण झालं हे आपल्याला कळलं असलं, तरी त्याचा पुरावा म्हणून काहीच उपयोग करता येणार नाही. आपलं व्हिडिओ रेकॉर्डिंग प्रणब आणि रमणिक यांच्यावरचं आहे; पण संभाषण माधवीच्या आवाजातलं आहे, तेव्हा ते त्या दोघांमधलंच आहे हे आपण कसं सिद्ध करणार आहोत?''

त्यावर उभे राहू पाहणारे सगळेच मटकन खाली बसले. हवा निघून गेलेल्या फुग्यासारखी सगळ्यांची अवस्था झाली. क्षणभर कोणीच काही बोललं नाही. सगळे कौशिकांच्या तोंडाकडे पाहत राहिले. ते मात्र आपला पाइप साफ करण्यात गुंतले होते. जणू अमृतरावांचा सवाल त्यांच्या कानावर पडलाच नव्हता. त्यांना ऐकू गेलाच नव्हता.

सुशीलनच्या मनात तोवर एक कल्पना आली. त्यानं ती बोलूनच दाखवली.

''आपण माधवीला कोर्टात नेऊन तिच्या या युनिक ॲबिलिटीचे डेमो दिले आणि त्यानंतर ती टेप ऐकवली तर...?''

''आय ॲम नॉट सो शुअर दॅट द कोर्ट वुईल ॲक्सेप्ट दॅट. शिवाय प्रणब आणि रमणिक यांचे वकीलही त्याची चिरफाड करतील. नाही नाही त्या शंका काढतील. हे सारे माधवीच्या मनाचेच खेळ नाहीत कशावरून, असाही संशय व्यक्त करतील. तिला बिचारीला आपण त्याला तोंड द्यायला नाही लावू शकणार. किंबहुना तिला कोर्टात हजरच राहावं लागू नये असाच तोडगा आपल्याला काढता यायला हवा.''

''वेल सेड, अमृतराव. मीही तिला तसं आश्वासन दिलंय. एवढा आपल्या पाच-सातजणांच्या श्वासोच्छ्वासाचा तिला त्रास झाला तर कोर्टातल्या त्या गदारोळापायी तिला किती असह्य वेदना होतील, याची कल्पना करवते का तुम्हाला! नो, नो वुई कॅनॉट पुट हर इन द विटनेस बॉक्स.''

''म्हणजे मग पहिले पाढे पंचावन्न! वुई आर बॅक टू स्क्वेअर वन.''

''नॉट रिअली. टेक्नॉलॉजी हॅज ब्रॉट अस हिअर. इट वुईल टेक अस फर्दर टू. मला एक सांगा, तुमच्यापैकी कितीजण हिंदी सिनेमा पाहतात?''

मध्येच कौशिकांनी हे हिंदी सिनेमाचं झेंगट कुठून काढलं, असा प्रश्न या वेळी कोणाच्याही मनात आला नाही. कौशिकांची कामाची पद्धत आता सगळ्यांनाच कळून चुकली होती. वरवर विसंगत वाटणाऱ्या गोष्टींमध्येही त्यांचं खास लॉजिक असतं, हे सर्वच समजून चुकले होते. गुजर आणि कामत यांनी आपला हात वर केला.

''मग मला सांगा की, तुम्ही पडद्यावर अमिताभ बच्चनला गाताना पाहता. कुठलं बरं ते गाणं? हं! 'खई के पान बनारसवाला, खुल जाये बंद अकलका ताला'. तर तो हे स्वतः गात असतो का?''

“नाही. कोणीतरी पार्श्वगायक असतो. सुदेश भोसले किंवा किशोर कुमार किंवा असाच दुसरा कोणी.”

“नाही म्हणजे काही गाणी त्यानं स्वतःच गायली आहेत, असं मला सांगण्यात आलंय; पण सगळीच काही तो स्वतः गात नाही, खरं ना?”

“यस सर. बरीचशी कोणीतरी प्लेबॅक सिंगरच गातो.”

“तेही प्रत्येक वेळी तेच नसतात. वेगवेगळे असतात.”

“दॅट इज करेक्ट, सर.”

“पण तुम्हाला, आपल्याला सगळ्यांनाच ते अमिताभच्याच आवाजात ऐकू येतं. अमिताभच कशाला, कोणताही अभिनेता, अभिनेत्री घ्या, त्यांच्याच आवाजात आपल्याला ती गाणी ऐकू येतात. तो त्यांचा आवाज नाही असं कधी आपल्याला वाटतच नाही. संवादाच्या वेळचा त्यांचा आवाज आणि गाण्याच्या वेळचा त्यांचा आवाज यात काहीच फरक जाणवत नाही.”

“एकदम खरं आहे सर. करेक्ट.”

“मग हे कसं होतं किंवा खरंतर कसं केलं जातं, याचा विचार केलाय तुम्ही कधी?”

“नो नेव्हर! असा प्रश्नच कधी पडला नव्हता आम्हाला.”

“ऑडिओ मॉर्फिंग टेक्नॉलॉजी वापरतात त्यासाठी. सुरामध्ये, तालामध्ये कुठंही कमी न पडता त्या त्या अभिनेत्रीच्या आवाजात गाणी ऐकवली जातात ती याच तंत्रज्ञानाचा वापर करून. आपणही त्याचा वापर करू शकतो. नाही, करायचाच. माधवीच्या आवाजात रेकॉर्ड केलेलं हे संभाषण प्रणब आणि रमणिकच्या आवाजात ऐकवायला लावायचं. ते झालं की मग तो साउन्डट्रॅक त्या व्हिडिओ क्लिपला जोडून द्यायचा. कोणाची बिशाद आहे मग की ते रेकॉर्ड केलेलं संभाषण त्यांचं नाही असं म्हणण्याची!”

यावर कोणीच काही बोललं नाही. स्टुडिओच्या बाहेर असूनही सगळ्यांनी आपापल्या तोंडांना जणू कुलपं लावली होती आणि बनारसवाला पान तोंडात नसल्यामुळे ते बंद ताले खुलले नव्हते.

अमृतरावांच्या मनात अजूनही काही प्रश्न होते; पण सर्वांसमोर ते उघडपणे विचारायचं त्यांनी टाळलं.

एडिट केलेली ती व्हिडिओ क्लिप घेऊन ते कमिशनरांकडे गेल्यावर मात्र त्यांनी आपल्या शंका बोलून दाखवल्या.

“सर, ही ओरिजिनल ऑथेन्टिक टेप नाही, डॉक्टर्ड आहे. त्यावरचा पुरावा कोर्टात दाखल करताना जर कोणी तशी शंका घेतलीच, तर आपल्याला शपथेवर खोटं नाही सांगता येणार.”

“यू हॅव ए पॉइन्ट देअर, अमृतराव. डॉक्टर कौशिक, व्हॉट डू यू से?”

“अमृतरावांचं म्हणणं नेहमीप्रमाणे बरोबरच आहे; पण आपण ही टेप कोर्टात ऐकवायचीच नाही. त्याची गरज पडेल असं मला वाटत नाही. अमृतरावांवर त्या सोमनाथनं बालंट आणलं होतं, त्या वेळची गोष्ट आपल्याला आठवत असेलच. त्या वेळीही मी आणि या राजेशनं मिळून अशीच एक व्हिडिओ क्लिप तयार केली होती. ती सोमनाथला दाखवून त्याच्याकडून खरं काय याचा कबुलीजवाब घेतला होता. आताही तीच स्ट्रॅटेजी वापरायची. या टेपच्या आधारावर प्रणब आणि रमणिक यांना अरेस्ट तर करू शकाल तुम्ही. त्यानंतर त्यांना ही टेप दाखवून आता तुमचं भांडं फुटलं आहे हे सांगायचं आणि त्यांच्याकडून कबुलीजवाब मिळवायचा. कसा ते मी अमृतरावांना काय सांगणार! हो, आता रमणिक, मेजर रमणिक हांडा, त्याला अटक करण्यासाठी आपल्याला आर्मी कमांडकडून ग्रीन सिग्नल मिळवावा लागेल. पण तो...”

“...कसा मिळवायचा ते माझ्यावर सोपवा. मलाही काही काम करू द्या.” पुढं होत कमिशनरांनी कौशिकांचे हात हातात घेतले आणि ते म्हणाले, “डॉक्टरसाहेब, पुन्हा एकदा तुम्ही पोलिसांची, पोलिसांचीच नाही तर साऱ्या इंटेलिजन्स युनिट्सचीच इज्जत राखली आहे. तुमचे कसे आभार...”

“...अहो, भलतंच काय! माझे कसले आभार मानता? मानायचेच तर या अमृतरावांचे माना. त्यांनीच तर मला विचारलं होतं की, आता त्या साउन्डप्रूफ रूमच्या भिंतींना गायला लावणार की काय! भिंतींना कान असतात हे तर आपण सगळेच जाणतो; पण भिंतींना जिभाही असतात, हे अमृतरावांनीच माझ्या लक्षात आणून दिलं. मी फक्त त्या जिभांना बोलतं कसं करायचं एवढंच पाहिलं. बाकी अमृतराव, तुम्ही जिवंत व्यक्तींनाच काय पण निर्जीव वस्तूंनाही बोलकं करता. हॅट्स ऑफ टू यू!”

यावर अमृतराव आणि कमिशनर दोघांनीही आपापल्या जिभांना लगाम घातला.

■

मेणबत्तीचं म्हणणं काय आहे?

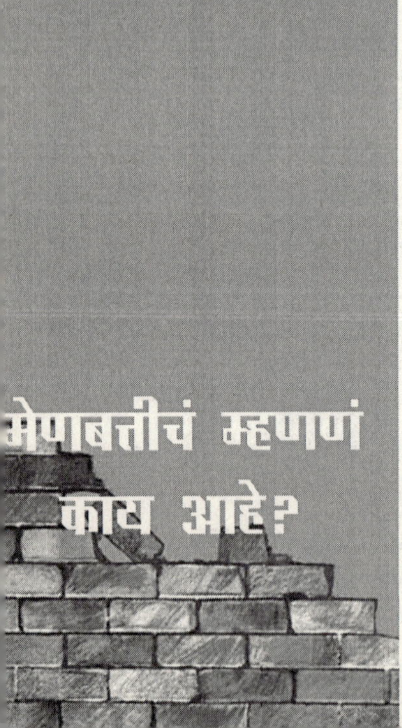

"चला अमृतराव, बराच वेळ झालाय. शंतनूरावांची झोपायची वेळही झालीय." मनगटावरच्या घड्याळाकडे बोट दाखवत कौशिक म्हणाले.

"नाही हो, अजून थोडा वेळ आहे मला झोपायला." त्यांना थांबवण्याचा प्रयत्न करत शंतनूराव म्हणाले; पण तोवर कौशिक उठून उभेही राहिले होते. अमृतरावही त्याच मार्गावर होते.

"खरंय, तुम्ही म्हणता ते खरंच आहे; पण तुमची आन्हिकं असतात बिछान्यावर पडण्यापूर्वीची. माहिती आहे मला. वेळेच्या बाबतीत तुम्ही किती काटेकोर आहात हे माहिती नाही का आम्हाला? काय हो अमृतराव?" अमृतरावांनाही आपल्याला दुजोरा देण्यास भाग पाडत कौशिकांनी उत्तर दिलं.

"कसली आन्हिकं, कौशिक! हं आता काही गोळ्या घ्यायच्या असतात डॉक्टरांनी प्रिस्क्राइब केलेल्या. रघुनं त्या काढूनही ठेवल्यात त्या छोट्या ट्रेमध्ये आणि त्याबरोबर पाण्याचा ग्लास. नाही म्हणायला माझ्या त्या मेणबत्त्यांचं आन्हिक असतं खरं."

"तेच तर म्हणतोय. चला अमृतराव. उद्या सकाळी भेटूच ब्रेकफास्टच्या वेळी. गुडनाइट शंतनूराव."

हे म्हणेस्तोवर दोघे दरवाजापर्यंत पोहोचलेही होते.

शंतनूराव परांजपे यांचं नाव माहिती नाही असा क्वचितच कोणी सापडला असता. एक आघाडीचे उद्योगपती म्हणून तर ते साऱ्या देशाला परिचित होतेच; पण त्याहूनही त्यांनी केलेल्या दानधर्मापायी आज कित्येकजण त्यांना दुवा देत होते. त्या दानधर्माचा त्यांनी कधीच गाजावाजा

केला नाही किंबहुना त्यांनी अनेकांना निनावी मदत केलेली होती; त्यामुळे आपल्याला संकटातून वाचवणारा धर्मात्मा कोण हे कित्येकांना कधीच कळलं नव्हतं. कळण्याची शक्यताही नव्हती. शोधपत्रकारिता करणाऱ्या काही उद्यमशील तरुणांनी त्यांच्या या पैलूचा परिचय वाचकांना करून दिला नसता, तर कोणालाच त्यांच्या या समाजाप्रति असलेल्या संवेदनशीलतेचा पत्ताच लागला नसता.

शंतनूराव तसे रसिकही होते. अनेक क्षेत्रांमध्ये त्यांना गती होती. त्यांचा व्यासंगही अफाट होता. त्यांना एखाद्या नवीन गोष्टीचा सुगावा लागला की, त्याविषयीची इत्थंभूत माहिती मिळवल्याशिवाय त्यांना स्वस्थ बसवत नसे. संगीताची मैफल असो किंवा नवा प्रायोगिक नाट्यप्रयोग असो, ते तिकीट काढून, आवर्जून तिथं उपस्थित राहत असत. पसंत पडला तर नंतर जाऊन, कलाकारांचं दिलदारपणे कौतुक करत. निरनिराळ्या विषयांवरील व्याख्यानांनाही त्यांची हजेरी असे. एका ख्यातनाम वैज्ञानिकाच्या व्याख्यानाला ते हजर होते. कौशिक आणि त्यांच्या आग्रहापायी अमृतरावही तिथं गेले होते. व्याख्यानानंतरच्या श्रोत्यांच्या प्रश्नोत्तराच्या वेळी कौशिकांनी विचारलेल्या काही मार्मिक प्रश्नांपायी आणि केलेल्या टिप्पणीपायी शंतनूरावांचं त्यांच्याकडे लक्ष वेधलं गेलं; त्यामुळे व्याख्यानानंतर त्यांनी आवर्जून कौशिकांची भेट घेतली. तिथून मग त्यांच्या वरचेवर गाठीभेटी होऊ लागल्या. त्यातूनच मग दरवर्षी दोन-चार दिवस शंतनूरावांच्या फार्म हाउसवर पाहुणचारासाठी कौशिक आणि अमृतराव येऊ लागले.

या वेळीही ते असेच शंतनूरावांचे पाहुणे म्हणून आले होते. ते रोज रात्रीचं जेवण तर त्या दोघांसमवेत घेतच असत; पण त्यानंतर काही गप्पा मारल्याशिवाय त्यांचा दिवस संपत नसे. आजही त्यांच्या गप्पा जरा जास्तच रंगल्या होत्या. त्यात वेळ कसा गेला हे कोणालाच कळलं नाही. सहज म्हणून कौशिकांनी आपल्या घड्याळाकडे नजर टाकली, तेव्हाच किती उशीर झालाय याची त्यांना कल्पना आली. मग शंतनूरावांच्या आग्रहाला बळी न पडता त्या दोघांनी तिथून काढता पाय घेतला.

एरवी ते दोघे शंतनूरावांचे पाहुणे असताना इतर कोणी तिथं नसे किंबहुना शंतनूरावांनीच तशी व्यवस्था केली होती; पण या वेळी मात्र त्यांची एक भाची, एक पुतण्या आणि एक मेहुणा अकस्मात तिथं हजर झाले होते. शंतनूराव त्यांना घालवायलाच निघाले होते; पण कौशिक आणि अमृतरावांनीच त्यांना अडवलं. त्यांच्या उपस्थितीमुळे आम्हाला काहीच त्रास होणार नाही याची खात्री पटवून देत. फार्महाउसही तसं मोठं असल्यामुळे इतक्या सगळ्यांची राहण्याची सोय करण्यातदेखील काहीच अडचण नव्हती. त्यात हाउसकीपर रंगराव आणि खानसामा अब्दुल यांना तशी सवयच होती, कारण इतर वेळीही शंतनूराव आपल्या बिझिनेस कलीग्जना

घेऊन अनेक वेळा तिथं काही डिस्कशन्स करण्यासाठी, कधी काही नवीन प्रॉडक्ट्सचं डेमॉन्स्ट्रेशन करण्यासाठी किंवा कधी नुसतीच पार्टी करण्यासाठी तिथं जमत. या वेळी तर फक्त पाचजणच होते. ब्रेकफास्ट, लंच आणि डिनर मात्र सगळे एकत्रच घेत असत. आपल्या आहाराबाबत शंतनूराव अतिशय काटेकोर होते. नियमित वेळेलाच ही जेवणं झाली पाहिजेत यावर त्यांचा कटाक्ष होता.

आजही नेहमीप्रमाणे संध्याकाळी सात वाजता सगळे डिनरसाठी डायनिंग हॉलमध्ये जमले होते. शंतनूराव तसे मिताहारी असले तरी इतरांसाठी मात्र नेहमीच भरघोस मेनू असे. डिनरही गप्पागोष्टी करत होत असे. त्यानंतर मात्र पांगापांग होई. शंतनूराव थेट आपल्या खोलीतच जात असत. कोणाला त्यांना भेटायचं असलंच तर त्यांनी तिथं जाऊन त्यांच्याशी बोलावं असाच प्रघात होता. त्यानुसारच कौशिक आणि अमृतराव तिथं गेले होते. बोलण्यासाठी त्यांच्याजवळ अनेक विषय होते; त्यामुळे गप्पा रंगत. कौशिक आणि अमृतरावही त्या मनापासून एन्जॉय करत.

एरवी गप्पा रंगल्या की, कोणालाच वेळेचं भान राहत नसे. अशा वेळी शंतनूरावही आपला नियम मोडत. झोपण्याची वेळ टळून गेली तरी गप्पा संपत नसत. गेली दोन-तीन वर्षं मात्र शंतनूराव थकल्यासारखे झाले होते. त्यांना जागरण सोसवत नसे. एक तर वय झालं होतं. तशी तब्येत ठणठणीत असली तरी पंचाऐंशीचा टप्पा गाठल्यानंतर शरीर कुरकुर करायला लागतंच. त्यात दोन वर्षांपूर्वी त्यांची पत्नी हे जग सोडून गेल्यापासून तर त्यांना एकटेपणही त्रासदायक वाटू लागलं होतं. म्हणूनच त्यांची झोपण्याची वेळ पाळली जावी याबद्दल कौशिकांचा आणि अमृतरावांचा कटाक्ष होता. ते ती वेळ आवर्जून पाळत. म्हणूनच आजही अगदी रंगात आलेल्या गप्पा त्यांनी आवरत्या घेतल्या आणि ते आपापल्या खोलीकडे निघून गेले.

सध्या हवामानही चांगलं होतं. गुलाबी थंडीची चाहूल लागली होती. रात्री तर अतिशय आल्हाददायक असत. एअर कंडिशनिंगची गरजच भासत नव्हती. काही वेळा तर पंखाही बंद करावा लागत होता. एरवी लवकर उठण्याची सवय असलेल्या कौशिकांना आणि अमृतरावांनाही सकाळी लवकर जाग येत नसे. आजही तसे ते उशिराच उठले. ब्रेकफास्टसाठी तयार झाले. तिथं जाण्यासाठी बाहेर पडणार तोच रंगरावानं त्यांचा दरवाजा ठोठावायला आणि त्यांना हाका मारायला सुरुवात केली. दरवाजा उघडताच बांध फुटल्यावर पाण्याचा लोंढा रोंरावत आत शिरावा तसा रंगराव अमृतरावांच्या खोलीत घुसला. त्या गदारोळानं शेजारीच असलेल्या कौशिकांनीही तिकडे धाव घेतली.

थोडा वेळ कोणीच काही बोललं नाही. रंगराव तर धापा टाकत होता. त्याच्या तोंडून शब्द फुटत नव्हता. मात्र, तो अतिशय घाबरला होता हे अगदी स्पष्ट दिसत

होतं.

"काय झालं रंगराव? असं घाबरंघुबरं व्हायला काय झालं? किती घाम फुटलाय तुम्हाला, झालंय काय असं?"

यावर काय ते सांगायला रंगरावानं तोंड उघडलं खरं; पण त्याच्या तोंडून शब्दच फुटेना. काहीतरी असंबद्ध आवाज आले, चिरक्या सुरातले. मधूनच त्याला हुंदका फुटत होता. चित्रविचित्र हातवारे करत त्यानं काहीतरी सांगायचा प्रयत्न केला; पण त्यामुळे कौशिकांच्या आणि अमृतरावांच्या गोंधळात अधिक भरच पडली.

तेवढ्यात शंतनूरावांचा खास नोकर रघूही धावतधावत तेथे आला. त्याचाही अगदी अवतार झाला होता. तो तर नुसताच हंबरत होता आणि शंतनूरावांच्या खोलीकडे बोट दाखवत 'मालक, मालक' एवढंच मोठमोठ्यानं रडवेल्या सुरात ओरडत होता.

शंतनूरावांना काहीतरी झालंय एवढंच त्या दोघांना समजलं. रंगराव किंवा रघू यांच्याकडून आणखी काही माहिती मिळणं शक्य नाही याची जाणीव तोवर त्या दोघांना झालीच होती. त्यामुळे आणखी वेळ न दवडता दोघांनी तिकडेच धाव घेतली.

शंतनूरावांच्या खोलीचं दार सताड उघडं होतं. तिथं दुसरं कोणीच नव्हतं. कौशिकांनी प्रथम आत प्रवेश केला. अमृतराव त्यांच्या मागेच होते; पण शंतनूराव पहिल्यांदा दिसले ते कौशिकांना. आपल्या बिछान्यावर शंतनूराव वेडेवाकडे पसरले होते. त्यांच्या छातीत हृदयाच्या जागीच एक सुरा खुपसलेला होता. तिथून बराच रक्तस्राव झाल्याचं स्पष्ट दिसत होतं. पलंगपोस तर रक्तानं माखलेलाच होता; पण काही रक्त ओघळून खालच्या जाजमावरही पडलं होतं. शेजारच्या टेबलावरचं पाण्याचं भांडं दूर उडालं होतं. त्यातलं पाणी तिथंच थारोळं करून राहिलं होतं. बेडलॅम्पही कलंडला होता आणि वायरला धरून लोंबकळत होता. काही कागदपत्रंही जमिनीवर इतस्ततः विखुरलेली होती. शंतनूरावांचे कपडेही फाटलेले होते.

तेवढ्यात एक अलार्म वाजला. खोलीतल्या त्या दृश्याशी विसंगत असा मंजूळ आवाज खोलीत झंकारला. चमकून कौशिकांनी पाहिलं. आवाज कुठून येतोय हे त्यांना समजलं नाही, कारण तिथं कोणतंही अलार्मचं घड्याळ नव्हतं. भिंतीवरचं घड्याळ होतं; पण त्यात अलार्मची सोय नव्हती. त्याच्याकडे लक्ष जाताच सात वाजून बावीस मिनिटं झाल्याचं कौशिकांना दिसलं. नकळत त्यांच्या मनात त्याची नोंद झाली.

अलार्मचा आवाज कुठून आला याचा शोध कौशिक घेताहेत हे पाहून रघूच म्हणाला,

"मालकांची मेणबत्ती इजल्याचा आवाज हाय त्यो सायेब. मेणबत्ती तिकडं इजली की ह्यो आवाज येतूया. कसा त्ये न्हाय ठावं मस्नी. म्हंजी मालकांनी एकडाव दाखिवलं व्हतं आन् सांगितलं बी व्हतं. पर आपल्याला काय त्ये उमगलं न्हाई."

यावर कौशिकांनी अमृतरावांकडे हेतूपूर्ण नजरेनं बघत मान हलवली. निजण्यापूर्वी खास बनवून घेतलेल्या मेणबत्तीचा सुगंध वातावरणात एक वेगळीच प्रसन्नता आणतो असा शंतनूरावांचा दावा होता. त्यामुळे आपल्याला शांत झोप लागते असं ते म्हणत. त्यामध्ये कितपत वैज्ञानिक तथ्य होतं याचा शोध कौशिकांनी कधीच घेतला नाही. त्यांच्या नेहमीच्या सवयीच्या विरुद्ध असं त्यांचं वागणं होतं; पण मन नेहमीच तर्कसंगतपणे वागत नाही याची जाणीव आणि प्रचितीही कौशिकांना अनेक वेळा आली होती; त्यामुळे जर या आन्हिकापायी शंतनूरावांना चांगली झोप मिळत असेल तर त्यांची ती समजूत खोडून काढून काहीच मिळवता येणार नाही हेही ते जाणून होते.

या मेणबत्त्या खास होत्या. बाजारात त्या मिळत नव्हत्या. त्यांच्या एका कारखान्यातल्या एका तरुण संशोधकानं त्यांची निर्मिती केली होती. त्याचं पेटंटही शंतनूरावांनी त्याला मिळवून दिलं होतं. त्याचा वापर करून त्या तरुणानं स्वतःचा उद्योग सुरू करावा असं त्यांना वाटत होतं. त्यासाठी त्याला काही अर्थसाहाय्यही करण्याची त्यांची तयारी होती; पण तो तरुणही शंतनूरावांप्रमाणेच बाणेदार आणि इमानदार होता. हे संशोधन जरी आपण केलं असलं तरी ते शंतनूरावांच्या कंपनीतच केलं होतं. तिथली साधनसामग्री वापरून. तिथल्या वेळात; त्यामुळे त्यावर कंपनीचा आणि पर्यायानं शंतनूरावांचा हक्क होता, तेव्हा उत्पादन करायचंच तर ते कंपनीनं करावं आणि कंपनीनंच विकावं असं त्याचं म्हणणं होतं. त्यावर तो ठाम होता. त्याच्या या पवित्र्यानं शंतनूराव नाराज झाले नव्हते. उलट त्यांना त्या तरुणाचा अभिमानच वाटला होता; पण शंतनूरावही आपल्या मतावर ठाम होते. त्यांनी कंपनीतर्फे उत्पादन करण्याचा विचारच केला नाही. मात्र, स्वतःच्या वापरासाठी त्यानं नियमितपणे या मेणबत्त्या बनवाव्यात असा आदेश त्याला दिला होता. त्यासाठी त्यांनी स्वतःच रातराणीचा सुगंध निवडला होता. शिवाय एकदा मेणबत्ती पेटवली की बरोबर आठ तास ती जळेल अशी व्यवस्थाही करायला त्याला सांगितली होती.

त्यातलीच ही मेणबत्ती. ती पेटवली की, शंतनूराव बिछान्यावर पडत. त्या मेणबत्तीच्या सुगंधानं खोली दरवळली की, त्यांना झोप लागत असे. त्यानंतर आठ तासांनी ती विझली की, तो अलार्म वाजे आणि शंतनूरावांना जाग येत असे. आताही तो अलार्म वाजला, त्या वेळी बेडच्या पलीकडच्या टेबलावरची मेणबत्ती नुकतीच विझल्याचं आणि तिच्या वातीतून नुसताच धूर बाहेर पडल्याचं कौशिकांना दिसलं

होतं. अमृतरावांनीही ते पाहिलं होतं.

त्या अलार्मचा आवाज कितीही मंजूळ असला तरी कौशिकांना तो कर्णकटूच वाटला होता, कारण शंतनूरावांना त्या अवस्थेत पाहून त्यांचं जे विचारचक्र सुरू झालं होतं. त्यात व्यत्यय आला होता. शिवाय घाईगडबडीत आपल्या खोलीतून बाहेर पडल्यामुळे आपला पाइपही बरोबर आणायला ते विसरले होते; त्यामुळे तो पेटवून विचारचक्राला गती देणंही त्यांना जमत नव्हतं.

अमृतरावांमधला पोलीस तोवर जागा झाला होता. पुढं होत त्यांनी सगळी सूत्रं हाती घेण्याचा प्रयत्न चालवला होता.

"केव्हा झालं हे?" काय ते न सांगता नुसतंच बिछान्याकडे बोट दाखवत त्यांनी विचारलं.

क्षणभर कोणीच काही बोललं नाही.

त्यावर आपल्या आवाजात जरा जरब आणत अमृतरावांनी परत तोच सवाल केला.

"काय की सायेब! मालक उठलं की नाही हे बघाय म्या आलो तर खोलीचं दार बंद न्हवतं. म्हनूनशान त्ये लोटून म्या आत आलो तर ह्ये, ह्ये..." रघूला पुढं बोलवेना.

"आय सी! बरं, इथं कशाला कोणी हात लावलेला नाही ना!"

"नाही, नही जनाब, न्हाय बा" रंगराव, अब्दुल आणि रघू तिघांनीही एकापाठोपाठ सांगितलं.

"ऑल राइट! कोणी डॉक्टरांना बोलावलंय का?"

"डॉक्टरांना?" कौशिकांनी चमकून विचारलं.

"वेल, आय नो, इट्स ओन्ली ए फॉर्मॅलिटी; पण ती पाळायलाच हवी नाही का!"

यावर हात वर करत आपल्याला ते मान्य असल्याचं आणि अमृतरावांचा उद्देश आपल्या ध्यानात आल्याचं कौशिकांनी सूचित केलं आणि परत ते आपल्या विचारात गढून गेले.

"मग रंगराव, डॉक्टरांना बोलवा. शंतनूरावांचे नेहमीचे डॉक्टर असतीलच."

"होय साहेब. बोलावणारच होतो मी त्यांना."

"अर्जन्टली यायला सांगा त्यांना. असाल तसे निघा असाच निरोप द्या. आणि हो पोलिसांनाही कळवायला हवं. मी बघतो ते. मला वाटतं, फाटकच आहेत इथं सीनिअर इन्स्पेक्टर म्हणून. माझ्याकडेच काही काळ काम केलंय त्यानं. ए प्रॉमिसिंग चॅप. व्हेरी सिन्सिअर." हे शेवटचं कौशिकांना उद्देशून होतं.

त्यावर एक दीर्घ हुंकार देत, कौशिकांनी हनुवटी कुरवाळायला सुरुवात केली.

जेव्हा पाइप पेटलेला नसे, तेव्हा ते विचारचक्रामध्ये गुरफटून गेल्याची ती एक निशाणी होती.

मध्येच काहीतरी दिसल्यासारखं वाटून कौशिक झपाट्यानं हलले. एखादा स्वस्थ पडलेला यांत्रिक बाहुला कळ फिरवल्यावर एकदम अंगात आल्यासारखा हालचाल करायला लागावा तसंच कौशिकांचं त्या क्षणाचं वागणं होतं. झटकन बेड ओलांडून ते पलीकडे गेले. तिथल्या टेबलावरच ती विझलेली मेणबत्ती होती. आता ती साफ विझली होती. तिच्यामधून धुराची वेटोळी बाहेर पडत नव्हती. रातराणीचा सुगंध येणंही बंद झालं होतं. जो काही सुगंध तिथं अजूनही विहरत होता तो आधीच्या उत्सर्जनाचा अवशेषरूप होता. काही काळ कौशिक त्या मेणबत्तीचं बारकाईनं निरीक्षण करत होते. त्यानंतर त्यांनी आजूबाजूला शोध घेतला. एकदा तर खाली वाकून पलंगाच्या खालीही धुंडाळण्याचा प्रयत्न केला.

अमृतराव बुचकळ्यात पडल्यासारखे त्यांच्याकडे पाहत होते. कौशिकांनी हे काय चालवलंय हे त्यांना समजत नव्हतं. शंतनूरावांच्या अचेतन देहाचं असं निरीक्षण त्यांनी केलं असतं तर ते सयुक्तिक वाटलं असतं; पण त्या विझलेल्या मेणबत्तीत असा काय मौल्यवान ठेवा त्यांना सापडलाय हे त्यांना कळेना.

"ही मेणबत्ती पाहिलीत, अमृतराव. इंटरेस्टिंग! व्हेरी इंटरेस्टिंग!" अमृतरावांचं लक्ष त्या मेणबत्तीकडे वेधत कौशिक म्हणाले.

त्यांनी अशा प्रकारे खास सांगितल्यावर अमृतरावांनाही पलीकडे जाऊन त्या मेणबत्तीचं दर्शन घेण्यावाचून गत्यंतरच नव्हतं; पण बारकाईनं पाहूनही त्यांना तिथं काही आगळंवेगळं दिसलं नाही. त्या मेणबत्तीचं मेण बाहेरून वेडंवाकडं ओघळलं नव्हतं. मध्यावरच ती खचत गेल्यासारखी आतल्या आतच विरत गेली होती आणि आता एकदम तळाला जाऊन एक कपचीच तिथं राहिली होती. त्या कपचीत वात मात्र अजूनही तग धरून होती.

तेवढ्यात पोलिसांचं दलही आलं. सीनिअर इन्स्पेक्टर फाटकांनी अमृतरावांना पाहताच कडक सॅल्यूट ठोकला. वास्तविक अमृतराव युनिफॉर्ममध्ये नव्हते; तरीही अंगवळणी पडलेल्या सवयीनं फाटकांचा हात त्यांच्याही नकळत उंचावला गेला होता. अमृतरावांनी पुढे होत, त्यांचा हात हातात घेत विचारपूस केली. कौशिकांशीही त्यांची ओळख करून दिली. शंतनूरावांचं अचेतन शरीर पलंगावर पडलं होतं, तिकडे बोट दाखवत ते फाटकांना म्हणाले,

"क्राइम सीन आहे हा. म्हणून तुम्हाला बोलावलं. डॉक्टरांनाही बोलावलंय; पण ती केवळ फॉरमॅलिटी आहे, कारण शंतनूराव जिवंत नाहीत हे स्पष्टच आहे. मी इथं कसा असा प्रश्न तुम्हाला पडला असेल. तर थोडक्यात सांगतो. शंतनूरावांचे पाहुणे म्हणून मी आणि कौशिक परवाच इथं आलो. आणखी दोन दिवस राहून

जाणार होतो. आता होतो असंच म्हणायला हवं, कारण या गुन्ह्याची उकल झाल्याशिवाय माझा काय किंवा कौशिकांचा काय पाय इथून निघणार नाही. खरं आहे ना कौशिक?''

कौशिक अजूनही आपल्यातच गुंग होते; पण अमृतरावांनी त्यांना विचारलेल्या प्रश्नानं ते जागे झाले. प्रश्न काय होता ते त्यांना तितकंसं आठवत नव्हतं; पण सवयीनं ते म्हणून गेले

''ऑफ कोर्स! ऑफ कोर्स!''

''मृत व्यक्ती कोण हे तुम्हाला माहितीच असेल फाटक!''

''अर्थात! परांजपेसाहेबांना इथं कोण ओळखत नाही?''

तेवढ्यात डॉक्टर आले; त्यामुळे फाटकांनी आपलं संभाषण आवरतं घेतलं. डॉक्टरांनी पुढं होत पाहणी करायला सुरुवात केली. वास्तविक शंतनूरावांचा प्राण गेल्याचं स्पष्टच होतं; पण डॉक्टरांना कसून तपासणी करणं भागच होतं. ते झाल्यावर त्यांनी ऑफिशिअली शंतनूरावांना मृत म्हणून घोषित केलं.

तोवर ती बातमी फार्महाउसभर पसरली होती. शंतनूरावांची भाची मोहिनी तिथं पहिल्यांदा पोहोचली. शंतनूरावांची स्थिती पाहून तिनं हंबरडाच फोडला. ती त्यांच्याकडे धावत जायला बघत होती; पण फाटकांबरोबरच्या लेडी कॉन्स्टेबलनं तिला अडवलं आणि बाजूला केलं. शंतनूरावांचा पुतण्या समीर आणि मेहुणा प्रमोद दोघं बरोबरच आले. प्रमोदनं आल्या आल्या हे कसं झालं? याला कोण जबाबदार आहे? असा आरडाओरडा करत रघूला फैलावर घ्यायला सुरुवात केली. तो बिचारा थरथरतच उभा होता. फाटकांनी पुढं होत आपला हात प्रमोदच्या खांद्यावर अशा प्रकारे ठेवला की, तो एकदम गप्प झाला. क्षणभर त्यांच्याकडे पाहत त्यांच्याशीही रघूप्रमाणेच वागण्याचा त्याचा विचार त्यांच्या वर्दीकडे नजर जाताच गळून पडला.

समीर मात्र काहीही न बोलता मान हलवत स्तब्धच उभा होता.

''मी काकांना किती वेळा सांगितलं; पण त्यांनी कधी ऐकलंच नाही माझं.'' असं तो स्वतःशीच पुटपुटत राहिला.

''हे पाहा, तुम्ही सगळे बाहेर जा. दिवाणखान्यात थांबा. आमचे इन्स्पेक्टर येऊन तुमचे जबाब घेतील. तोवर तिथंच थांबा. आता इथून निघा. आम्हाला आमचं काम करू द्या. कामत, सगळी खोली नीट तपासा. बारीकसारीक चीजही नजरेआड होऊ देऊ नका आणि बॉडी पोस्टमॉर्टेमला पाठवा.''

त्यांचा शेवटचा हुकूम ऐकून बाहेर जात असलेला प्रमोद गर्रकन वळला.

''पोस्टमॉर्टेम? पोस्टमॉर्टेम कशाला? आमची कोणाविरुद्धही तक्रार नाही. आमची परवानगी नाही पोस्टमॉर्टेम करायला.''

''तुमच्या परवानगीची गरजच नाही. ही पोलीस केस आहे. परांजपेंचा मृत्यू

नैसर्गिक नाही. त्यांचा खून झालाय असंच आता तरी वाटतंय, तेव्हा पोस्टमॉर्टेम व्हायलाच हवं. त्याशिवाय मृत्यूचं कारण कळणार नाही.''

''कारण? तो तिथं त्यांच्या छातीत खुपसलेला, अजूनही तिथंच असलेला तो सुरा दिसत नाही का तुम्हाला इन्स्पेक्टर? त्याशिवाय आणखी काय कारण असणार आहे?''

''तुम्हाला ते नाही समजायचं. कित्येक वेळा दिसतं तसं नसतं याचा अनुभव आलेला आहे आम्हाला. तुम्ही म्हणता तसं तो सुरा भोसकूनच परांजपेंचा जीव घेतला गेलाय असं वाटतंय; पण त्याची खातरजमा होणं अत्यंत आवश्यक आहे. शिवाय महत्त्वाचं म्हणजे वेळ. मृत्यू नेमका केव्हा आला हेही कळायला हवंय. झालंच तर ती जखम झाल्यानंतर ताबडतोब त्यांचा प्राण गेला की काही काळ ते जिवंत होते हेही समजायला हवंय. अर्थात ही चर्चा आपण नंतर करू. आता आम्हाला आमचं काम वेगानं करू द्या. तुम्ही बाहेर जाऊन थांबा. कामत, तुम्ही सगळे कामाला लागा. फोरेन्सिक टीमही आलेलीच आहे. तुम्हीही तुमचं काम सुरू करा. त्या सुऱ्यावर काही फिंगरप्रिन्ट्स मिळतात का ते बघा. इतरत्र कुठं काही मिळतंय का हेही बारकाईनं बघा. हा दरवाजा असाच उघडा होता की कोणी उघडला तो?''

वास्तविक हा प्रश्न त्यांना रघूला विचारायचा होता; पण तो बाहेर गेला होता; त्यामुळे अमृतरावांनीच पुढे होत त्यांना सांगितलं.

''उघडाच होता असं रघूचं म्हणणं आहे. त्यानंच प्रथम बॉडी बघितली. दरवाजा एरवी उघडा नसतो. शंतनूराव स्वतःच तो उघडून बाहेर येतात असं त्याचं म्हणणं आहे; पण ते तर बाहेर दिसत नव्हते आणि दरवाजा मात्र उघडा होता म्हणून कुतूहलापायी त्यानं खोलीमध्ये पाय ठेवला आणि झालेला हा प्रकार पाहिला.''

''पण सर, दरवाजावर फोर्स्ड एन्ट्रीची काहीच खूण दिसली नाही. म्हणजे परांजपेंनी स्वतःच दरवाजा उघडून मारेकऱ्याला आत घेतलं होतं असं दिसतंय.''

''बरोबर आहे तुमचा तर्क, फाटक. नाहीतरी फार्महाउसमध्ये बाहेरची कोणी व्यक्ती येण्याची शक्यता जवळजवळ नाही असंच म्हणायला हवं. शंतनूरावांनी सिक्युरिटीची चोख व्यवस्था ठेवली होती. एवढंच काय या त्यांच्या खोलीबाहेरही सीसीटीव्ही आहे. म्हणजे आत कोण आलं, कोण गेलं, केव्हा गेलं सगळं व्यवस्थित कळू शकतं आणि हो केव्हा वरून आठवण झाली. तुम्ही मघाशी म्हणत होतात ना की पोस्टमॉर्टेम रिपोर्टनंतर हत्या केव्हा झाली हे कळेल. दॅट्स राइट. एक्झॅक्ट टाइम कळू शकेल; पण एक क्लू शंतनूरावांनीच, म्हणजे त्यांच्या एका सवयीनं आपल्याला मिळवून दिलाय.''

''तो कसा काय?''

"शंतनूरावांना झोपण्यापूर्वी एक खास सुगंधी मेणबत्ती पेटवून बिछान्याशेजारी ठेवायची सवय होती. त्या मेणबत्त्या त्यांनी खास आपल्याच एका कारखान्यातून बनवून घेतल्या होत्या. त्या एक्झॅक्ट्ली आठ तास जळत. आठ तासच ना कौशिक?"

इतका वेळ कौशिक गप्प राहून, त्या दोघांचं संभाषण ऐकत होते. आता अमृतरावांनी त्यांना हे विचारताच पहिल्यांदाच ते बोलले.

"येस, आठ तास. इन नॉर्मल सर्कम्स्टन्सेस."

"नॉर्मल सर्कम्स्टन्सेस? म्हणजे मी नाही समजलो, सर."

"ती आमची वैज्ञानिक भाषा आहे, फाटक." ओशाळवाणे होत कौशिक म्हणाले. "म्हणजे काय आहे की पाणी नेमकं केव्हा उकळतं असं विचारलं तर सामान्यतः कोणी हन्ड्रेड डिग्री सेल्सियस असंच सांगेल."

"बरोबर. परवाच माझी मुलगी विचारत होती तर मीही तसंच सांगितलं. शाळेत असल्यापासून शिकत आलो आहोत."

"ॲब्सोल्यूटली! पण खरं वैज्ञानिकदृष्ट्या अचूक उत्तर आहे हन्ड्रेड डिग्री सेल्सियस ॲट नॉर्मल ॲटमॉस्फेरिक प्रेशर, कारण जसजसे आपण उंचावर जातो तसं कमी तापमानाला पाणी उकळतं. तर तीच सवय लागली आहे मला. म्हणून म्हटलं अन्डर नॉर्मल सर्कम्स्टन्सेस. तर आठ तास अमृतराव."

"फाटक, आम्ही इथं पोहोचलो, तेव्हाच ती तिथे काल रात्री लावलेली मेणबत्ती विझली. ती विझल्याचा अलार्मही वाजला. ती वेळ होती..."

"...सात वाजून बावीस मिनिटं." कौशिक म्हणाले.

"करेक्ट! मीही ती वेळ नोंद करून ठेवलीय. त्याआधी आठ तास म्हणजे रात्री अकरा वाजून बावीस मिनिटं. म्हणजे त्या वेळी शंतनूरावांनी ती मेणबत्ती पेटवली असणार. अर्थात त्या वेळी ते जिवंत होते."

"याचा अर्थ सर, खून रात्री साडेअकरानंतर केव्हातरी झाला असणार. त्या बाहेरच्या सीसीटीव्हीमध्ये रात्री साडेअकरा ते सकाळी सव्वासात या वेळेत कोण आलं आणि कोण बाहेर पडलं हे रेकॉर्ड झालं असणार. ते फुटेज पाहून आपल्याला मारेकऱ्याचा पत्ता लावता येईल. दॅट वुड बी इझी."

फाटकांनी तसं म्हटलं खरं; पण ते तितकंसं इझी नसल्याचंच दिसून आलं, कारण त्या सीसीटीव्हीच्या रेकॉर्डिंगमध्ये रात्री साडेअकरानंतर कोणीही आलं नसल्याचंच दिसून आलं. त्यापूर्वी पावणेनऊच्या सुमारास कौशिक आणि अमृतराव हे दोघे खोलीतून बाहेर पडल्याचं दिसलं होतं. त्या दोघांनीही ते कन्फर्म केलं. नंतर सव्वानऊच्या सुमारास मोहिनी दुधाचा ग्लास घेऊन गेली. पाचच मिनिटं ती आत होती. ती तिथं असतानाच प्रमोदही आला. ते दोघं बरोबरच बाहेर पडले. त्यानंतर

साडेनऊ वाजता समीर खोलामध्ये शिरला. तो साधारणपणे बारा मिनिटं आत होता. तो तिथून गेल्यावर मात्र सकाळपर्यंत कोणीही खोलीत गेलं नाही की तिथून बाहेर पडलं नाही.

केस वाटली होती तेवढी साधी, सरळ नव्हती असं आता कौशिकांनाही वाटू लागलं होतं.

"मला हे समजतच नाही कौशिक. मेणबत्ती सकाळी सात वाजून बावीस मिनिटांनी विझली. त्याच वेळी अलार्म वाजला. आपण दोघेही त्याला साक्षी आहोत; इतरही आहेत. म्हणजे रात्री अकरा वाजून बावीस मिनिटांनीच ती पेटवली गेली होती. याचाच अर्थ असा होतो की, त्या वेळी शंतनूराव जिवंत होते."

"का? त्यांच्याशिवाय दुसऱ्या कोणी म्हणजे त्या मारेकऱ्यानं त्यांचा खून केल्यानंतर ती लावली असेल तर?"

"ते मला शक्य वाटत नाही, कारण मेणबत्ती शंतनूराव स्वतःच पेटवत असत. त्याला ते त्यांचं आन्हिक म्हणत. काल रात्री आम्ही निघालो, तेव्हाही ते असंच म्हणाले. दुसरं कोणीही, रघूसुद्धा त्या मेणबत्त्यांना हात लावत नसे. शिवाय मारेकऱ्यानं ती नंतर पेटवली असं असेल तर मग त्या वेळी तरी मारेकरी आत दिसला पाहिजे. तसं कोणी आपल्याला दिसलेलं नाही आणि रात्री अकरा वाजून बावीस मिनिटांनंतर कोणीच खोलीत शिरलेलं नाही."

"या दरवाजातून शिरलेलं नाही, सर. दुसऱ्या वाटेनं आत आलं असेल आणि त्याच वाटेनं बाहेर गेलं असेल तर?"

"तुमची शंका रास्त आहे फाटक; पण या खोलीत यायचा तो एकच मार्ग आहे. खोलीला एक खिडकी आहे जरूर; पण एसी लावल्यानंतर ती बंदच असते. काल रात्रीही ती बंदच होती. आम्हाला रघूनं बोलावल्यानंतर जेव्हा आम्ही इथं आलो तेव्हाही ती बंदच होती. शिवाय तिला बाहेरून ग्रिल आहे. तिथून कोणीही येऊ शकणार नाही. हो ना कौशिक?"

"अं, अं, अर्थात." कौशिक आपल्याच विचारचक्रामध्ये गुरफटले होते. फक्त त्यांचा पाइप हाताशी नसल्यामुळे ते जरासे अस्वस्थ झालेले होते. "मला एक दुसराच प्रश्न सतावतो आहे अमृतराव. आपण इथून पावणेनऊच्या सुमारास बाहेर पडलो."

"आठ वाजून एक्कावन्न मिनिटांनी कौशिक, त्या सीसीटीव्ही फुटेजमध्ये ते रेकॉर्ड झालंय." एरवी कौशिक अशा तपशिलाबाबत अधिक जागरूक असत. अमृतरावांची चूक त्यांना दाखवून देत. आज आपण त्यांच्यावर कुरघोडी करू शकलो याचं समाधान त्याही प्रसंगात अमृतरावांना वाटून गेलं. त्यांच्या चेहऱ्यावर ते स्पष्ट दिसू लागलं होतं; पण त्यांनी घाईघाईनं स्वतःला सावरलं.

"यू आर राइट, अमृतराव. त्या वेळी शंतनूराव झोपायच्या तयारीला लागले होते. त्यांना त्यांच्या गोळ्या घ्यायला, टॉयलेटमधून जाऊन यायला, कपडे बदलायला आणि मेणबत्तीचं आन्हिक उरकायला किती वेळ लागला असेल तेवढाच. म्हणजे साधारण साडेनऊपर्यंत ते झोपायला पाहिजे होते; पण त्यानंतर जवळजवळ दोन तास ते जागेच होते. त्यांना जागरण सोसत नव्हतं, तरीही ते जागेच होते. काय करत होते?"

त्याचं उत्तर कोणाजवळच नव्हतं; पण तो प्रश्नही महत्त्वाचा असल्याचं फाटकांनी नोंद करून ठेवलं. खोलीभर पसरलेले कागद आवरून त्यांनी ते एव्हिडन्स बॅगमध्ये घातले. फोरेन्सिक टीमचं काम संपल्याबरोबर बॉडी पोस्टमॉर्टेमला पाठवून दिली.

तिथून त्या तिघांनी आपला मोर्चा दिवाणखान्याकडे वळवला. तिथं सगळेजण हजर होते. अस्वस्थपणे चुळबुळ करत होते. फाटकांना पाहताच प्रमोद त्यांच्या अंगावर जवळजवळ धावूनच गेला.

"याचा अर्थ काय, इन्स्पेक्टर. किती वेळ असं डांबून ठेवणार आहात आम्हाला तुम्ही. कामं आहेत, खोळंबली आहेत; पण तुम्हाला..."

"तुमच्या भावजींचा खून झालाय, हे आठवतंय ना तुम्हाला? घरात इतकी गंभीर बाब घडलेली असताना तुम्हाला तुमच्या कामाचीच फिकीर आहे? एवढं महत्त्वाचं काम तरी काय आहे?"

"त्याच्याशी तुम्हाला काहीही कर्तव्य नाही. हो खून झालाय भावजींचा; पण त्याच्याशी आमचा काय संबंध? तो कोणी केला हे शोधून काढण्याचं काम तुमचं आहे. आम्हाला त्यात कशाला ओढताय?"

"कशाला म्हणजे! इथं असलेल्यांपैकीच कोणीतरी परांजपेंचा खून केलाय हे उघड आहे, कारण बाहेरून कोणीही आलेलं नाही हे सिक्युरिटी गार्ड्स शपथेवर सांगताहेत. आमचीही त्याबद्दल खात्री आहे, कारण बाहेरून कोणी आल्याच्या काहीच खुणा नाहीत, तेव्हा खून इथं आधी असलेल्यांपैकीच कोणीतरी केलाय याविषयी शंका नाही; त्यामुळे इथं असलेल्या सगळ्यांवर संशय घेण्यास जागा आहे. त्याची शहानिशा झाल्याशिवाय तपास पुढे सरकणार नाही."

"पण मग हे तुमच्याबरोबरचे दोघेही इथंच होते. त्यांच्यावरही संशय जायला हवा." इतका वेळ गप्प राहिलेल्या मोहिनीनं आता तोंड उघडलं.

"बरोबर आहे तुमचं म्हणणं. त्यांच्यावरही संशय घ्यायलाच हवा. म्हणून त्यांनीही आम्ही परवानगी देईपर्यंत इथून जाऊ नये असंच आम्ही त्यांनाही बजावलंय."

"म्हणजे आम्ही इथेच थांबून राहायचं?" समीरनं विचारलं, "माझी लेक्चर्स आहेत. ती नाही टाळता येणार मला."

"लेक्चर्स कुठली?"

"कॉलेजमधली. इथल्या परांजपे कॉलेजमध्ये प्रोफेसर आहे मी. काकांनीच शिफारस केली होती माझी."

"ओह गुड! कोणता विषय शिकवता तुम्ही?" कौशिकांनी हळुवारपणे विचारलं. त्यांच्या आवाजातला आदर जाणवून समीर सुखावला. त्याचा लढण्याचा पवित्रा थोडा नरम पडला.

"फिजिक्स. मटेरियल प्रॉपर्टीज माझी स्पेशॅलिटी आहे."

"दॅट्स इंटरेस्टिंग. कधीतरी बसलं पाहिजे तुमच्याबरोबर गप्पा मारायला. काही नवीन शिकता आलं तर मजाच येईल."

"तुम्ही बसा गप्पा मारत. मला नाही अशा फालतू बाबीत वेळ घालवायचा. मी चाललो."

"कुठं चाललात? कुठंही जायचं नाही हे मी सांगितलंच आहे मघाशी. ते तुम्ही ऐकावं असा माझा सल्ला आहे तुम्हाला." त्याला अडवत फाटक म्हणाले, "तसं केलं नाहीत तर नाइलाजानं मला तुम्हाला लॉक अपमध्ये टाकावं लागेल."

चरफडत, तोंडातल्या तोंडात शिव्या घालत प्रमोद येरझारा घालत राहिला. थोड्या वेळानं वैतागून त्यानं एका खुर्चीत बसकण मारली. इतर सगळे चुळबुळत का होईना पण तिथंच थांबून राहिले.

फाटकांनी मग एकेकाशी स्वतंत्रपणे बोलून रात्री साडेअकरा ते सकाळी साडेसातदरम्यान प्रत्येकजण कुठं होता हे जाणून घेण्याचा प्रयत्न केला; पण प्रत्येकानं आपण आपल्याच खोलीत होतो आणि झोपलो होतो असंच सांगितलं. त्याचा पुरावा कोणीच सादर करू शकत नसलं तरी त्यावर संशय घेण्याजोगी काहीही परिस्थिती नव्हती. सीसीटीव्ही फुटेजही त्याला दुजोराच देत होतं. फाटकांनी रघू आणि रंगराव यांचीही कसून तपासणी केली. खास करून शंतनूरावांच्या खोलीत जाण्या-येण्याचा काही वेगळा, गुप्त मार्ग होता की काय याचा शोध घेण्याचा प्रयत्न केला; पण दोघांनीही निक्षून तसा कोणताच मार्ग नसल्याचंच सांगितलं. त्यांच्याही सांगण्यावर विश्वास ठेवण्यावाचून गत्यंतर नसल्याचं फाटकांनी मनोमन मान्य केलं.

आता पोस्टमॉर्टेमचा रिपोर्ट येईपर्यंत काहीच करता येण्यासारखं नाही असं समजून फाटकांनी सर्वांना आपापल्या कामासाठी जाण्याची परवानगी दिली. मात्र, आपण सांगेपर्यंत सर्वांनी फार्महाउसवरच मुक्कामाला यायचं आहे अशी ताकीदही दिली. रात्रीचं जेवण सर्वांनी तिथंच घ्यायला हवं असं फर्मानही सोडलं.

पोस्टमॉर्टेमचा रिपोर्ट यायला दोन-तीन दिवस तरी लागतील याचा अंदाज आल्यावर कौशिकांनी फार्महाउसवर राहण्याच्या अटीतून मोकळीक मागितली.

"सर, तुम्हाला अडवून ठेवण्याचा माझा इरादा नव्हताच. त्या मोहिनीला गप्प करण्यासाठी मी तसं म्हणालो. तुमच्यावर मी कसा संशय घेईन?"

"घ्यायला हवा फाटक. संशयितांच्या यादीतून कोणालाही वगळता कामा नये याची दीक्षा अमृतरावांनी तुम्हाला दिली असेलच, तेव्हा तुम्ही मलाही त्यात धरलंत ते योग्यच होतं असं म्हणेन मी."

"काहीतरीच काय बोलताय सर. आता कमिशनर सरांची शिकवणूक मला नेहमीच उपयोगी ठरली आहे. मी ती निष्ठेनं पाळत आलोय हे खरं. तरीही तुम्हा दोघांना संशयितांच्या यादीत घालणं अतीच होईल. उलट मी आता तर अतिशय गोंधळून गेलोय. अनेक कूट प्रश्न मला सतावताहेत. तेव्हा तुम्ही इथं असलात तर मला मदतच होईल या भावनेनं तुमचं इथं राहणं मला आवडेल; पण आपण दोघंही अतिशय बिझी असता, तेव्हा इतर कामांसाठी तुम्हाला जायचं असेल तर जरूर जा. मात्र, पोस्टमॉर्टेमचा रिपोर्ट येईल, तेव्हा आवर्जून या. त्या वेळी मला मदतीची आवश्यकता आहे."

"हो कौशिक, नाहीतर तुम्ही तुमच्या संशोधनात रंगून जाता आणि इकडे आमच्या कंठाशी प्राण येतात."

"काळजी करू नका, मी नक्की येतो. आदल्या दिवशी फोन करून कळवतो. म्हणजे गरज लागलीच तर तुम्हाला परत सगळ्यांना इथं बोलावता येईल."

कौशिक आश्वासन देऊन गेले खरे; पण अमृतरावांना मात्र अजूनही खात्री वाटत नव्हती, कारण एकदा का कोणत्यातरी वैज्ञानिक धाग्याला धरून कौशिक चालत राहिले की, त्यांना इतर कशाचीही शुद्ध राहत नसे. असा कसा हा माणूस? अमृतरावांच्या मनात परत विचार आला. इतरांना असं लोंबकळत ठेवून भलत्याच बाबीत गुंगून पडतो. वास्तविक त्यांच्या अशा गुंगून पडण्यातूनच अनेक केसेस सॉल्व्ह होण्यास मदत झाली होती याचीही अमृतरावांना आठवण होती. म्हणूनच तर तशी शंका येण्याच्या पुढच्याच क्षणी ते काहीसे स्वस्थ झाले.

पण पोस्टमॉर्टेमचा रिपोर्ट आला आणि अमृतराव तसेच फाटक परत अस्वस्थ झाले, कारण त्या रिपोर्टनुसार शंतनूरावांना त्या सुऱ्याच्या झालेल्या जखमेमुळेच मृत्यू आला हे कन्फर्म झालं असलं तरी मृत्यूच्या वेळेबाबत तो रिपोर्ट धक्कादायक होता. बॉडी सापडण्यापूर्वी सात ते दहा तासांमध्ये त्यांना मृत्यू आल्याचं निदान ऑटॉप्सी करणाऱ्या डॉक्टरांनी केलं होतं. म्हणजे मृत्यू रात्री साडेनऊ ते साडेबारा या दरम्यान झाला होता; पण मेणबत्तीच्या पुराव्यानुसार तो रात्री साडेअकराच्या नंतरच झाला असायला हवा होता, कारण मेणबत्ती पेटवण्यासाठी शंतनूराव रात्री अकरा वाजून बावीस मिनिटांनी जिवंत होते आणि पोस्टमॉर्टेमच्या रिपोर्टनुसार ती वेळ असण्याची शक्यता असली तरी त्याआधीही शंतनूरावांना मृत्यू आला असण्याच्या

शक्यतेकडे काणाडोळा करता येत नव्हता; त्यामुळे केस भलतीच गुंतागुंतीची झाली होती आणि आता तर कौशिकांची फारच गरज आहे हे अमृतरावांनाही मान्य करणं भाग होतं.

पण कौशिक वेळेवर हजर झाले. तो रिपोर्ट पाहिल्यावर तेही थोडेफार चक्रावल्यासारखेच झाले.

''म्हणजे टाइम विन्डो सताड उघडी पडली आहे. आपण निर्धारित केलेली शंतनूरावांच्या मृत्यूची वेळ रिपोर्टशी संपूर्ण विसंगत नसली तरी पूर्णपणे सुसंगतही नाही आणि जर आधीची वेळ बरोबर आहे असं मानलं तर मग बाकीचे सगळेच पुरावे बाद ठरतात. वेगळाच विचार करायला हवा.''

बोलता बोलताच कौशिक एकदम गप्प झाले. अमृतरावांनी चमकून पाहिलं तर त्यांचा पाइप धडाडून पेटला होता आणि त्यातून एकापाठोपाठ एक बाण सुटल्यासारखे धुराचे रागीट भपकारे वरच्या दिशेनं चालले होते. कौशिकांचं विचारचक्र जोरात सुरू झाल्याची ती निशाणी होती. अमृतरावांनी मूक इशारा करून फाटकांना गप्प राहण्याची विनंती केली.

''फोरेन्सिक फोटो!'' गर्रकन वळून आपला पाइप त्यांच्या दिशेनं रोखत कौशिकांनी फाटकांना विचारलं. फाटकांना त्यांचा हा पवित्रा अनपेक्षित होता. त्यांच्या हातातला चहाचा कप खाली पडतच होता. तो सावरायच्या नादात त्यातला चहा फाटकांच्या युनिफॉर्मवर सांडला.

''फ् फ् फोटो!'' त्यांनी गडबडून विचारलं.

''हो, म्हणजे तुमची फोरेन्सिक टीम इथं आली होती; तिनं क्राइम सीनचे सगळ्या अँगल्समधून फोटो घेतले आहेत ना? त्यांचे प्रिन्ट्सही आले असतील आतापर्यंत.''

''हो, हो, आहेत ना. इथंच आहेत. अरे केशव, ते फोटो असलेलं एन्व्हलप घेऊन ये.''

फाटकांच्या हातातून फोटो एन्व्हलप जवळजवळ खेचूनच घेत कौशिकांनी ते घाईघाईनं उघडलं. एकेक फोटो वरवर पाहत त्यांनी खाली जमिनीवरच टाकायला सुरुवात केली. ते एका विशिष्ट फोटोचा शोध घेत असावेत आणि तो सापडल्याबरोबर त्यांनी बाकीचे फोटो त्या एन्व्हलपसह खाली टाकले. फाटक ते गोळा करण्यात गुंतले असतानाच कौशिक मात्र हातातल्या फोटोचं बारकाईनं निरीक्षण करत होते. मधूनच त्यांनी फाटकांकडे मॅग्निफाइंग लेन्सची मागणी केली. ती मिळताच परत त्या फोटोचं बारकाईनं निरीक्षण केलं. हा सगळा वेळ पाइपातली धुराची वेटोळी वाढतच चालली होती.

''हुं'' एक लांबलचक हुंकार भरत कौशिकांनी पाइप तोंडातून बाहेर काढला.

असा प्रकार आहे तर! फाटक ते सीसीटीव्ही फुटेज आहे ना तुमच्याकडे. तेही एकदा परत पाहू या. त्याचंही एका विशिष्ट क्षणाचं फुटेज झूम करत कौशिकांनी पाहिलं. थोडा वेळ आढ्याकडे पाहत ते गप्प झाले आणि पुन्हा एकदा गर्रकन वळत पाइप फाटकांवर रोखत त्यांनी विचारलं,

"बाकीच्या सगळ्यांना केव्हा बोलावलंय?"

या वेळी सावध असल्यानं फाटक गडबडले नाहीत.

"उद्या दुपारपर्यंत सगळे येतील. तुमचा फोन आल्याबरोबर मी त्यांना तशा सूचना दिल्या आहेत."

"ऑल राइट देन! मग उद्या दुपारी दोन वाजता भेटू. मी जरा इथंच फेरफटका मारून येईन म्हणतो." अमृतराव आपल्याबरोबर येताहेत की नाही हे न पाहताच कौशिक चालू लागले.

दुसऱ्या दिवशी इतर येण्यापूर्वी फाटक, अमृतराव आणि कौशिक ब्रेकफास्टसाठी एकत्र बसले होते.

"सर, मला त्या प्रमोदची शंका येतेय. पाहिलंत ना कसा उद्दामपणे बोलत होता. त्याला व्हायोलंट व्हायला वेळ लागणार नाही."

"खरं आहे. शंतनूराव त्याच्याशी बोलत असतानाच एकाएकी काहीतरी कारणावरून तो बेभान झाला असणार आणि क्षणिक रागाच्या भरात त्यानं शंतनूरावांना मारलं असणार. तुम्हाला काय वाटतं कौशिक?"

"त्या प्रमोदची वागणूक त्याच्यावर संशय घेण्यासारखीच आहे; पण मला त्यात काही कच्चे दुवे दिसतात. एक म्हणजे तो शंतनूरावांच्या खोलीत असताना तिथं मोहिनीही होती. त्या दोघांनी मिळून हत्या केली असेल असं म्हणायचं तर गोष्ट निराळी. नाहीतर एकट्या प्रमोदवर शंका घेणं योग्य ठरणार नाही. झालंच तर राग अनावर झाल्यानंतर त्याला तो सुरा नेमका कुठून मिळाला हा प्रश्न उरतोच आणि त्यानं तो बरोबरच नेला होता असं म्हणायचं तर मग शंतनूरावांची हत्या पूर्वनियोजित होती असं म्हणावं लागेल. मग त्याचे धागेदोरे शोधावे लागतील. शिवाय ते दोघे तिथून गेल्यानंतर समीर खोलीमध्ये गेला होता. तब्बल बारा मिनिटं तो तिथं होता. जर शंतनूरावांची आधीच हत्या झाली होती तर मग त्यानं आरडाओरडा का केला नाही? की तोही या कटामध्ये सामील होता? तसं असेल तर मग ते कारस्थान शिजल्याचा काही पुरावा हवा. आता ते सर्व येतीलच, तेव्हा होणाऱ्या इंटरॲक्शनवरून काही सुगावा लागतो का हे तुम्ही बघालच. सध्या तरी आपण सर्वांनाच संशयित मानून असलेल्या पुराव्याची छाननी करत एकेकाला एलिमिनेट करावं. म्हणजे मग जो उरेल तो तुमचा गुन्हेगार, इन्स्पेक्टर फाटक."

कौशिकांचं म्हणणं नेहमीप्रमाणे तर्कसंगत आहे आणि म्हणूनच ते मान्य

करायला हवं याविषयी कोणाच्याच मनात शंका राहिली नाही. कौशिकांनी तोवर आपला पाइप पेटवला होता आणि धुराची वलयं थेट छतापर्यंत जात होती. त्यांचं विचारचक्र जोरजोरात फिरत असल्याची ती निशाणी होती.

सगळेजण येऊन दिवाणखान्यात बसल्याची वर्दी देत रघू आला तसे ते तिघेजण उठले आणि त्या दिशेनं चालू लागले.

फाटक दारात पाऊल ठेवताहेत न ठेवताहेत तो प्रमोद त्यांच्यावर चालूनच आला.

''आज आणखी कोणता नवीन तमाशा करणार आहात? आम्हाला उगीचच असा त्रास देण्यात तुम्हाला काहीतरी विकृत आनंद मिळत असावा असंच वाटतंय मला.''

''मिस्टर प्रमोद पुराणिक, सबूर. ऐकून घेतोय म्हणून जिभेला सैल सोडू नका. तिला कसा लगाम घालायचा ते मला चांगलंच माहिती आहे. मुकाट्यानं आपल्या जागेवर बसा आणि आम्हाला आमचं काम करू द्या. तुम्हाला परांजपेंचा खुनी सापडावा असं वाटत असल्याचं मुळीच दिसत नाही. फक्त स्वतःचाच अहंगंड जोपासण्याची तुमची धडपड चाललेली दिसतेय.''

''प्रमोदमामा, जरा शांत व्हा.'' समीर त्याचा हात धरून त्याला बसवत म्हणाला. ''मीही तुमच्याइतकाच वैतागलो आहे. मुलांच्या परीक्षा तोंडावर आल्या आहेत आणि मला माझी लेक्चर्स रिशेड्यूल करावी लागताहेत; पण जोवर गुन्हेगार सापडत नाही तोवर आपल्याला या सर्व चौकशीला तोंड द्यावं लागणार आहे. त्रागा करून काहीच साध्य होणार नाही. उलट चौकशी संपायला उशीरच होईल.''

''दॅट्स वेल सेड, मिस्टर परांजपे. आम्हालाही उगीचच वेळकाढूपणा करायचा नाहीय. पण पोस्टमॉर्टेम रिपोर्टनंतर काही नवीन धागेदोरे मिळाले आहेत त्याची छाननी करायला हवी. त्यासाठीच तुम्हा सगळ्यांना बोलावलंय. डॉ. कौशिक, वुईल यू प्लीज...''

''वुईथ युअर परमिशन.'' तोंडातून पाइप काढून विझवत कौशिक म्हणाले, ''शंतनूरावांचा खून झाला आणि तो खूनच होता, आत्महत्या नव्हती, हे पोस्टमॉर्टेम रिपोर्टनंही कन्फर्म केलंय. त्या वेळी फाटक सोडून बाकीचे आपण सगळे इथंच हजर होतो. खून झाला त्या वेळची परिस्थिती पाहता बाहेरचं कोणीही आलं नाही की गेलं नाही. अर्थात खुनी आपल्यापैकीच कोणीतरी असला पाहिजे हे उघड आहे. पण नक्की कोण? दॅट्स द क्रुशल क्वेश्चन. अशा वेळी अमृतराव, तुम्ही तुमची कोणती बेसिक स्ट्रॅटेजी वापरता?''

''मोटिव्ह ॲन्ड ऑपर्च्युनिटी. हत्या करण्याचा हेतू कोणाजवळ होता आणि संधी कोणाला होती, याचा शोध घेतो.''

"करेक्ट! तर प्रथम संधी. ती कोणाकोणाला होती? म्हटलं तर सगळ्यांना. प्रथम तो सुरा. तो मिळण्याची संधी सर्वप्रथम अब्दुलला होती, कारण स्वयंपाकघरातलाच सुरा वापरलेला होता हे फाटकांच्या टीमनं शोधून काढलंय."

"नही, नही जनाब, मैंने कुछ नही किया। वो छूरा तो उसके एक दिन पहिलेही किचनसे गुम हो गया था। मैंने रंगरावसाबको बताया भी था।"

रंगरावानंही त्याला दुजोरा दिला.

अब्दुलच्या पाठीवर हलकेच थोपटत कौशिकांनी त्याला खाली बसवलं.

"अरे, तूच खुनी आहेस असं मी नाही म्हटलेलं. फक्त सुरा मिळवण्याची सर्वांत चांगली संधी तुला होती एवढंच मला म्हणायचं होतं; पण सुरा आदल्या दिवशीच स्वयंपाकघरातून गायब झाल्याचं रंगरावानंही आम्हाला सांगितलं होतं. त्याचा विचार आम्ही करूच. आता तो गायब झाला असल्यामुळे सर्वांनाच तो मिळवण्याची संधी होती. शंतनूरावांच्या खोलीत जाण्याची संधी सगळ्यांनाच होती आणि त्या दिवशी वेगवेगळ्या वेळी सर्वजण तिथं गेले होते हेही सीसीटीव्ही फुटेजवरून दिसतं आहे.

"तरीही दोन-तीन मोठे जटिल प्रश्न समोर उभे राहिले आहेत आणि त्यांची समाधानकारक उत्तरं मिळण्यावरच खुन्याच्या चेहऱ्यावरचा पडदा हटणार आहे. तेच करण्यासाठी आपण इथं जमलो आहोत. प्रथम जे कूटप्रश्न समोर आहेत ते सांगतो. पहिला म्हणजे रघूला सकाळी शंतनूरावांच्या खोलीचा दरवाजा उघडा आढळला. झोपण्यापूर्वी शंतनूरावांनी तो आतून व्यवस्थित बंद केला असणार; तशी त्यांना सवयच होती."

"व्हय सायेब, आन् दरवाजाला ते कसलं म्हनत्यात तसलं कळीचं कुलूपबी नव्हतं. त्यापायी भायेरून दरवाजा उगडताच येत न्हवता. म्याबी कायबाय लागलं तर ती घंटी वाजवून हुभा राहत हुतो. आन् मंग मालक त्यो उगडत आसत."

"एक्झॅक्ट्ली! म्हणजे तो दरवाजा शंतनूरावांनीच उघडला. ज्याच्यासाठी उघडला ती व्यक्ती त्यांच्या परिचयाची होती. याचाच अर्थ कोणीही बाहेरची व्यक्ती आलेली नव्हती. तरीही प्रश्न उरतोच. कारण मेणबत्ती सांगते की, शंतनूराव रात्री साडेअकरापर्यंत जागे होते आणि त्यानंतरच त्यांना मृत्यू आला. रात्री साडेअकराला त्यांनी दरवाजा आतून बंद करून घेतला तर मग सकाळी तो उघडा कसा आढळला? दुसरी बाब मेणबत्तीचा पुरावा सांगतो की, त्यांना रात्री साडेअकरानंतर केव्हातरी मृत्यू आला; पण सीसीटीव्ही फुटेजवरून साडेअकरानंतर कोणीही खोलीत गेलेलं नाही असंच दिसतंय. तिकडे पोस्टमॉर्टेमचा रिपोर्ट म्हणतो की, मृत्यू रात्री साडेनऊ ते साडेबारादरम्यान झाला. यातली साडेनऊची वेळ गृहीत धरली तर समीर, मोहिनी आणि प्रमोद त्या वेळेच्या आसपास खोलीत गेले होते."

ते ऐकून ते तिघेही उठून उभे राहिले आणि ते कौशिकांच्या विधानाचा जोरदार विरोध करणार तोच त्यांच्यावर आपला पाइप रोखत, त्यांना थोपवत कौशिक पुढं म्हणाले,

"पण ते तिथून निघून गेल्यानंतर शंतनूराव जागे होते आणि त्यांनी मेणबत्ती पेटवली; त्यामुळे त्यांच्या मृत्यूची वेळ आणि संधी या दृष्टिकोणातून विचार करता आपल्याला विसंगतीचीच साथ मिळते. म्हणून आपण तो विचार थोडा वेळ बाजूला ठेवून हेतूचा - मोटिव्हचा विचार करू या. शंतनूरावांच्या खोलीमध्ये बरीच उलथापालथ झाली होती. कागदपत्रं इतस्ततः विखुरले होते. याचा अर्थ मारेकरी काहीतरी शोधत होता. काय शोधत होता? त्यांचं मृत्युपत्र? तेच असावं, कारण पैसा हा एक जबरदस्त मोटिव्ह असू शकतो. मी आणि अमृतराव यामुळे आपोआप यातून वगळले जातो."

"का? का?" प्रमोदनं तावातावानं विचारलं.

"कारण त्यांच्या मृत्यूमुळे आमचा काहीच फायदा होण्याची शक्यता नाही. आम्हाला त्यांचा पैसा मिळणार नाही. आम्हाला त्याची गरजही नाही. मोहिनीला आपलं बुटिक सुरू करण्यासाठी भांडवल हवं होतं. गेले काही दिवस तिनं त्यासाठी शंतनूरावांमागे लकडा लावला होता; पण शंतनूराव त्याला तयार नव्हते. एकतर तिला त्या व्यवसायाची काहीही माहिती नव्हती. त्यासाठी ती संपूर्णपणे आपल्या बॉयफ्रेन्डवर अवलंबून होती. त्यात तिनं त्याच्याशी लिव्ह-इन रिलेशनशिपमध्ये राहावं हेही शंतनूरावांना पसंत नव्हतं. त्यावरून तिचं त्यांच्याशी दोन-तीन वेळा कडाक्याचं भांडणही झालं होतं. हो ना मोहिनी?"

मोहिनी यावर दातांखाली ओठ दाबून धरत गप्पच राहिली.

"समीर, त्यालाही शंतनूरावांच्या इस्टेटीतला हिस्सा हवा होता. त्याच्या मते शंतनूरावांची सगळीच संपत्ती काही आपकमाईची नव्हती. त्यामध्ये काही प्रमाणात वडिलोपार्जित भागही होता; त्यामुळे त्यावर शंतनूरावांच्या बंधूंचा म्हणजेच समीरच्या वडिलांचा हक्क होता आणि आता तो त्याच्याकडे आला होता. शंतनूराव तो अमान्य करत नव्हते; पण जे काही मिळायचं ते आपल्यानंतर, आपल्या हयातीत नाही असाच त्यांचा दावा होता. त्यापायीही त्या दोघांमध्ये धुसफुस होत होती. प्रमोदचा खरंतर शंतनूरावांच्या इस्टेटीवर काहीच हक्क बनत नव्हता; पण आपल्या बहिणीचा त्यावर हक्क होता आणि तिनं तो आपल्याला देण्याचं कबूल केलं होतं असं त्याचं म्हणणं होतं; त्यामुळे या तिघांचाही शंतनूरावांच्या मृत्यूनं प्रत्यक्ष-अप्रत्यक्ष फायदा होणार होता. त्या तिघांकडेही मोटिव्ह होता. आता राहता राहिले रंगराव, अब्दुल आणि रघू. या तिघांनाही शंतनूरावांच्या मृत्युपत्रानुसार काही रक्कम किंवा कायमची तरतूद मिळणार होती. आज त्यांना भरघोस वेतन मिळत होतं.

तरीसुद्धा नंतरची पुंजी एकरकमी मिळण्याची शक्यता असल्यामुळे त्यांच्याकडेही हेतू होता.''

''कायबाय बोलून ऱ्हायले सायेब तुमी. आपल्याच्यान् असलं वंगाळ काम कंदी व्हनार ऱ्हाय.''

''तुझ्यावर आरोप करत नाहीय मी, शक्यता वर्तवतोय. थोडक्यात, मला हेच म्हणायचं आहे की, सगळ्यांकडेच मोटिव्ह होता आणि ऑपर्च्युनिटीही! तेव्हा या तिढ्यातून मार्ग काढायचा तर आता आपल्याला वेळेमध्ये वाटणाऱ्या विसंगतीवरच लक्ष केंद्रित करायला हवं.

''ते केल्यानंतर मला मेणबत्तीच्या पुराव्याकडे लक्ष द्यावंसं वाटलं. मेणबत्ती सकाळी सात वाजून बावीस मिनिटांनी विझली. त्याला मी, अमृतराव, रंगराव आणि रघू साक्षी आहोत.''

''म्हणजे मेणबत्तीची ज्योत आपल्याला खरी कथा सांगणार तर?''

''कळीचं बोललात अमृतराव. मी त्या मेणबत्तीच्या ज्योतीचंच म्हणणं ऐकण्याचा प्रयत्न केलाय.''

''हम्बग! यांना काहीही पुरावा मिळालेला नाहीय, म्हणून कोणाला तरी बळीचा बकरा करण्यासाठी 'मेणबत्तीचं म्हणणं काय आहे?', असा तमासगिरासारखा सवाल करताहेत. इन्स्पेक्टर, हा तमाशा तुम्ही कसा काय चालू देताहात?''

खरंतर फाटकांनाही आता शंका यायला लागली होती; पण अमृतराव तिथं असल्यानं ते उघडपणे बोलले नाहीत.

''मेणबत्ती बरोबर आठ तास जळते या गृहीतकावर आपण शंतनूराव नेमके केव्हापर्यंत जागे होते हे आणि त्यामुळेच त्यांचा खून केव्हा झाला हे ठरवत आहोत; पण समजा, ती आठ तासांची वेळ वाढवली गेली, दहा तास ती जळेल अशी व्यवस्था केली गेली तर मग शंतनूरावांच्या झोपण्याची आणि त्यांचा खून होण्याची वेळ निराळी असू शकते.''

''पण त्या मेणबत्तीला अशी सुस्ती यायला तिला जास्त काही खाऊ घातलं होतं का कोणी?'' आपल्या स्वरात कुत्सितपणा येऊ न देण्याचा कसोशीचा प्रयत्न करत अमृतरावांनीच विचारलं; पण कौशिक त्यापायी विचलित झाले नाहीत. उलट त्यांनी अमृतरावांचं कौतुक करत म्हटलं,

''ब्राव्हो! अमृतराव, नेहमीप्रमाणे मोजकंच पण मोलाचं बोललात. त्या मेणबत्तीला मिठाचा जादा खुराक दिला गेला होता. मी सकाळी मेणबत्ती पाहिली, तेव्हा तिच्या आसपास मीठ सांडल्याचं मला दिसलं. शेजारीच मिठाचा शेकरही होता. फाटकांच्या फोरेन्सिक टीमनं जे फोटो काढले आहेत, त्यातही तो स्पष्ट दिसतो आहे. फाटक, तुमच्याकडे तो फोटो जपून ठेवायला सांगितलं होतं मी.''

“ठेवलाय ना, हा काय; इथंच तर आहे.” हातातला फोटो उंचावर धरत फाटक म्हणाले.

“राहू द्या. महत्त्वाचा पुरावा ठरू शकतो तो. जर मेणबत्तीत मीठ टाकलं तर तिच्या जळण्याचा वेग मंदावतो आणि ती जास्त काळ जळत राहते. म्हणजेच अमृतराव, शंतनूरावांनी ती मेणबत्ती रात्री साडेअकराला न पेटवता आपण तिथून निघाल्यावर रात्री साडेनऊलाच पेटवली असणार. ते त्याच वेळी झोपण्याच्या तयारीला लागले होते. नेमकी त्याच वेळी कोणीतरी बेल वाजवली म्हणून त्यांनीच दार उघडून त्याला आत घेतलं. त्या वेळी एकच व्यक्ती तिथं आली, समीर. तो बारा मिनिटं आत होता. इतका वेळ तो काय करत होता, हे फाटक तुम्ही जाणून घ्यालच. मेणबत्तीवर मिठाच्या होणाऱ्या परिणामावर भावनगरच्या सेन्ट्रल सॉल्ट ॲन्ड मरीन केमिकल्स रिसर्च इन्स्टिट्यूटमध्ये बरंच संशोधन झालंय. मी गेले दोन दिवस तिथंच गेलो होतो.”

“असेल; पण म्हणून मीच काकांचा खून केला असं होत नाही. तुमच्याकडे काहीही ठोस पुरावा नाहीय. उगीच मला अडकवण्याचा प्रयत्न करू नका.” समीर चिडून म्हणाला.

“तीन पुरावे आहेत. एक तुम्ही फिजिक्स शिकवता असं तुम्हीच सांगितलंय. खास करून मटेरियल प्रॉपर्टीजवर तुमचं संशोधन चालू आहे, तेव्हा मिठाच्या परिणामाची चांगलीच माहिती असणार तुम्हाला. शंतनूरावांच्या खोलीत शेवटचे तुम्हीच गेला होता आणि तिथून बाहेर पडताना दरवाजा तुम्ही लावला नव्हता. तो त्यानंतरही उघडा असल्याचं सीसीटीव्ही फुटेजमध्ये स्पष्ट दिसतंय. तुम्ही तिथून बाहेर पडल्यानंतरही शंतनूराव जिवंत असते तर त्यांनी दरवाजा बंद केला असता; पण तसा तो केला गेला नाही, कारण तुम्ही बाहेर पडलात, तेव्हा त्यांचा मृत्यू झाला होता. ‘फाटक, शंतनूरावांच्या मारेकऱ्याच्या तोंडावरचा मुखवटा आता गळून पडला आहे. नाऊ द केस इज ऑल युवर्स.’

बाकी अमृतराव, तुम्ही ‘आता मेणबत्तीच बोलणार की काय?’ असं विचारून नेमका अंगुलीनिर्देश केलात. धन्य आहे तुमची. त्या मेणबत्तीच्या सुगंधाबरोबर खुन्याचाही वास आला होता की काय तुम्हाला?”

यावर मीठाची गुळणी घेऊन गप्प बसण्यावाचून अमृतरावांकडे काही पर्यायच उरला नव्हता.

■

आ बैल मुझे मार!

‘‘काँग्रॅच्युलेशन्स, कौशिक’’ कौशिकांचा हात हातात घेऊन जोरजोरानं हलवत अमृतराव म्हणाले.

यावर खूश होऊन ते थँक्स म्हणतील अशा अपेक्षेनं त्यांच्याकडे पाहत असणाऱ्या अमृतरावांची निराशाच झाली. कौशिकांच्या चेहऱ्यावर आनंदाची नामोनिशाणी नव्हती. उलट ते बुचकळ्यात पडल्यासारखे अमृतरावांकडे नुसतेच पाहत राहिले होते. आपला हात अमृतरावांच्या हातातून सोडवून घेण्याचंही भान त्यांना असल्याचं दिसलं नाही; त्यामुळे त्यांचं अभिनंदन करण्यासाठी पुढं सरसावणाऱ्या राजेश साठेनंही साहजिकपणे आपला हात मागे घेतला आणि ओठावरचे शब्द तसेच परतवून लावले.

खरंतर अमृतरावांना असे सकाळी सकाळी आपल्या घरी आल्याचं पाहून कौशिकांना अचंबाच वाटला होता. समजा, तशीच काही केस असती तर ते आले असते; पण संध्याकाळच्या वेळी आणि तेही एकटेच. ते राजेशला बरोबर घेऊन आले नसते. बरं, तशीच काही अर्जंट केस असल्याची कुणकुणही त्यांना लागली नव्हती. त्यात अमृतरावांचा मूडही थोडाफार मस्करी करण्याचा असावा असंही त्यांना वाटत होतं; त्यामुळेच ते असे प्रश्नार्थक चेहरा करून, अमृतरावांकडे बघत राहिले होते.

कौशिक आपल्या तंद्रीत जात असल्याची शंका येऊन, अमृतरावांनी त्यांना खांद्याला धरून हलवलं आणि ते म्हणाले,

‘‘असं काय मी कोड्यात बोलल्यासारखं माझ्याकडे बघत राहिला आहात?’’

‘‘पण खरोखरच मला कोडं पडल्यासारखं वाटतंय. तुम्ही काय बोलताहात तेच समजत नाहीय. मला काँग्रॅच्युलेशन्स कसले देताय!’’

“आता वेड पांघरून पेडगावला जाण्याचा प्रयत्न करू नका. नेहमीप्रमाणे याचं श्रेयही माझ्याच गळ्यात टाकण्याचा प्रयत्न करू नका. कोणीही विश्वास ठेवणार नाही त्यावर.”

“आता तर माझा जास्तच गोंधळ उडालाय. अहो, कसली कामगिरी? कसलं श्रेय? कशाबद्दल बोलताहात तुम्ही? काय राजेश, हे काय बोलताहेत ते तुला तरी समजलंय का?”

“हो सर. साहेबांना काय म्हणायचंय ते मला समजलंय. खरंतर मीही तुमचं अभिनंदन करणार होतो.”

“नाही अमृतराव, आता काय ते सांगूनच टाका. आता अधिक अंत पाहू नका.”

“असं काय करता, कौशिक. काँग्रॅच्युलेशन्स तुमच्या पुस्तकाबद्दल! फर्स्ट क्लास झालंय.”

“म्हणजे झालं का पब्लिश ते?”

“तुम्हाला माहिती नाही?”

“नाही. येत्या महिनाभरात पब्लिश होईल असं प्रकाशक म्हणाला होता; पण ते ऑलरेडी बाजारामध्ये आल्याचं काही तो बोलला नव्हता. मला त्यानं तसं काहीच कळवलेलं नाही.”

“अजब आहे. मी ते परवाच विकत घेतलं. तुमच्याकडून कॉपी मिळेल याची वाट न पाहता.”

यावर कौशिक काही बोलणार? तोच त्यांचा फोन वाजला.

“हॅलो, डॉक्टर कौशिक हिअर...”

“बरं झालं तुम्हीच फोन केलात. नाहीतर आता मीच करणार होतो. अहो, ते पुस्तक पब्लिश झाल्याचं कळवलं नाहीत तुम्ही मला... काय म्हणताय, आज त्याच्या कॉम्प्लिमेन्टरी कॉपीज घेऊन येताय. या. या. वाट पाहतो.”

“पब्लिशरचा फोन.”

“आता तरी खात्री पटली, आम्ही तुमची फिरकी घेत नव्हतो याची?”

“पण मला आतापर्यंत याचा थांगपत्ता नव्हता, याविषयी तुमचीही खात्री पटली असेल. मला सरप्राइज देण्यासाठी त्यानं आधी सांगितलं नव्हतं. प्रत्यक्ष हातात कॉपी ठेवून तो मला थक्क करणार होता. एनी वे नाऊ आय कॅन ॲक्सेप्ट युअर काँग्रॅच्युलेशन्स. ॲन्ड युवर्स टू राजेश.”

“आणि हो तुमचे आभारही मानायचे आहेत. त्याचसाठी खरंतर मी असा धावतपळत आलो होतो. उल्काची ताकीदच होती तशी.”

“आभार? आभार कशासाठी?”

"कारण तुमच्या पुस्तकात तुम्ही हाताळलेल्या केसेसबद्दल सविस्तर लिहिलं आहेत. त्यांची उकल करताना कोणकोणत्या तंत्रांचा, कोणकोणत्या सिद्धान्तांचा, वैज्ञानिक सूत्रांचा वापर केलात त्याविषयीही आमच्यासारख्या येरागबाळ्यांना कळेल अशा भाषेत लिहिलं आहेत."

"तोच तर माझा खरा उद्देश आहे; पण नुसतीच वैज्ञानिक माहिती दिली असती तर रुक्ष झाली असती. म्हणून मग त्या केसेसची माहिती दिली. वाचकाला अशी थरारक माहिती हवी असते. ती मिळवण्याची त्याची मानसिक तयारी झालेली असते. त्या ओघात मग तो ती वैज्ञानिक माहितीही आत्मसात करतो आणि त्यासाठी काही खास खटपट करावी लागली तर ती करण्याचीदेखील त्याची तयारी असते."

"खरं आहे; पण या केसेस सांगताना तुम्ही निदान एका केसचा उल्लेख टाळला आहे."

"सगळ्याच केसेसचा उल्लेख मी केलेला नाही. ज्यांची जरूर वाटली त्यांच्याविषयीच लिहिलं आहे. शिवाय काही केसेस बऱ्याच गाजल्या होत्या त्यांचाही उल्लेख केला आहे; पण सर्वच केसेससंबंधी मी बोललेलो नाही. कितीतरी केसेसविषयी चकार शब्द नाही त्या पुस्तकात."

"तसंच मला वाटत होतं. म्हणूनच मी निदान एक केस म्हटलं."

"कोणत्या केसबद्दल बोलता आहात तुम्ही?"

"माझीच केस."

"तुमची? अहो, सगळ्या केसेस तुमच्याच तर आहेत."

"तसं नाही. माझी म्हणजे त्या एसीपी सोमनाथनं माझ्यावर किटाळ आणण्याचा प्रयत्न केला होता ती केस. तिच्याबद्दल तुम्ही काहीच लिहिलेलं नाही."

"ते लिहिणं मला प्रशस्त वाटलं नाही. तसा त्या केसमध्ये ज्या मॉर्फिंग टेक्नॉलॉजीचा वापर मी केला होता, तिच्याविषयी सांगताना मी दुसऱ्या एका केसचा आधार घेतला आहे. म्हणून मग ही केस टाळली. शिवाय हे सगळं लिहिताना माझ्याकडून, अनवधानानं का होईना, कोणीही दुखावला जाणार नाही किंवा त्याची बदनामी होणार नाही, त्याचं एखादं गुपित उघडं पडणार नाही याची काळजी मला घ्यायची होती किंबहुना माझ्या प्रकाशकाचाही तसा आग्रह होता.

शिवाय तुमच्यावर त्या सोमनाथनं केलेला आरोप तद्दन खोटा होता. स्वतःचा गुन्हा लपवण्यासाठी तो तुमच्या प्रतिष्ठेवर घाला घालू पाहत होता. तसेच त्यामध्ये पोलीस खात्यातल्या काही कुजक्या आंब्यांची कहाणी होती. ती उघड करून पोलीस खात्याबद्दल लोकांच्या मनामध्ये काही किंतू निर्माण करणं मला योग्य वाटलं नाही."

"म्हणूनच उल्कानं खास आभार मानायला सांगितले आहेत. त्या वेळी तुम्ही आमची अब्रू वाचवलीत. आता पुन्हा एकदा तेच केलंत तुम्ही."

"अं हं हं! त्याचं श्रेय मला देऊ नका. त्यात या राजेशचाही वाटा आहे आणि तुम्ही बोटात न घातलेल्या अंगठ्यांचा."

यावर तिघेही हसत सुटले.

"याचा अर्थ तुम्ही आणि हो, उल्कावहिनींनीही ते अगदी काळजीपूर्वक वाचलेलं दिसतंय."

"उल्काचं मला माहिती नाही; पण मी तसं ते उडत उडत चाळलंय. तरीही त्यात त्या केसचा उल्लेख नाही हे व्यवस्थित कळलंय मला. आता सावकाशीनं सविस्तर वाचेन; पण कौशिक, धिस कॉल्स फॉर ए सेलिब्रेशन."

"ऑफ कोर्स! दॅट गोज विदाउट सेइंग; पण तूर्तास तुमच्या आवडीच्या पॅटिसवर निभावून न्या. धोंडिबानं तुम्ही आल्याचं समजताच ते करायला घेतलेले दिसताहेत. खमंग वास सुटलाय. राजेश, तू आजवर चाखले नसशील हे पॅटिस. आज चव घे, परत परत येशील त्यासाठी."

कौशिक घाईघाईनं अमृतरावांच्या ऑफिसात शिरले. त्यांचा तसा अर्जंट मेसेज आल्यामुळे ते घाईगर्दीनं धोंडिबानं तयार ठेवलेल्या नाश्त्याला हातही न लावता लगबगीनं आले होते. त्यात आज त्यांना फोनवरून अमृतरावांच्या सेक्रेटरीनं निरोप दिला होता. तेही कौशिकांना विचित्र वाटलं होतं, कारण तशी काही गुंतागुंतीची केस असली आणि त्यासाठी कौशिकांची मदत घ्यायची सूचना कमिशनरांनी केलेली असली तरी अमृतराव स्वतः त्यांच्याकडे येऊन सूतोवाच करीत असत. सुरुवातीलाच कौशिकांना आपल्या ऑफिसमध्ये त्यांनी क्वचितच बोलावलं असेल.

कौशिक आत शिरल्याबरोबर एरवी अमृतरावांची सेक्रेटरी त्यांचं अघळपघळ स्वागत करत असे. अमृतराव आणि कमिशनरांचेही त्यांच्याशी काय आणि कसे संबंध आहेत हे तिलाही माहिती होतं; पण आज तिनं कौशिकांना पाहताच इंटरकॉमवरून ते आल्याची वर्दी आत दिली. कौशिकांकडे तिनं डोळे वर करूनही पाहिलं नाही आणि मूकपणेच उठून अमृतरावांच्या केबिनचं दार उघडून त्यांनी आत जावं असं सुचवलं.

अमृतरावही अतिशय गंभीर चेहऱ्यानं बसले होते. राजेशही तिथं हजर होता. काहीही न बोलता अमृतरावांनी त्याच्या शेजारच्या खुर्चीकडे अंगुलीनिर्देश केला. मग कौशिक तिथं बसल्यावरही अमृतराव गप्पच होते. टेबलावरच्या गोल पेपरवेटशी खेळत राहिले. राजेशही गप्पच होता. तसा तो एरवी ते दोघे तिथं असताना आपणहून बोलला नसताच; पण या वेळी त्याचा चेहराही नुसताच गंभीर नाही तर

थोडाफार काळजीनं काळवंडल्यासारखा झाल्याचं कौशिकांच्या नजरेतून सुटलं नाही.

मामला भलताच गंभीर असल्याचं त्यांनी ओळखलं. त्यांचा हात नकळत खिशातल्या पाइपाकडे गेला; पण मग अमृतरावांकडे लक्ष जाताच त्यांनी तो तिथंच ठेवून दिला; पण आता ती शांतता त्यांना असह्य व्हायला लागली होती.

''काय, गडबड काय आहे, अमृतराव?''

''तुमच्यावर आरोप आहे कौशिक, चारित्र्यहननाचा. अब्रूनुकसानीची फिर्याद केली जाणार आहे. ही तुमची वैयक्तिक बाब असती तर आम्ही त्यात पडलोच नसतो; पण या सगळ्यात पोलीस खात्यालाही गुंतवलं जातंय. आम्हालाही सहआरोपी करण्याचा घाट घातला गेलाय. म्हणून आम्हाला ही बाब गंभीरपणानं हाताळावी लागणार आहे.''

''अब्रूनुकसानीची फिर्याद कशाबद्दल? आणि कोणी केलीय?''

''वरुण कपूरनं.''

''वरुण कपूर? कोण हा वरुण? मी त्याला ओळखतो?''

''हा एक बॉलिवूडचा अभिनेता आहे. एके काळी तो टॉपला होता. नंबर एक. आताचं माहिती नाही. कदाचित अजूनही तो टॉपला असेल.''

''नाही सर!'' राजेश त्यांना अडवत म्हणाला, ''सध्या त्याची लोकप्रियता ओसरली आहे आणि त्याच्याकडे सध्या एकही चित्रपट नाही, अशी माझी माहिती आहे.''

''असेल किंवा नसेल. त्याच्याशी मला काहीही कर्तव्य नाही, राजेश. मुळामध्ये या इसमाचं चारित्र्यच काय आहे याची मला यत्किंचितही माहिती नाही. मग मी त्याचं हनन करण्याचा प्रश्नच कुठं येतो? हा जो कोणी करुण कपूर आहे...''

''करुण नाही, वरुण.''

''जो कोणी असेल तो. त्याची तक्रार तरी काय आहे?''

''तुमच्या पुस्तकामध्ये तुम्ही त्याची बदनामी केली आहे आणि तुमच्या पुस्तकातल्या सगळ्या केसेस तुम्ही आमच्यासाठी म्हणजेच पोलिसांसाठी सोडवलेल्या असल्यामुळे या बदनामीत अप्रत्यक्षपणे का होईना आमची तुम्हाला साथ आहे.''

''माझ्या पुस्तकात? मला तरी या वरुण कपूरच्या केसचा उल्लेख केल्याचं आठवत नाही. प्रूफरीडिंग करताना तसं बारकाईनं वाचलेलं आहे मी ते पुस्तक परत. तरीही कदाचित माझ्या नजरेतून सुटलं असेल; पण अमृतराव, तुम्ही आणि वहिनींनीही ते वाचलंय ना. मग तुम्हाला त्याच्या केसचा काही उल्लेख सापडला का?''

''नाही. मलाही तसं काही पाहिल्याचं आठवत नाही; पण मी ते इतक्या

तपशीलवार वाचलेलं नाही. उडतउडत चाळलंय; पण आता बारकाईनं वाचेन.''

''मात्र, एक शक्यता आहे. मी सगळ्याच केसेसमध्ये त्यात गुंतलेल्या व्यक्तींची नावं घेतलेली नाहीत. काही केसेस मी नावं न घेता किंवा ती बदलून उद्धृत केलेल्या आहेत. त्यातली एखादी त्याची असण्याची शक्यता आहे. होती तरी काय केस त्याची?''

''आपल्या घरातल्या मोलकरणीवर...''

''...मोलकरीण नाही, सर, हाउसकीपर.''

''हो हाउसकीपर. थँक्स राजेश. बरी आठवण केलीस. नाहीतर उद्या ती बाई आपली बदनामी झाल्याची तक्रार घेऊन हजर व्हायची!''

अमृतरावांनी त्यांच्या नकळत नर्मविनोद केल्याचं पाहून ते जरा रिलॅक्स झाल्याचं कौशिकांनी ताडलं. तेही जरा आरामात पहुडले. खिशातला पाइप त्यांनी बाहेर काढला आणि त्यात तंबाखू भरायला सुरुवात केली.

''तो कोण तो तरुण, करुण, दारुण की कोण तो कपूर त्याच्या मोलकरणीचं काही सांगत होतात ना. ते काय?''

''तिच्यावर बलात्कार केल्याचा आरोप होता या नटावर. हाउसकीपर असल्यामुळे ती त्याच्याच घरात राहत होती. त्या वेळी एकदा दारूच्या नशेत त्यानं तिच्यावर बलात्कार केला होता. तिला मारहाणही केली होती.''

''पण तिनं काहीच प्रतिकार केला नाही? काही झटापट झाली नाही?''

''झाली ना. तिनं तसा आपल्याकडून जोरदार प्रतिकार केला. म्हणून तर त्याच्या चेहऱ्यावर चांगले ओरखडे पडले. तिच्या नखांमध्ये तिथल्या कातडीचे काही अवशेष सापडले.''

''म्हणजे त्याच्यावरचा आरोप सिद्ध करण्याइतका पुरावा मिळाला होता तर तुम्हाला. मग त्याला काय शिक्षा झाली? आणि आता तो बाहेर आहे म्हणजे सुटकाही झाली असावी.''

''सुटका झाली त्याची; पण कोर्टातच. त्याच्यावरचा आरोप सिद्ध होऊ शकला नाही.''

''काय सांगताय!'' पाइप पेटवण्यासाठी शिलगावलेली काडी तशीच जळत ठेवून कौशिकांनी विचारलं,

''पण त्याची सुटका झाली ना! मग मी त्याची बदनामी करण्याचा प्रश्नच कुठं येतो?''

''तेच तर नीटसं समजत नाहीय.'' राजेश म्हणाला. ''पण तुमच्या पुस्तकात तो दोषीच होता आणि त्याची झालेली सुटका वैध नाही असं म्हटलं गेलंय, असा काहीसा त्याच्या आरोपाचा मथितार्थ आहे.''

"पण मी जर त्याचा नावानिशी उल्लेखच केलेला नाही तर तो असं कसं म्हणू शकतो?"

यावर काही सांगण्यासाठी अमृतरावांनी तोंड उघडण्यापूर्वीच राजेश म्हणाला,

"सर मला तरी वाटतंय की, हा त्या वरुणचा पब्लिसिटी स्टंट असावा. सध्या त्याला कोणी फारसं विचारत नाही. आडबाजूला पडल्यासारखा झालाय तो; त्यामुळे पुन्हा एकदा काही करून चर्चेत यावं, या निमित्तानं मीडियाची नजर त्याच्याकडे गेली की, त्याला अनायासे प्रसिद्धी मिळेल. तीही पोलीस आणि डॉक्टर कौशिक यांच्याशी दोन हात करून. अशी काहीशी त्याची योजना असावी असा मला तरी संशय येतोय."

"तरीही राजेश, त्याच्या आरोपांची शहानिशा तर आपल्याला करायलाच हवी. आपण जर त्याबाबत काहीच ॲक्शन घेतली नाही तर ते आणखी एक निमित्त मिळेल त्याला. शिवाय आपण गप्प राहिल्याचं पाहून मीडियाही त्याच्या बाजूनं गदारोळ करेल."

"बरोबर आहे तुमचं अमृतराव. प्रथम माझ्या पुस्तकामध्ये मी नेमकं काय म्हटलंय ते पाहायला हवं. त्या करुण, नो नो वरुण नाही का, तर त्यानं नेमक्या कोणत्या उल्लेखानं त्याची बदनामी होतेय असं काही आपल्या तक्रारीत म्हटलंय का?"

"बरी आठवण केलीत. राजेश, काय म्हणतोय याबद्दल हा वरुण कपूर?"

आपल्या समोरची एक फाइल उचलून ती वाचत राजेश म्हणाला,

"पेजेस थ्री हन्ड्रेड ट्वेन्टी नाइन टू थ्री हन्ड्रेड फॉर्टी सेव्हन."

आपल्या डायरीत त्याची नोंद करत कौशिक म्हणाले,

"ठीक आहे; मी वाचेन तो भाग. तुम्हीही बघा अमृतराव आणि हो राजेश, तूदेखील जरा बारकाईनं वाच ते. त्याचं काय आहे मी ते इतक्यांदा वाचलंय की, आता ते वाचताना माझं तेवढंसं कॉन्सन्ट्रेशन होत नाही. शिवाय मीच लेखक असल्यामुळे काही तपशील माझ्या नजरेतून सुटण्याची शक्यता आहे. अमृतराव, तुम्ही आणि मी इतकी वर्षं एकत्र काम केल्यामुळे सबकॉन्शस्ली तुम्हीही थोडेसे बायस्ड होण्याची शक्यता नाकारता येत नाही. राजेश त्या मानानं अधिक ऑब्जेक्टिव्ह असू शकतो. शिवाय बारीकसारीक आणि वरवर वायफळ वाटणाऱ्या गोष्टीही त्याच्या नजरेतून सुटत नाहीत याची प्रचिती तुमच्या केसच्या वेळी आलीय ना आपल्याला."

"दॅट इज करेक्ट! तेव्हा राजेश, आज घरी जाता जाता त्या पुस्तकाची कॉपी विकत घे आणि ती वाचूनच ये उद्या."

"वन मोअर थिंग, अमृतराव. या कपूरच्या त्या केसची फाइल असेल ना?"

“असायला हवी. केस क्लोज झाल्यामुळे ती फाइल आता आर्काइव्हजमध्ये गेली असली पाहिजे; पण आणता येईल तिथून.”

“मग तीही जरा पाठवून द्या.”

यावर हो किंवा नाही काहीही न म्हणता अमृतरावांनी परत टेबलावरच्या पेपरवेटशी चाळा करायला सुरुवात केली. कौशिक थोडा वेळ त्यांच्याकडे तसेच पाहत राहिले अन् मग त्यांच्या कृतीचा अर्थ समजून तेच म्हणाले,

“आय सी! आता मी आरोपी आहे, नाही का? तेव्हा माझ्या हातात ती फाइल कशी द्यायची असा सवाल पडला असेल तुम्हाला.”

“आय ॲम सॉरी, कौशिक. पण...”

“...नो, नो, नो, डोन्ट बी सॉरी. तुमचं बरोबरच आहे अमृतराव. ती फाइल मला दिल्याची कुणकुण कुठून तरी त्या वरुणला लागली तर त्याचं भांडवल करून, पोलीस या सर्वांवर पांघरूण घालून स्वतःला आणि डॉक्टर कौशिकांना वाचवायचा प्रयत्न करताहेत असा बोभाटा करेल तो; पण राजेशला तर ती फाइल मिळू शकते ना?”

“ऑफ कोर्स! ही इज अ सर्व्हिंग ऑफिसर. शिवाय या केसमध्ये इन्व्हेस्टिगेशन करण्याची जबाबदारीही आहे त्याच्यावर.”

“झालं तर मग. ती फाइल तुम्ही त्यालाच द्या. तो ती वाचेल आणि माझ्या ज्या काही शंका असतील त्यांचं निरसन करेल आणि हो राजेश, तुला ते पुस्तक विकत घ्यायची काहीच गरज नाही. माझ्याबरोबर चल, मीच तुला माझ्याकडची स्पेअर कॉपी देतो. शिवाय ती कॉपी माझ्याकडून घेण्यासाठीच तू माझ्याबरोबर आलास हेही रेकॉर्ड होऊ दे. म्हणजे आरोपीशी पोलीस जास्तच सलगी करताहेत असा आरोप नाही व्हायचा.”

“तशी सगळी काळजी घ्यायलाच हवी. कमिशनरांनीही ही बाब अतिशय सेन्सिटिव्ह असल्याची जाणीव करून दिली आहे आणि त्यापायी जपून जपून पावलं टाकायची ऑर्डरही.”

“मला त्यात काहीच आक्षेपार्ह आढळलं नाही.” कौशिक म्हणाले. ते, अमृतराव आणि राजेश पुस्तक वाचून आल्यावर चर्चा करत होते. “तुम्ही सांगितलेल्या पानांवर तर मी डीएनए फिंगरप्रिंटिंग या तंत्राविषयी सविस्तर चर्चा केली आहे.”

“त्यावरूनच त्या वरुण कपूरनं हा आरोप केला असावा.”

“पण कोर्टानं त्याची सुटका केल्यानंतर त्याला हे उकरून काढायची गरजच काय?”

“त्या भागामध्ये सर, तुम्ही त्या ओ जे सिम्प्सनच्या केसचा उल्लेख केला

आहे. त्या निमित्तानं डीएनए फिंगरप्रिंटिंग टेस्टसंबंधी उलटसुलट चर्चा केली आहे.''

''हो; पण ती सगळी तात्त्विक चर्चा आहे. त्याच्याशी या कपूरचा काय संबंध?''

''कोर्टानं अशा तात्त्विक बाबीवरच त्याची सुटका केली आहे बहुतेक; त्यामुळे कदाचित...''

''त्याचंच मला आश्चर्य वाटतंय. तुम्ही डीएनए फिंगरप्रिंटिंगचा एव्हिडन्स कोर्टात सादर केला असेलच ना. तुम्ही त्या मुलीच्या योनीमार्गातल्या, अंगावरच्या, कपड्यांवरच्या वीर्याच्या डागांची तपासणी केलीच असेल ना. त्यातलं डीएनए आणि त्याच्या वीर्याच्या नमुन्यातलं डीएनए यांची तुलना केलीच असेल ना.''

''हो केली. त्या डीएनएचे फिंगरप्रिन्ट्स मॅचही झाले.''

''दॅट्स इट! आणि तरीही कोर्टानं त्याची सुटका केली.''

''हो कारण तिच्याशी संभोग केल्याचं त्यानं मान्यच केलं. नाकारलं नाही; पण तो परस्परसंमतीनं, राजीखुशीनं झाल्याचं त्याचं म्हणणं होतं; त्यामुळे वीर्याचे फिंगरप्रिंट्स मॅच होऊनही बलात्कार केल्याचं सिद्ध होऊ शकलं नाही. परस्परसंमती नव्हती असं त्या मुलीनं म्हटलं असलं तरी इट वॉज हिज वर्ड अगेन्स्ट हर्स. त्यातून निर्णायक काहीच पुढं येत नव्हतं.''

क्षणभर कोणीच काही बोललं नाही.

''पण तुम्हाला त्या मुलीच्या नखांमध्ये काही कातडीचे अंश सापडले होते. त्यांचं काय?''

''त्या पायीच तर केसचा निकाल त्या कपूरच्या बाजूनं लागला, कारण त्या तुकड्यातलं डीएनए आणि या कपूरचं डीएनए मॅच झालं नाही.''

''नाही? हे कसं काय झालं? तुम्ही क्रॉस मॅचिंग केलं असेलच ना!''

''हो तर. तुम्ही त्या गंगा-जमनी केसमध्ये त्याची जाणीव करून दिलेली आम्ही विसरलो नाही. म्हणून तर त्याच्या रक्ताचं डीएनए, वीर्याचं डीएनए, त्या मुलीच्या योनीमार्गात सापडलेल्या वीर्याचं डीएनए, कपड्यांवरच्या डागांमधलं डीएनए आणि नखांमध्ये सापडलेल्या कातडीच्या तुकड्यांचं डीएनए सगळ्यांचे नमुने घेतले होते आणि त्या सर्वांची एकमेकांशी तुलना करून पाहिली होती.''

''आणि बाकी सर्वांचं मॅचिंग झालं; पण त्या कातडीच्या तुकड्यातलं डीएनए आणि कपूरच्या रक्ताचं किंवा वीर्याचं डीएनए वेगवेगळं होतं?''

''एक्झॅक्ट्ली!''

''आय सी! पण मग आता त्याची तक्रार काय आहे?''

''तेच तर कळायला मार्ग नाही.''

"सर, मला असं वाटतंय की," इतका वेळ केवळ त्या दोघांमधलं संभाषण गपचूप ऐकत बसलेला राजेश म्हणाला, "तुम्ही त्या सिम्पसनच्या केसचा उल्लेख करून..."

"एक मिनिट, एक मिनिट." अमृतराव मध्येच ओरडले. "हा सिम्पसन कोण? आणि त्याची केस आपण कधी हाताळली होती?"

"ती केस आपण नव्हतीच हाताळली सर. ती केस अमेरिकेतली होती."

"पण होती तरी काय?"

"हा ओ जे सिम्पसन अमेरिकेतला आघाडीचा फुटबॉल खेळाडू होता. सेलेब्रिटी होता. त्यानं गडगंज पैसा कमावला होता. अन्य सेलेब्रिटींची जशी एखाद्या प्लेबॉयसारखी लाइफस्टाइल असते, तशीच त्याचीही होती. त्याच्यावर आपल्याच प्रेयसीचा खून केल्याचा आरोप होता. सगळे पुरावेही त्याच्या विरोधात होते. निर्णायक पुरावा डीएनए फिंगरप्रिंटिंगचा होता. तोही खरंतर त्याच्या विरोधात होता; पण त्याच्या वकिलानं मोठ्या शिताफीनं त्या टेस्टच्या विश्वासार्हतेवरच हल्ला केला. ती टेस्ट शंभर टक्के, टोटली फूलप्रूफ आहे का असा सवाल त्यानं केला. आता कोणतीही वैज्ञानिक चाचणी तशी निर्भेळ असत नाही. वैज्ञानिकच कशाला, कोणतीच चाचणी तशी असत नाही. त्यात चूक होण्याची संभावना कमी असली तरी, नगण्य असली तरी; अगदी शून्य नसते. तशीच या टेस्टचीही गत होती. लाखातून एखादी चूक असण्याची शक्यता असल्याचं वैज्ञानिकांनी सांगितलं; पण त्यावरच भर देत वकिलानं त्याच्या विश्वासार्हतेविषयी शंका घेतली. तसं त्या वेळी हे सगळं तंत्रच नवीन होतं. न्याययंत्रणेलाही त्याची पुरेशी माहिती नव्हती; त्यामुळे न्यायमूर्तींवर वकिलाच्या युक्तिवादाचा प्रभाव पडला आणि पुरेशा पुराव्याअभावी त्यांनी सिम्पसनची सुटका केली."

"नंतर त्यावर बरंच चर्वितचर्वण झालं. न्यायालयानं चुकीचा पायंडा पाडला असंही म्हटलं गेलं. कालांतरानं सगळ्यांना त्या टेस्टचं महत्त्व पटलं. वैज्ञानिकांनीही ती अधिक अचूक बनवली. आज ती विश्वासार्ह मानली जात आहे असंच मी म्हटलंय आणि तिच्याच आधारावर जर या कपूरची सुटका झाली असेल तर मी त्याची बदनामी कशी काय केली?"

"हो पण ती विश्वासार्ह नसल्याचं त्या सिम्पसनच्या वकिलाचं आर्ग्युमेन्ट तुम्ही तपशीलवार दिलंय; त्यामुळे आपली सुटका अशा संदिग्ध पुराव्यावर केली गेलीय असं तुम्ही सुचवताय, असा त्याचा दावा असावा."

"पण हा तर बादरायण संबंध झाला. ओढूनताणून बांधलेली आवळ्या-भोपळ्याची मोट झाली, राजेश."

"म्हणूनच तर मला हा एकूण सगळा त्याचा पब्लिसिटी स्टंट असावा असं

वाटतंय सर.''

''असेलही. तरीही आपण त्यावर विसंबून राहून चालणार नाही. आपल्याला त्याच्या आरोपांची खोलवर शहानिशा करून, त्याचं खंडन केलंच पाहिजे. नाहीतर मीडियाही त्याच्याच बाजूनं राहून, आपल्यावर आपण स्वतःला आणि आपल्या मित्र-मंडळींना वाचवण्याचा प्रयत्न करतोय असा आरोप केला जाईल. बराच काळ हे प्रकरण चिघळत ठेवलं जाईल. ते टाळायलाच हवं.''

यावर काहीतरी बोलण्यासाठी राजेश तोंड उघडणार तोच अमृतरावांनी नेत्रपल्लवी करत त्याचं लक्ष कौशिकांकडे वेधलं. ते समाधिस्थ झाले होते. त्यांच्या पाइपमधून धुराचे भलेमोठे लोट बाहेर पडत होते. ते कोणत्या तरी विचारात गुंग होऊन गेल्याची ती निशाणी होती.

अमृतरावांनी ती संधी साधत कॉफी मागवली. गरम घुटके घेत, तिची लज्जत चाखत त्यांचीही ब्रह्मानंदी टाळी लागणार तोच गर्रकन वळत आपला पाइप अमृतरावांवर रोखत कौशिक म्हणाले,

''पुरावे!''

दचकलेल्या अमृतरावांनी घाईघाईनं तोंडातला कॉफीचा घोट गिळला. त्यापायी लागलेल्या ठसक्यानं त्यांच्या हातातल्या कपातली थोडी कॉफी खाली सांडली. ती त्यांच्या पँटवर पडण्यापासून ते थोडक्यात बचावले. त्या सगळ्यातून ते सावरताच त्यांनी विचारलं,

''पुरावे? त्यांचं काय?''

''त्यांची छाननी करायला हवी.''

ती तर केव्हाच केलीय. आता नव्यानं आणखी कसली छाननी करणार, असं विचारायला अमृतराव पुढं सरसावणार तोच कौशिक तसेच झटकन उठत निघूनही गेले. राजेश आणि अमृतराव 'आ' वासून कौशिक गेलेल्या दिशेकडे पाहतच राहिले.

कौशिक गेले ते गायबच झाले. त्यांचा फोन लागत नव्हता. धोंडिबाही फक्त ते बाहेरगावी गेल्याचंच सांगत होता. ते कुठं गेले आहेत, कधी परतणार आहेत, त्याला काहीही माहिती नव्हती. उलट तोच त्या प्रश्नांची उत्तरं मिळवण्याच्या खटपटीत होता.

अमृतराव चिडले. ही कौशिकांची नेहमीची खोड होती याची त्यांना कल्पना होती. मध्येच ते असे अज्ञातवासात जात. कोणाशीही कसलाही संपर्क ठेवत नसत आणि मग गेले तसे अकस्मात धूमकेतूसारखे उगवतही असत; पण आल्यानंतर मात्र हातातल्या केसचा गुंता त्यांनी बहुतांश सोडवलेला असे. त्या एका आशेवरच अमृतराव स्वतःवरच चडफडत गप्प राहत. आताही तसंच होईल अशी त्यांची

अपेक्षा होती; पण जसजसे दिवस जात चालले तसा त्यांचा धीरही सुटत चालला होता. या वेळी पोलीस खात्याचीच कसोटी आहे, त्याच्या विश्वासार्हतेवरच घाला घातला जाणार आहे, याची कौशिकांना पूर्ण कल्पना होती. त्यांना स्वतःच्या प्रतिष्ठेची पर्वा नसली तरी स्वतःबरोबर पोलीस खात्यालाही खड्ड्यात पाडणं त्यांना शोभलं नसतं. कमिशनरही दररोज वरुण कपूरच्या केसचं पुढं काय झालं याची विचारणा करत होते, कारण तोही दररोज तेच विचारत होता. आता तर त्यानं अल्टिमेटमच दिला होता. पुढच्या दोन-चार दिवसांत जर पोलीस खात्यानं काही हालचाल केली नाही तर तो सरळ कोर्टात जाणार होता. मीडिया तर काय अशा खळबळजनक बातमीच्या शोधातच असतं. त्यांना आयतंच खाद्य मिळेल.

"गेलेत तरी कुठं हे?" अमृतराव राजेशला विचारत होते. खरंतर हा प्रश्न ते स्वतःलाच करत होते. "इथं आमच्या गळ्याला तात लावून भटकताहेत हे जगभर. पुरावे असं म्हणून ते जे निघून गेले त्यानंतर त्यांचं दर्शनच नाही. आता पुरावा काय इथं सोडून दुसरीकडे कुठं मिळणार आहे!"

राजेश गप्पच होता. तो तरी काय सांगणार! मात्र, तो अमृतरावांइतका हवालदिल झाला नव्हता. कौशिक जरा विक्षिप्त असले तरी बेजबाबदार नाहीत याची त्याला पूर्वीच्या अनुभवावरून खात्री वाटत होती. वरवर विसंगत वाटणाऱ्या त्यांच्या हालचाली, कृती तर्कसंगतच असतात. फक्त त्यातली संगती इतरांच्या सहजासहजी ध्यानात येत नाही, असंच त्याला वाटत होतं.

तसंच काहीसं सांगून अमृतरावांना तो दिलासा देणार तोच त्यांच्या टेबलावरचा इंटरकॉम वाजला.

"काय आहे?" स्वतःच्याच चिंतेत गर्क झालेल्या अमृतरावांनी थोडंफार चिडतच विचारलं.

"सर डॉक्टरसाहेब आलेत." त्यांच्या सेक्रेटरीनं सांगितलं.

"त्यांना सांग, वेळ नाही म्हणून. मी बिझी आहे."

सेक्रेटरी आपल्या कानांवर विश्वास न बसून फोनकडे पाहतच राहिली. गेले काही दिवस जवळजवळ दर अर्ध्या तासांनी ते तिच्याकडे कौशिकांचा काही फोन आला होता का? अशी विचारणा करत होते आणि आता ते आले आहेत तर त्यांना घालवून द्यायला निघालेत हे.

त्यांच्या रागाची पर्वा न करता परत एकदा प्रयत्न करण्याचा विचार करून तिनं त्यांचा नंबर फिरवला. त्यांनी काही विचारण्याआधीच ती म्हणाली,

"सर, डॉक्टर कौशिक आले आहेत."

"मग त्यांना ताबडतोब आत पाठवून दे. बाहेरच काय उभं करून ठेवलंयस?"

"होतात कुठं इतके दिवस?" त्यांना बसायचीही उसंत न देता अमृतरावांनी

सरबत्ती सुरू केली. गेल्या काही दिवसांत आलेल्या फ्रस्ट्रेशनपायी ते ताडताड बोलत होते. कौशिक शांत होते. अमृतरावांच्या कोंडून राहिलेल्या रागाचा निचरा होईपर्यंत ते काहीच बोलले नाहीत.

"हैदराबादला गेलो होतो. या दिवसांत तिथं सीताफळाचा सीझन असतो. काय एकेक सीताफळं मिळतात. मोठी, गरगरीत आणि भरपूर गर असलेली. आणलीत मी काही. पहिल्यांदा तुमच्या घरी जाऊन वहिनींना ती द्यावीत असा विचार करत होतो तर धोंडिबानं सांगितलं की, तुमचे सतत फोन येत होते. म्हणून इथं आलो. बोला, काय एवढं अर्जंट काम काढलंत?"

अमृतराव आणि या वेळी राजेशही त्यांच्याकडे अवाक होऊन बघतच राहिले. असा कसा हा गृहस्थ! इतर वेळचं सोडा; पण या वेळी स्वतःवरच अनवस्था प्रसंग गुदरलाय याचीही चिंता नाही याला. काहीच झालं नाही असं वागतोय आणि हैदराबादच्या सीताफळांचा गोडवा सांगतोय. इथं आमचं तोंड कडू झालंय ते काय सीताफळं खाऊन गोड होणार आहे?

"आणि हो तिथं एक फिल्म म्युझियमही आहे. आजवर रिलीज झालेल्या सर्व चित्रपटांच्या डिजिटल कॉपीज आहेत त्या म्युझियममध्ये. मला तिथंच या तुमच्या वरुण कपूरचे आजवरचे सर्व चित्रपट पाहायला मिळाले. तो टॉपचा अभिनेता होता असं म्हणता तुम्ही. मला तरी त्याचा अभिनय काही विशेष आवडला नाही; पण तरुणवर्गात तो इतका का प्रिय आहे याचं रहस्य मात्र उलगडलं."

यावर अमृतराव किंवा राजेश काय म्हणून विचारतील अशी कौशिकांची अटकळ असली तरी ती मात्र पूर्ण झाली नाही. दोघेही गप्पच राहिले. अमृतराव मात्र मनातल्या मनात धुमसत असावेत असं कौशिकांना वाटून गेलं.

"काय म्हणून नाही विचारलंत? पण सांगतोच. आज त्याचं वय काय असेल अमृतराव?"

"मला नाही माहिती आणि त्याच्या वयाशी आपल्याला काय करायचंय, आपल्याला---"

"एकूणपन्नास." राजेश हळूच म्हणाला.

"ऑन द डॉट. करेक्ट; पण आजही तो त्याच्या पहिल्या चित्रपटात दिसतो तेवढाच तरुण दिसतो. म्हणून तर तो त्याच्या निम्म्या वयाच्या अभिनेत्रीबरोबर रोमान्स करत असतो. आता व्यायाम वगैरे करून त्यानं शरीरसंपदा कमावलीय, काय म्हणतात ती सिक्स पॅक बॉडी मिळवलीय हे खरं; पण चेहऱ्यावरच्या सुरकुत्यांचं काय! वयोमानानुसार त्यांचं जाळं चेहऱ्यावर पसरायलाच हवं. मेकअप करूनही ते संपूर्णपणे झाकता येत नाही. म्हणूनच तर तो तरुण पिढीला अजूनही आकर्षित करू शकतो."

"कौशिक, तुम्हाला कशाचंच काही भान नाही का हो? इथं आणीबाणीची परिस्थिती आहे, तुमच्या प्रतिष्ठेचे धिंडवडे निघायची वेळ आलीय आणि तुम्ही त्या फालतू नटाचे सिनेमे पाहण्यात दहा-बारा दिवस घालवता. त्याच्या चेहऱ्याला काय सोनं लागून गेलंय की, तुम्ही त्याचं एवढं कौतुक करताय! जहन्नममध्ये गेला तो नट आणि त्याचा तो चेहरा."

"पण झालंय काय एवढं वैतागायला अमृतराव?"

यावर अधिकच चिडलेल्या अमृतरावांच्या तोंडून शब्दच निघेना, तेव्हा राजेश हळूच म्हणाला,

"सर त्या वरुण कपूरचीच केस. तुमच्यावर अब्रूनुकसानीचा दावा ठोकलाय त्यानं. आठवतंय ना!"

"ओ! हो, हो, ती केस नाही का! त्यासंबंधीचे सगळे पुरावे तुम्ही नजरेखालून घातले असतीलच."

"हो पुरावे. इथून गायब होण्यापूर्वी तुम्ही हेच बोलला होतात. पुरावे. त्यांचं काय"

"राजेशनं ती फाइल वाचलीय. त्यातला जो तपशील त्यानं सांगितला त्यावरून या वरुण कपूरनं आपल्या मोलकरणीवर, नाही नाही, हाउसकीपरवर बलात्कार केल्याचा आरोप त्याच्यावर होता. त्या वेळी त्या मुलीनं जोरदार प्रतिकारही केला होता. त्याच्या चेहऱ्यावर तिच्या नखांचे ओरखडे उठले होते. तिच्या नखांमध्ये त्याच्या चेहऱ्याच्या कातडीचे काही अंश अडकून राहिले होते. तुम्ही याची शहानिशा करताना सगळी डीएनए सॅम्पल्स घेतलीत आणि क्रॉस मॅचिंग केलंत. हा सगळा पुरावा सादर करूनही कोर्टानं त्याची सुटका केली, कारण त्या नखांमधल्या तुकड्याचं डीएनए त्याच्या रक्तातल्या डीएनएशी मॅच झालं नाही. बरोबर?"

"अगदी शंभर टक्के बरोबर!"

"याच पुराव्याची जरा छाननी करू या. तुमच्याकडे त्या मुलीच्या योनीमार्गातल्या वीर्याच्या आणि तिच्या कपड्यांवर पडलेल्या वीर्याच्या डागांचे नमुने होते. तसंच तिच्या नखांमधल्या कातडीच्या अंशाचे. या सर्वांचं क्रॉसमॅचिंग तुम्ही केलंत. म्हणजे त्या वीर्यातल्या आणि डागांमधल्या डीएनएचं त्याच्याकडून मिळालेल्या वीर्यामधल्या डीएनएशी मॅचिंग केलंत. ते बरोबर निघालं. याचा अर्थ त्या दोघांमध्ये समागम झाला होता."

"हो आणि मी हेही सांगितलं होतं की, तो परस्परसंमतीनं झाल्याचा त्याचा दावा आहे."

"ते खरं मानायचं तर त्याच्या चेहऱ्यावर उठलेल्या ओरखड्यांचं काय? तिनं प्रतिकार केल्याशिवाय ते कसे उमटले?"

“त्याचं म्हणणं असं की, सुखाच्या परमावधीच्या वेळी तिनं दिलेला तो नखाग्रांचा प्रसाद होता. बायका अशा क्षणी किंचाळतात, चावतात किंवा नखानं ओरखडे काढतात अशी एका सेक्सॉलॉजिस्टची साक्षही काढली त्यानं.”

“ते खरंही आहे; पण अशा वेळी उमटलेली नखाग्रं सहसा पाठीवर उमटतात. कारण दोघांनी घट्ट मिठी मारलेली असते. चेहऱ्यावर असे ओरखडे उमटल्याची काहीच उदाहरणं नाहीत. तरीही आपण वादाकरता ते मान्य केलं तर मग त्या ओरखड्यांमध्ये तिचं डीएनए सापडायला हवं. तसंच त्याच्या चेहऱ्याच्या कातडीतलं डीएनए आणि तिच्या नखांमध्ये सापडलेल्या कातडीच्या तुकड्यांमधलं डीएनए मॅच व्हायला हवं.”

“पण ते झालेलं नाही. त्या तुकड्यांमधलं डीएनए आणि त्याचं डीएनए मॅच झालं नाही.”

“मग ती कातडी कोणाची? तिथं दुसरं कोणी होतं आणि त्यानंही तिच्यावर बलात्कार करण्याचा प्रयत्न केला असं मानायचं तर त्या वेळी तिथं दुसरं कोणी असल्याचा कसलाच पुरावा नाही. त्या मुलीनंही तसं काही म्हटलेलं नाही. त्याचं काय म्हणणं आहे यावर?”

“तो म्हणतो की, तो दारूच्या नशेत शुद्ध हरपून पडला होता; त्यामुळे नंतर काय झालं याची त्याला काहीच कल्पना नाही.”

“तरीही तुमचं क्रॉसमॅचिंग अपुरं राहिलंय. तुम्ही त्या कातडीच्या तुकड्यातल्या डीएनएची चाचणी त्याच्या रक्तातल्या डीएनएशी आणि वीर्यातल्या डीएनएशी केलीत; पण त्याच्या चेहऱ्यावरच्या कातडीतल्या डीएनएचा नमुना तुम्ही घेतलाच नव्हतात; त्यामुळे संपूर्ण क्रॉसमॅचिंग झालेलं नाही; त्यामुळेच त्याच्या वकिलाला ती पळवाट सापडली.”

“मागे तुम्ही ती गंगा-जमनी केस सॉल्व्ह केली होतीत, तेव्हा एखाद्या व्यक्तीच्या रक्ताचं डीएनए आणि त्याच्या वीर्याचं डीएनए वेगवेगळं असू शकतं हे दाखवून दिलं होतंत. मग आता काय रक्ताचं डीएनए आणि चेहऱ्याच्या कातडीचं डीएनए वेगवेगळं असणार आहे? त्या वेळी निदान बोन मॅरो ट्रान्सप्लान्ट केल्यामुळे रक्ताचं डीएनए वेगळं झालं होतं. आता काय त्याच्या चेहऱ्यावर दुसऱ्याच कोणाच्या कातडीचं ट्रान्सप्लान्ट केलंय की काय?”

“पण सर तसं असतं तर त्याचा चेहरा बदलला जायला हवा. तो तर जसाच्या तसाच आहे. आताच कौशिक सर म्हणाले त्याप्रमाणे पूर्वीसारखाच तरुण तरतरीत आहे. मग त्याचं डीएनए वेगळं कसं असेल?”

“एक्झॅक्ट्ली! बरोबर बोललास राजेश. मलाही तेच म्हणायचंय.”

यावर काहीही न बोलता कौशिक आपल्या तंद्रीत गेले. त्यांच्या पाइपमधून

धुराचे लोट मात्र बाहेर पडत होते. तो त्यांनी भरला कधी, पेटवला कधी आणि ओठात ठेवला कधी हे अमृतरावांना कळलं नाही की राजेशला.

"पुरावे!" नेहमीप्रमाणे आपल्या तंद्रीतून अकस्मात जागं होत, गर्रकन वळून आणि पाइप त्या दोघांवर रोखत कौशिक म्हणाले. मात्र, या वेळी ते दचकले नाहीत.

"पुरावे? गेल्या वेळीही तुम्ही हेच म्हणाला होतात. आणि गायब झाला होतात. आताही तसेच कुठं जाणार असाल तर त्यापूर्वीच सांगा; त्या पुराव्यांचं काय?"

"पुरावे सगळे नव्यानं गोळा करायला हवेत."

"नव्यानं? कसं शक्य आहे? आता इतक्या वर्षांनंतर ते कसे काय मिळतील आपल्याला?"

"नाही, तसं तुमचं बरोबर आहे. इतक्या वर्षांनंतर त्या मुलीकडून पुरावे मिळवता येणार नाहीत. म्हणजे तिच्या योनीमार्गातल्या वीर्याचे किंवा कपड्यांवरच्या डागांचे नमुने नाही मिळणार."

"आणि तिच्या नखात अडकलेल्या कातडीच्या तुकड्यांचेही नाही."

"तेही नाहीत; पण त्यांची तशी गरजही भासणार नाही, कारण त्या वेळी मिळवलेल्या त्यांच्यातल्या डीएनएचे फिंगरप्रिंट्स तुमच्या फाइलमध्ये असतीलच. आता या वरुण कपूरच्या रक्ताचे आणि वीर्याचे नमुने मिळवले की, त्यांच्यातल्या डीएनएचे फिंगरप्रिंट्स नव्यानं मिळवता येतील आणि हो, या वेळी त्याच्या चेहऱ्याच्या कातडीचे नमुनेही मिळवायला हवेत. त्यांचं डीएनएही तपासायला हवं. ते क्रॉस मॅचिंग करायला हवं."

"ते खरंय. तसं केल्यानं पुरावे कम्प्लीट होतील. त्यांच्यात कोणतीही त्रुटी उरणार नाही; पण यासाठी त्या कपूरनं नव्यानं ते नमुने द्यायला हवेत ना. तो त्यासाठी तयार होईल असं मला वाटत नाही. का व्हावं त्यानं तयार?"

"होईल तयार. म्हणजे करता येईल त्याला तयार. त्यानं तक्रार केलीच आहे तर परत नव्यानं टेस्टिंग केलं की, मग त्याच्या बाजूनं मिळालेल्या पुराव्यांविषयी काही संशयच राहणार नाही, असं त्याला सांगा. शिवाय या वेळी केवळ सरकारी लॅबोरेटरीवर विसंबून न राहता तो म्हणेल त्या ॲक्रेडिटेड प्रायव्हेट लॅबमधूनही आपण तपासणी करून घेऊ असं आमिष दाखवा त्याला. नाही तरी त्यानं मी त्या डीएनए टेस्टिंगच्या अचूकतेविषयी काही संभ्रम उपस्थित केल्यामुळे त्याची अप्रत्यक्षपणे बदनामी होतेय, त्याच्या झालेल्या सुटकेविषयी संशय निर्माण होतोय, असं त्याचं म्हणणं आहे ना? मग तीच शंका मिटवून टाकण्याची ही नामी संधी त्याला दिली जातेय, असं सांगा. ही मंडळी तशी व्हेन असतात, गर्विष्ठ असतात. या तुमच्या गळाला मासा लागेल बघा बरोबर."

"कदाचित लागेलही तुम्ही म्हणता तसा; पण त्या टेस्टचे निष्कर्षही पूर्वीसारखेच निघाले तर? उगीचच आपणहून तोहमत ओढवून घेतल्यासारखं होईल. ते म्हणतात ना, आ बैल मुझे मार, तशातली गत व्हायची."

"ती शक्यता नाकारता येत नाही; पण या वेळी आपण त्याच्या चेहऱ्याच्या कातडीच्या डीएनएची तपासणी करायचीय हे ध्यानात आहे ना?"

"तेच कसं शक्य होईल हे मला समजत नाहीय. तो नाही तयार व्हायचा त्याला. गेल्या वेळी ते घेतलं नव्हतं. मग या वेळी कशाला असा कांगावा करेल तो."

"करू त्याचीही काहीतरी व्यवस्था. तुम्ही त्याला इतर टेस्टसाठी विचारून तर बघा."

कौशिकांची अटकळच खरी ठरली. सुरुवातीला आढेवेढे घेतले वरुण कपूरनं; पण मग त्याच्या वकिलांनीही त्याची समजूत काढली. आता तर आपण ही केस जिंकणारच असं आश्वासनही दिलं; त्यामुळे तो तयार झाला. त्या वकिलांनीच एका प्रायव्हेट लॅबचा पत्ताही मिळवला. अमृतरावांनी आपलं काहीच ऑब्जेक्शन नाही असं म्हटल्यावर तर तो खूशच झाला.

"घ्या काय रक्त काढून घ्यायचं ते. माझं नाव क्लिअर होत असेल तर एवढं रक्त सांडायला मी तयार आहे." असा फिल्मी स्टाइलचा डायलॉगही बोलून घेतला तेवढ्यात त्यानं.

त्याच्या रक्तवाहिनीतून रक्त घेण्यासाठी आलेल्या टेक्निशियननं आपली सिरिंज व्यवस्थित काम करतेय हे चेक करण्यासाठी त्यात सलाइन घेत ते बाहेर टाकण्यासाठी ती सरळ उभी धरली आणि तिचा पिस्टन दाबला. त्याबरोबर त्यातून उडालेली सलाइनची चिळकांडी वरुणच्या चेहऱ्यावर उडाली. चिडून त्यानं त्या टेक्निशियनला एक अनपार्लमेन्टरी शिवी घातली. आपण पोलिसांबरोबर आहोत हेही तो विसरला. त्याच्या वकिलांनी ती आठवण करून देत त्याला आवरायचा प्रयत्न करेपर्यंत ती टेक्निशियन सॉरी सॉरी म्हणत पुढं झाली. हातातल्या कापसाच्या बोळ्यानं तिनं चेहरा स्वच्छ पुसून घेतला. घासूनपुसून साफ केला आणि मग ती सिरिंज बाजूला ठेवत दुसऱ्या सिरिंजनं त्याच्या रक्ताचा नमुना घेतला. त्याला वीर्याचा नमुनाही द्यायला लावला.

"सरकारी आणि खासगी, दोन्ही लॅबमधून रिपोर्ट आले की, मी बोलावेनच. त्या दिवशी डॉक्टर कौशिकांनाही बोलावेन. म्हणजे मग त्यांच्यासमोरच काय तो सोक्षमोक्ष होऊन जाईल."

"हां, हां, दूध का दूध और पानी का पानी. नही नही, सिमेन का सिमेन और

खून का खून.'' वरुणनं पुन्हा एकदा डायलॉगबाजी करण्याचा प्रयत्न करून पाहिला. वरवर हसल्यासारखं करत अमृतरावांनी त्याला निरोप दिला.

''तुमच्या सांगण्यावरून ही सॅम्पल्स घेतलीत परत. आता बघू या रिझल्ट्स काय येतात ते.''

''डोन्ट वरी, अमृतराव. आय ॲम प्रेटी कॉन्फिडन्ट दॅट एव्हरीथिंग विल बी रिझॉल्व्हड क्वाइट सॅटिसफॅक्टरिली.''

आणि रिझल्ट्स आले, तेव्हा अमृतरावही चक्रावले, कारण काही रिझल्ट्स पूर्वीसारखेच होते; पण त्या मुलीच्या नखात सापडलेल्या कातडीच्या तुकड्यातलं डीएनए जरी वरुण कपूरच्या रक्ताच्या किंवा वीर्याच्या डीएनएशी मॅच झालं नाही तरी त्याच्या चेहऱ्यावरच्या डीएनएशी मॅच झालं. अगदी परफेक्ट मॅच.

''हे कसं झालं! त्याच्या चेहऱ्याच्या कातडीचं डीएनए कसं मिळालं? आणि मुख्य म्हणजे ते त्याच्या रक्ताच्या डीएनएपेक्षा वेगळं कसं निघालं?''

''तुमच्या पहिल्या प्रश्नाचं उत्तर सोप्पं आहे. त्या दिवशी ती टेक्निशियन आपली सिरिंज तपासत असताना त्यातून ती सलाइनची चिळकांडी वरुण कपूरच्या चेहऱ्यावर उडाली होती. आठवतंय? ती सलाइनची चिळकांडी चुकून उडाली नव्हती. मी तिला तसं करायला सांगितलं होतं. त्यानंतर चेहऱ्यावरील सलाइन पुसून घेण्यासाठी तिनं कापसाचा बोळा वापरला; तोसुद्धा साधा नव्हता. केमिकली ट्रीटेड होता. तोंडाच्या आतल्या त्वचेवरून पेशी गोळा करण्यासाठी कॉटन बड वापरतात; तो जसा ट्रीटेड असतो तसाच. ती सलाइनची चिळकांडी पुसून घेताना तिनं जरा तो जोरानं घासला; त्यामुळे त्याच्या चेहऱ्याच्या त्वचेवरच्या पेशींचे नमुने मिळाले. त्यातूनच मग डीएनए वेगळं काढून ती टेस्ट केली गेली, तेव्हा आता आपण राजीखुशीनं समागम केला हा त्या कपूरचा दावा खोडून काढता येईल.''

''पण ते डीएनए वेगळं कसं?''

''त्याच्या दोन शक्यता आहेत. एक म्हणजे मोझेकिझम. तुम्हाला गोधडी माहिती आहे ना! तिच्यात कसे वेगवेगळे तुकडे एकत्र जोडलेले असतात. प्रत्येक तुकडा वेगळा; पण तो त्या गोधडीत एकसंधरीत्या गुंतलेला असतो. तसंच काहीजणांच्या शरीरातल्या निरनिराळ्या अवयवांचं डीएनए वेगवेगळं असून त्यांची एकाच शरीरात गुंफण झालेली असते. तसा हा अपवादात्मक प्रकार आहे. तसा अपवाद निसर्गानं या वरुण कपूरच्या बाबतीत केला असण्याची शक्यता नाकारता येत नाही; पण मला दुसरीच शंका येतेय. त्याचं काय आहे अमृतराव, ही सेलेब्रिटी मंडळी आपल्या ॲपिअरन्सबद्दल जरा जास्तच जागरूक असतात. आपण चिरतरुण राहावं अशीच त्यांची धडपड असते. त्यापायी ते सतत फेशियल, प्लास्टिक सर्जरी करत राहतात. तो मायकेल जॅक्सन होता ना प्रख्यात गायक, त्यानं तर आपल्या

नाकावर इतक्या वेळा प्लास्टिक सर्जरी केली होती की, त्याचं हाड एकदम ठिसूळ झालं होतं. जराशा धक्क्यानंही ते तुटून पडलं असतं असंच त्याचे डॉक्टर सांगत होते. या वरुण कपूरलाही तोच रोग जडलाय. मी म्हणालो नव्हतो का पहिल्या चित्रपटात तो जितका तरुण दिसत होता तितकाच आता वाढत्या वयातही दिसतोय. ती काही निसर्गाची किमया नक्कीच नाही, कारण चेहऱ्याच्या कातडीवर सुरकुत्या पडणं स्वाभाविक आहे. मग याच्या चेहऱ्यावर त्या कशा नाहीत! त्याचं उत्तर शोधण्यासाठीच मी हैदराबादला गेलो होतो. तिथल्या डीएनए फिंगरप्रिंटिंग ॲन्ड डायग्नॉस्टिक सेंटरमध्ये. तिथल्या प्राध्यापक बालसुब्रमण्यमबरोबर मी चर्चा केली. त्यांनी सांगितलं की, आता आपल्या डीएनएमध्ये आपल्याला हवा तसा बदल घडवून आणता येतो. क्रिस्पर टेक्नॉलॉजी असं त्याचं नाव आहे.

"त्या तंत्रानं विशिष्ट जीन्समध्ये हवा तसा बदल करता येतो. त्याचा वापर मुख्यत्वे कर्करोगाला अटकाव करण्यासाठी केला जात असला तरी इतरही जीन्समध्ये बदल करता येतात. या वरुण कपूरनं आपल्या चेहऱ्यावर सुरकुत्या पाडणाऱ्या जीन्सचीच मुस्कटदाबी केली असणार ते तंत्र वापरून. तसं करणारी काही क्लिनिक्स आता अमेरिकेत आहेत. तिथंच उपचार करून त्यानं हा बदल घडवून आणला असणार. म्हणून तर त्याच्या चेहऱ्याच्या कातडीचं डीएनए त्याच्या रक्ताच्या किंवा वीर्याच्या डीएनएपेक्षा वेगळं आहे. साहजिकच ते त्या नखांमधल्या कातडीच्या तुकड्यातल्या डीएनएशी मॅच झालं नाही. त्याचाच फायदा त्या वरुण कपूरला मिळाला आणि त्याची पुराव्याअभावी सुटका झाली."

"पण, पण तो हे मान्य करणार नाही. आपल्याकडे असलेलं त्याच्या चेहऱ्याच्या कातडीचं सॅम्पल हे मुळात त्याचं नाहीच असा कांगावा करेल तो, कारण ते त्यानं दिलंच नव्हतं. याउलट तो, आम्ही म्हणजे पोलीस हा सगळा मामला रफादफा करण्याचा प्रयत्न करत आहोत याचा सबळ पुरावा आहे, असा आरडाओरडा करेल."

"ते तर अपेक्षितच आहे. त्यानं तसं केल्यास तुम्ही त्याला मग आता दे ते सॅम्पल म्हणजे मग संशयाला जागाच उरणार नाही असं सांगा आणि त्यानं जर ते द्यायचं नाकारलं तर मग त्यानं माझ्यावर टाकलेल्या केसमध्ये त्याच्या या नकाराचा वापर करून मी त्याची केस परत ओपन करण्याची मागणी करेन असंही त्याला सांगा. एवढंच नाही तर आपण अमेरिकेतल्या अशी जीनबदलाची ऑपरेशन्स करणाऱ्या क्लिनिक्सची यादी मिळवली आहे. इंटरपोलच्या माध्यमातून तिथल्या क्लाएन्ट्सची यादी मिळवत आहोत. त्यानं केलेल्या परदेशवारीचे तपशीलही मिळवले आहेत हे सांगा. त्यानं आपणहूनच तो कोर्टानं बंद केलेला पेटारा उघडला आहे. आता त्यातून असे गडे हुए मुरदे बाहेर आले तर त्याचा ठपका तो,

आपल्यावर कसा काय ठेवू शकतो?''

"मला वाटतं सर, हा युक्तिवाद बिनतोड ठरेल. वरुण कपूर चांगलाच कोंडीत सापडला आहे. यातून सुटका करून घेण्याचा मार्गच नाही आता त्याच्याकडे. कौशिक सरांनी स्वतःचा बचाव करता करता पुन्हा एकदा पोलीस दलाचीही एका शृंगापत्तीतून सुटका केलीय सर.''

"छे, छे, राजेश, मला नको याचं श्रेय देऊ. या अमृतरावांनीच नेमकी मल्लीनाथी करत आपल्याला दिशा दाखवलीय आणि आता बघ कसे नामानिराळे होऊ पाहताहेत. तुला आठवतं, तेच म्हणाले होते ना की, त्याच्या चेहऱ्याला काय सोनं लागलंय का? तर ते सोनं कशा प्रकारचं आहे, शुद्ध आहे की भेसळ केलेलं आहे याचाच छडा लावलाय मी. शिवाय ते असंही म्हणाले होते की, आ बैल मुझे मार अशातली गत. वरवर ते मला उद्देशून होतं असं भासवण्याचा प्रयत्न केला त्यांनी; पण ते बोलत होते वरुण कपूरच्या बाबतीतच. चांगली सुटका झाली होती त्याची. ती केस सगळे विसरूनही गेले होते. त्यानंच ती परत उकरून काढली आणि आता स्वतः रचलेल्या सापळ्यात स्वतःच सापडलाय. ही आ बैल मुझे मार अशातलीच गत नाही का!''

यावर राजेशही गप्प झाला. अमृतरावांच्या चेहऱ्यावर तर काही भावच नव्हते. जणू त्यांनीही क्रिस्पर टेक्नॉलॉजीचा वापर करून चेहरा निर्विकार करण्याची किमया साध्य केली होती.

■

कौशिक सुन्न होऊन पाहत होते. पाहत होते म्हणण्यापेक्षा ऐकत होते. तीच तीच चित्रं दाखवत राहिल्यामुळे त्यांचा अर्थ आणि संदर्भ दोन्हीही हरवले होते. ऐकण्याचं कार्यही कौशिक तसं मनापासून करत नव्हते. त्यांच्या कानावर पडत असलेल्या शब्दांपैकी काहीच त्यांच्या मेंदूपर्यंत पोहोचवले जात होते. बाकी सारं अळवावरचं पाणी...

आज सकाळचा फेरफटका जरा लवकरच आटोपला. नाश्ताही झाला. सकाळची वर्तमानपत्रं अजून आली नव्हती. काय करावं हे कळेना झाल्यामुळे कौशिकांनी सहज म्हणून टीव्हीचा रिमोट दाबला आणि पडद्यावर ही बातम्यांची मालिका सुरू झाली. ब्रेकिंग न्यूजच्या नावाखाली काहीतरी खळबळजनक बातम्या देण्याची परंपरा याही वाहिनीनं कायम राखली होती. तसं पाहिल्यास सगळ्याच बातम्या कोणत्या ना कोणत्या गुन्ह्यासंबंधीच्या होत्या. काही आर्थिक गुन्हे, काही सामाजिक गुन्हे, काही संभावित गुन्हे तर काही हिंसक गुन्हे. त्याविषयीही तसं म्हटलं तर काहीच तपशीलवार किंवा तर्कसंगत माहिती वाहिनीकडे नव्हती; त्यामुळे तेच तेच परत परत सांगितलं जात होतं. घटनास्थळी असलेला वार्ताहर वेगवेगळे शब्द वापरून तेच तेच सांगत होता. तीच तीच दृश्यं दाखवली जात होती. ती खरोखरच त्या घटनेची होती की दुसरीच कोणतीतरी होती, हेही शपथेवर कोणाला सांगता आलं नसतं.

तरीही कौशिक तो टीव्ही बंद करत नव्हते.

कारण त्यांपैकी एका बातमीत जयंत टिकेकरला अटक केल्याचं सांगितलं जात होतं. जयंतने आपल्याच ऑफिसमधल्या एका तरुणीची लैंगिक पिळवणूक केल्याचा आरोप त्याच्यावर

ठेवला गेला होता. त्याच्याच चौकशीसाठी पोलिसांनी त्याला त्याच्या राहत्या घरातून अटक केली होती. पोलीस एकाला अटक करून घेऊन जात असल्याचं दाखवलं जात होतं. त्यानं आपला चेहरा झाकून घेतला होता. पोलिसांच्या गराड्यामध्ये तो नीट दिसतही नव्हता; त्यामुळे तो खरोखरच जयंत टिकेकर होता की दुसराच कोणी हेही नसतं सांगता आलं. निवेदिका मात्र तो खतरनाक गुन्हेगार जयंत टिकेकरच असल्याचं वरचेवर ठासून सांगत होती.

कौशिकांचा आपल्या कानांवर विश्वासच बसत नव्हता. जयंत हा त्यांच्या मानलेल्या बहिणीचा मुलगा. बहीण मानलेली असली तरी संबंध सख्ख्या बहिणीसारखेच होते. दरवर्षी ती कौशिकांना राखी बांधत होती. कौशिक जयंतला त्याच्या लहानपणापासून ओळखत होते. त्यांच्या अंगाखांद्यावर तो खेळला होता. त्याच्या आयुष्यातल्या सगळ्या महत्त्वाच्या घटनांचे ते साक्षीदार होते. त्या घटनांमध्ये त्यांचाही सहभाग होता. आज जयंत स्वतःच्या ॲडव्हर्टायिजिंग कंपनीचा मालक होता. क्रिएटिव्ह डायरेक्टर होता. आता व्यवसायच जाहिरातींचा असल्यामुळे अनेक मॉडेल्स, अभिनेत्री यांच्याबरोबर त्याचा नेहमीच संबंध येत असे. त्यांच्याबरोबर तो साइट्सवर टूरसाठीही जात असे. त्यांच्याबरोबरचा त्याचा व्यवहार शुद्ध होता. आजवर कोणीच त्याच्याबद्दल कोणतीही शंका व्यक्त केली नव्हती. खुद्द शर्वाणीला, जयंतच्या बायकोलाही, त्याच्याविषयी संशय नव्हता. त्याच्या चारित्र्याबद्दल, चालचलणुकीबद्दल आजवर कोणीही, जाहीर नाही की खासगीत नाही, कसलाही संदेह व्यक्त केला नव्हता. वास्तविक जाहिरातींच्या या जगात गॉसिप होत भरपूर असे. होत्या-नव्हत्या त्या लफड्यांची चर्चा होत असे. त्यामध्ये अनेकांची नावं गोवली जात; पण जयंतचा तिथं कधीही उल्लेख झालेला नव्हता. त्याच्याबद्दल सर्वांनाच आदर होता.

तोच जयंत आपल्याच ऑफिसातल्या एक कलीगबरोबर असं काही वर्तन करेल याची कल्पनाही कौशिक करू शकत नव्हते. सेक्स्युअल हॅरसमेन्टची बाब काही तडकाफडकी होत नसते. काही काळ सतत तो प्रकार चालू असतो. संपूर्णपणे लपूनछपून असा व्यवहार करता येत नाही. काही गोष्टी तरी थोड्याफार उघडपणे होत असतात. निदान ती मुलगी तरी त्या आधी कोणाकडे बोललेली असते. अवघडलेल्या स्थितीतच ऑफिसमध्ये वावरते. ते तिच्या जवळच्या मैत्रिणींच्या, मित्रांच्या लक्षात आल्यावाचून राहत नाही. इथं तसा काही प्रकार असल्याचं निदान कौशिकांच्या ध्यानात तरी आलेलं नव्हतं. घरच्यांना काही अंधुक सुगावा लागला असला तर बाब वेगळी!

घरची मंडळी!

केव्हापासून आपल्याला कोणता प्रश्न छळत होता हे आता कौशिकांच्या ध्यानात आलं. खरेतर ही बाब जयंतच्या अटकेपर्यंत गेली तरी सरितानं, जयंतच्या

आईनं, आपल्याला काही कळवलं कसं नाही? त्याच्यावर असे आरोप होताहेत हे तिनं आपल्यापासून लपवून का ठेवलं? की आपण पोलिसांबरोबर असतो हे ठाऊक असल्यामुळे त्यांनी अळीमिळी गुपचिळी धारण करणंच पसंत केलं? वास्तविक याच्या उलट व्हायला हवं होतं. खरंखोटं काय आहे याची शहानिशा अजून व्हायचीच होती. अशा वेळी आपण पोलिसांच्या बरोबर असल्याचा झाला तर फायदाच होणार होता. मग सरिता आणि अनंतराव गप्प का बसले? त्यांनी नाही, शर्वाणीनं तरी आपल्याला कळवायचं होतं. निदान आपल्याला येऊन सांगायचं होतं. तीही आपल्याला चांगलीच ओळखते. जयंत जर खरोखरच गुन्हेगार असता तर कौशिकांनी त्याला वाचवायचा यत्किंचितही प्रयत्न केला नसता. त्यानं आपणहून सरेंडर व्हावं आणि आपल्या सगळ्या कृत्याची कबुली द्यावी असंच त्यांनी त्याला सुचवलं असतं; पण त्याच्यावर हे बालंट आणलं जातंय, तो निर्दोष आहे, अशी जर त्यांची खात्री झाली असती तर मात्र संपूर्ण ताकदीनिशी ते ठामपणे त्याच्या पाठीशी उभे राहिले असते.

आता परिस्थिती बदलली होती. जयंतला अटक झाली होती. चार्जशीट अजून तयार झालं नसेल; पण संशयित म्हणून त्याला पोलीस कस्टडीमध्ये तर ठेवलं गेलं होतंच. एक-दोन दिवसांत कोर्टापुढं उभं करून त्याला ज्युडिशियल कस्टडीत ठेवलं गेलं असतं. तसं झाल्यावर त्याला भेटणंही मुश्कील झालं असतं आणि आपल्याला तर काहीच माहिती नाही. ती मिळवायला हवी होती. नक्की काय प्रकार आहे ते सरिता, अनंतराव, शर्वाणी यांच्याकडून समजून घ्यायला हवं होतं आणि मग जमेल तसं जयंतकडून. निदान आरोपाचं स्वरूप तरी काय आहे हे आपल्या समजायला हवं होतं.

कौशिक उठले आणि तसेच कपडे करून ते बाहेर जायला लागले. टीव्ही अजूनही तसाच ऑन होता याकडेही त्यांचं लक्ष नव्हतं. मग धोंडिबानंच तो बंद केला. साहेब कुठं जाताहेत, केव्हा येणार, जेवायला असणार की नाही हे त्यांना अशा वेळी विचारण्यात अर्थ नसतो हे इतक्या वर्षांच्या सहवासामुळे धोंडिबा शिकला होता. सांगायचं असलं तर साहेब सांगतील ही खूणगाठ त्यानं मनाशी बांधली होती.

कौशिक उंबऱ्याबाहेर पडणार तोच फोन वाजला. घाईघाईनं तो उचलत कौशिकांच्या हाती देण्याची धावपळ धोंडिबानं केली. कौशिकांचं सारं लक्ष आता सरिताकडे जाण्यावर असल्यामुळे तो फोन घेण्याची त्यांची इच्छा नव्हती. धोंडिबाला तसं सांगण्यासाठी ते काही बोलणार तो धोंडिबाच म्हणाला,

"कुनी अनंतराव हाईत."

"अनंतराव? कोण अनंतराव?"

"काय की बा! इच्यारतो."

पण तेवढ्यात कौशिकांना अनंतराव कोण हे जाणवलं. आपण त्यांच्याकडेच जायला निघालो आहोत हे ध्यानात आलं. त्याबरोबर घाईघाईनं पुढं होत धोंडिबाच्या हातातून रिसीव्हर जवळजवळ हिसकावून घेत ते म्हणाले,

"हॅलो अनंतराव, मी तुमच्याकडे यायलाच निघालोय, तेव्हा फोनवर काही बोलण्यात वेळ घालवू नका. मी तिथं आल्यावर सविस्तर बोलूच."

रिसीव्हर तसा अधांतरीच सोडून कौशिक धावतच बाहेर पडले. समोर आलेल्या पहिल्या टॅक्सीत स्वतःला झोकून देत त्यांनी ड्रायव्हरला कुठं जायचं ते सांगितलं आणि आपला पाइप पेटवला. वास्तविक टॅक्सीमध्ये धूम्रपान करणं निषिद्ध असल्याची नोटीस तिथं चिकटवली होती. तिच्याकडे लक्ष वेधण्याचा ड्रायव्हरचा प्रयत्न निष्फळ ठरला होता, कारण तोवर पाइपातून धुराचे भपकारे वरवर चढत चालले होते. त्यांचा सुगंध मात्र ड्रायव्हरच्या नाकपुड्याही चाळवून गेला; त्यामुळे तो गप्पच राहिला. कौशिकांची विचारसमाधी भंग पावली नाही.

"सरिता, अनंतराव काय प्रकार आहे हा? मला आधीच का नाही सांगितलंत? आणि जयंत आहे कुठं आता? पोलीस कोठडीतच? बरं, शर्वाणी काय करतेय?" दरवाजातून आत शिरताशिरताच कौशिकांनी प्रश्नांची सरबत्ती सुरू केली. त्यांनी कोणाला काही बोलण्याची संधीच दिली नाही. त्यांचे सवाल संपेपर्यंत मग सगळे नाइलाजानं गप्पच राहिले.

'हा प्रकार इतक्या तडकाफडकी झाला की, काही सरळ विचार करायच्या मनःस्थितीतच राहिलो नाही आम्ही. आमची मनं बधिर झाली होती. एखादं स्वप्न पाहत असल्यासारखे आम्ही समोर होत असलेल्या घटनांकडे पाहत होतो. ध्यानीमनी नसताना पोलीस आले. त्यांनी जयंत कुठं आहे हे विचारलं. आपल्या खोलीतून तो बाहेर येताच त्याला बखोटीला धरून ते घेऊन गेले."

"पण त्याला का धरून नेताहेत, काय झालंय हे विचारलं नाही तुम्ही?"

"विचारलं ना! शर्वाणी तर त्याचा हात धरूनच थांबली होती आणि सोडायला तयारच नव्हती; पण तिला बाजूला सारत, काहीही न सांगता पोलीस त्याला घेऊन निघून गेले."

"आम्ही त्याच्या पाठोपाठ चौकीत गेलो, तेव्हा थोडंफार कळलं. बाकीचं सारं आताच वर्तमानपत्रातल्या या बातमीतून कळतंय. ती वाचताच मी तुम्हाला फोन केला."

"काय कळलंय, हे बातमीत आहे तेवढंच की आणखी काही?"

"नाही तेवढंच."

"किती वाजता पोलीस जयंतला घेऊन गेले?"

"तसा बराच उशीर झाला होता. मी झोपण्याच्या तयारीतच होतो. सरितानं तर गादीवर अंगही टाकलं होतं. मला वाटतं, जयंत जागा असावा, कारण त्याच्या टेबलावर त्याचा लॅपटॉप चालूच होता आणि त्यानं अजून नाइटड्रेस घातला नव्हता. शर्वाणी मात्र गाउनमध्येच होती म्हणजे झोपायच्या तयारीत होती."

"किती वाजता?"

"म्हणजे?" गोंधळून जाऊन सरितानं विचारलं.

"पोलीस जयंतला घेऊन गेले, तेव्हा किती वाजले होते?"

"सव्वाअकरा, साडेअकरा तरी झाले असतील. घड्याळाकडे लक्षच नव्हतं कोणाचं!"

"मग सकाळच्या वर्तमानपत्रामध्ये इतकी सविस्तर बातमी कशी काय आली? कारण साडेअकराच्या सुमारास बहुतेक पेपर्स प्रिंटिंगला गेलेले असतात. म्हणजे छपाईला सुरुवात झालेली असते. समजा, त्यानंतर काही घटना घडल्या तर त्याची बातमी देणं शक्य होत नाही. सध्या आयपीएलचे सामने सुरू आहेत. ते उशिरापर्यंत चालू असतात. त्यांच्या पहिल्या डावाचीच बातमी असते. कोण जिंकलं, कोण हरलं याची बातमी सहसा येत नाही. तिथं पत्रकार हजर असताना. इथं तर पोलिसांशिवाय कोणीच नव्हतं. कोणी पत्रकारानं तुम्हाला कॉन्टॅक्ट करण्याचा प्रयत्न केला होता?"

"नाही, आम्हीही सगळे पोलिसांपाठोपाठ बाहेर पडलो. त्यानंतर घरी कोणीच नव्हतं."

"मग पोलीस चौकीवर? तिथं कोणी आलं होतं?"

"नाही, म्हणजे आम्हीतरी पाहिलं नाही."

"शिवाय बातमी टीव्हीवरही आलीय. इथं जर कोणी नव्हतं तर मग जयंतला अटक करून नेल्याचं चित्रण ते कसे दाखवू शकले?"

यावर कोणीच काही बोललं नाही. कोणालाच त्या प्रश्नाचं उत्तर देता येत नव्हतं; पण कौशिकांनी तो प्रश्न स्वतःलाच विचारला होता. त्याचं उत्तर कोणाकडून मिळावं ही त्यांची अपेक्षाच नव्हती.

पण केसमधला एक कच्चा दुवा त्यांना मिळाला होता.

आता प्रत्यक्ष जयंतला भेटूनच काही माहिती काढावी लागणार होती. इतर माहितीसाठी घरी परत येता आलं असतं; पण चौकीवर जाताच कौशिकांना वेगळाच अनुभव आला. वास्तविक चौकीतले सीनिअर इन्स्पेक्टर भोळे त्यांना चांगलंच ओळखत होते. पूर्वी एकदा एका केसमध्ये कौशिकांची त्यांना चांगलीच मदत झाली होती; पण या वेळी मात्र आपण जणू कौशिकांना ओळखतच नाही असा पवित्रा भोळ्यांनी घेतला.

"येस?"

"तुम्ही जयंत टिकेकरला अटक केलीय."

"शक्य आहे. सगळ्याच गुन्हेगारांची नावं मी कुठं लक्षात ठेवू."

"तुम्ही काल रात्री उशिरा त्याला अटक केलीय. तो आता तुमच्या कस्टडीमध्ये आहे, अशी खात्रीलायक माहिती माझ्याकडे आहे. मला त्याला भेटायचंय."

"तुम्ही कोण?"

कौशिक चपापले; पण शांतपणे त्यांनी बोलायला सुरुवात केली.

"मी डॉ. कौशिक."

"असाल; पण हा जो कोण जयंत आहे त्याचे तुम्ही कोण?"

"मी त्याचा मामा, म्हणजे मानलेला मामा."

"आम्ही सख्ख्या नातेवाइकांव्यतिरिक्त इतर कोणालाही गुन्हेगाराला भेटू देत नाही, तेव्हा सॉरी. या तुम्ही."

कौशिक बसूनच राहिले. पोलीस चौकीमध्ये आपल्याला असा अनुभव येईल असं कोणी त्यांना आधी सांगितलं असतं तर त्यांनी त्या व्यक्तीला वेड्यातच काढलं असतं. जे भोळे त्या वेळी आपल्या पाया पडत, आपले आभार मानण्याची पराकाष्ठा करत होते तेच आता आपल्याला ओळखही देत नाहीत हे कौशिकांना खटकलं होतं. या क्षणी आपण अमृतरावांना फोन करून याची खबर द्यावी आणि या भोळ्याच्या भोळेपणाची लक्तरं वेशीवर टांगावीत असा विचार त्यांच्या मनात आला; पण तो त्यांनी दाबून टाकला. एक तर ही बाब तशी क्षुल्लक होती. त्यासाठी अमृतरावांना तसदी द्यावी हे त्यांना पटेना; पण त्याच वेळी अमृतरावांच्या परवानगीशिवाय भोळ्यांची आपल्याबरोबर असं वागण्याची हिंमत होणार नाही हाही विचार त्यांच्या मनामध्ये आला.

कौशिक तिथून बाहेर पडले आणि सरळ टेंभुर्णीकर वकिलांच्या ऑफिसात गेले. त्यांना सगळी हकिकत सांगून त्यांनी जयंतला बेल मिळवण्याची व्यवस्था केली. त्यांच्याबरोबर जेव्हा कौशिक परत चौकीत गेले, त्याच वेळी भोळेंचा सूर जरा नरमाईचा लागला होता. एक तर आता त्यांना वकिलांबरोबर बोलावं लागत होतं. त्या टेंभुर्णीकरांची ख्यातीही त्यांना आडमुठेपणा करायला संधी देत नव्हती. तसं केल्यास त्याचे परिणाम चांगले होणार नाहीत याची त्यांना खात्री होती.

सगळे सोपस्कार आटोपून, जयंतला बरोबर घेऊन कौशिक परत त्याच्या घराकडे निघाले. आता जयंतशी बोलून सगळी माहिती घेता येईल अशी अटकळ कौशिकांनी बांधली होती; पण तो सैरभैर झाला होता; त्यामुळे सर्वकाही सरळ संगतवार सांगेलच याचा भरवसा नव्हता, तेव्हा टेंभुर्णीकरही बरोबर असतील तर बरं या हिशेबानं त्यांनी त्यांनाही गळ घातली. टेंभुर्णीकरांचे आणि कौशिकांचेही

कितीतरी वर्षांचे जिव्हाळ्याचे संबंध होते; त्यामुळे त्यांनीही आपलं कॅलेन्डर पाहत मी दोन तास देऊ शकेन असं सांगत त्यांच्याबरोबर येण्याचं कबूल केलं.

जयंतच्या घरी सुरुवातीचा भावनिक भर ओसरल्यावर कौशिकांनी टेंभुर्णीकरांच्या वेळेची आठवण देत सर्वांना आपल्यासमोर बसवलं.

"नेमका काय आरोप केलाय तुझ्यावर जयंत?"

"पण तो खरा नाही काका."

"तो खरा-खोटा याची शहानिशा नंतर होईल. तूर्तास तो खरा आहे असं मानूनच आपण त्याची चिकित्सा करायला हवी."

"म्हणजे काका, तुम्हीही जयंतला दोषी समजता?" शर्वाणीनं चिडून विचारलं.

"मी काय समजतो हे महत्त्वाचं नाही, शर्वाणी. कोर्ट काय समजेल हे आहे. म्हणूनच मी तिथं आपली परिस्थिती विपरीत झाल्यास काय करायचं किंवा ती तशी होऊ नये म्हणून काय करायचं याचा विचार करतो आहे, तेव्हा विचित्र वाटलं तरी या दिशेनंच आपण विचार करायला हवा. कोर्टात भावनांना शून्य किंमत असते. तिथं सादर होणाऱ्या पुराव्यावरच निवाडा केला जातो. तेव्हा आपणही भावनेच्या भरात वाहून गेलो तर आपली स्थिती आहे त्यापेक्षा अधिक अवघड होऊन बसेल. तर जयंत, तू नेमका काय आरोप आहे हे सांग. तुझी त्यावरची प्रतिक्रिया मी नंतर समजून घेईनच. टेंभुर्णीकरांकडे जास्त वेळ नाही, म्हणून पटपट मी विचारणार असलेल्या प्रश्नांची थेट उत्तरं दे."

"मी मल्लिका कक्कड हिला त्रास देत होतो. सेक्स्युअल हॅरसमेन्ट करत होतो, हा मुख्य आरोप आहे. आता मी तिला जयपूर इथं हॉटेलात नेऊन बरोबर राहण्यासाठी दबाव आणला आणि तिथं तिच्यावर बलात्कार करून तिला एकटीलाच तिथं सोडून पळून आलो असा आरोप आहे."

"आय सी! ही मल्लिका कक्कड कोण?"

"ती माझ्याच कंपनीत काम करते."

"काय काम करते? आणि केव्हापासून?"

"गेली दोन वर्षं ती काम करतेय. कॉपी रायटर म्हणून."

"कामाला कशी आहे?"

"ठीक आहे. अबव्ह ॲव्हरेज पण आउटस्टँडिंग नाही. वर्थ रिटेनिंग एवढंच म्हणेन मी."

"तिच्याबरोबर तुझ्या ऑफिसमध्ये मीटिंग होत असत? म्हणजे तुम्ही दोघंच आहात अशा परिस्थितीत?"

"शक्य आहे. अशा काही मीटिंग झाल्या असतील. म्हणजे तशा माझ्या सगळ्याच स्टाफशी कधी ना कधी मीटिंग होत असतात. काही सीनिअर मंडळींशी

जास्त. इतरांशी कमी किंवा क्वचित. ज्यूनिअर स्टाफबरोबर सहसा कोणीतरी सीनिअर असतो. मल्लिका तशी ज्यूनिअरच आहे; पण काही कॅम्पेनवर स्वतंत्रपणे काम करते; त्यामुळे काही वेळा फक्त तिच्याबरोबर मीटिंग झाल्या असण्याची शक्यता आहे. मला नीटसं आठवत नाही.''

''पण अशा वेळीही तुझ्या बाहेरच्या ऑफिसमध्ये तुझी सेक्रेटरी हजर असणारच; त्यामुळे तिथं तू काही तिच्याशी अतिप्रसंग करण्याची शक्यता नाकारावीच लागेल, कारण तिनं जर समजा, आरडाओरडा केला तर बाहेरची मंडळी धावून येऊ शकतात.''

''पण काका त्यानं असं काही केलेलंच नाही, माझी खात्री आहे.'' शर्वाणी परत किंचाळली.

''शर्वाणी!'' तिच्याकडे रोखून पाहत कौशिक उद्गारले. त्याबरोबर शर्वाणी गप्प झाली.

''यू आर राइट काका. तसं काही कधीच झालेलं नाही.''

''मग सेक्स्युअल हॅरसमेन्ट म्हणजे नेमकं काय हे विचारावं लागेल तिला.'' टेंभुर्णीकरांकडे वळत कौशिक म्हणाले. टेंभुर्णीकरांनी त्यापूर्वीच त्याची नोंद घ्यायला सुरुवात केली होती.

''आता मुख्य आरोपाकडे वळू. तिच्या म्हणण्याप्रमाणे तू तिला जयपूरला तुझ्याबरोबर यायला भाग पाडलंस. कशाला गेला होतास तू जयपूरला?''

''मी गेलोच नव्हतो जयपूरला. मी इथंच होतो.''

''पण जयंत जयपूरला गेल्याचा भक्कम पुरावा आहे पोलिसांकडे. त्याचं आणि त्या मल्लिकाचं मुंबई-जयपूर-मुंबई असं एअर तिकीट, तिथल्या ट्रायडन्ट हॉटेलचं बुकिंग, तिथं दोन दिवस राहिल्याच्या नोंदी, तिथलं हॉटेलचं बिल, सगळा पुरावा आहे.'' टेंभुर्णीकर म्हणाले.

''इंटरेस्टिंग! काय आधार आहे या पुराव्याला?''

''पहिला आधारकार्डाचा. त्या हॉटेलात आयडेन्टिटी प्रूफ म्हणून आधारकार्ड दिलं होतं जयंतनं.''

''मी नाही. मी गेलोच नव्हतो. मी सांगतोय तुम्हाला.'' जयंत उसळून म्हणाला. शर्वाणीही त्यांच्या दिशेनं येत असल्याचं पाहून त्या दोघांना हाताच्या इशाऱ्यानं आवरत कौशिक पुढं म्हणाले,

''हो, हो, तू नाहीस हेच आपल्याला सिद्ध करायचं आहे; पण त्यापूर्वी पोलिसांकडे किती आणि कोणता पुरावा आहे हे तर पाहिलं पाहिजे ना! ते आधारकार्ड जयंतचंच होतं याची शहानिशा करालच तुम्ही, टेंभुर्णीकर.''

''ती तर करावीच लागेल; पण जी झेरॉक्स कॉपी त्यांनी दिलीय त्याच्यावरचा

फोटो तर जयंतचाच वाटतोय. त्याचा नंबर जयंतच्या कार्डाशी पडताळून पाहावा लागेल. तुझं कार्ड तुझ्याजवळच आहे ना जयंत?''

''ऑफ कोर्स! माझी सगळी कार्ड्स आधार, पॅन, क्रेडिट, डेबिट सगळी माझ्याकडेच आहेत. मी कधीच ती कोणाला देत नाही.''

''गुड! एअर तिकिट ऑनलाइन काढलं होतं?''

''नाही. ते एजन्सीमार्फत घेतलं होतं. अटिरा ट्रॅव्हल एजन्सी.''

''कंपनी बऱ्याच वेळा या एजन्सीकडूनच तिकिटं घेते. स्टाफच्या टूर्स नेहमीच चालू असतात म्हणून ही व्यवस्था केलेली आहे.''

''पण एजन्सीला ऑर्डर कोण देतं? स्टाफपैकी कोणीही की...''

''नाही. ट्रॅव्हल सेक्शन आहे. त्यांनाच ती ऑथॉरिटी आहे.''

''मग ती ऑर्डर कोणी दिली हेही चेक करता येईल; पण तुझ्या तिकिटाची ऑर्डरही जर या सेक्शनकडून जात असेल तर त्या सेक्शनला ती माहिती कोण देतं? तू स्वतः?''

''नाही. माझी सेक्रेटरी ते सगळं बघते. मी फक्त तिला केव्हा आणि कुठं जायचंय ते सांगतो.''

''शिवाय तू बहुतेक बिझिनेस क्लासनंच जात असशील. या वेळचं जयपूरचं तिकीट...''

''इकॉनॉमी होतं. दोघांचंही.'' फायलीत पाहत टेंभूर्णीकर म्हणाले.

''रिअली! त्या ट्रायडन्ट हॉटेलमध्ये सीसीटीव्ही असेलच. तिथलं फुटेजही पाहायला हवं. झालंच तर तिथलं बिल कसं पे केलं?''

''त्या मल्लिकाच्या म्हणण्यानुसार जयंत तिला एकटीलाच सोडून निघून गेला. जाताना त्यानं तिथल्या एटीममधून डेबिट कार्ड वापरून कॅश काढली आणि ती वापरून आपणच दुसऱ्या दिवशी पेमेन्ट केलं असं तिचं म्हणणं आहे.''

''पण मग जयंत आदल्या दिवशीच परतल्याचा पुरावाही हवा. केव्हा झाला हा सारा प्रकार?''

''दहा ते बारा जूनच्यादरम्यान. म्हणजे जयंत आणि मल्लिका दोघे दहा जूनला जयपूरला गेले. जयंत अकरा तारखेला संध्याकाळी परत आला आणि मल्लिका पूर्वी ठरल्याप्रमाणे बारा तारखेला.''

''बरं बलात्कार झाल्याचा काही पुरावा? मेडिकल टेस्ट, स्पर्म सॅम्पल्स वगैरे?'

''असेल; पण आता तरी पोलिसांनी तो काही दिला नाही मला. मागेन मी त्यांच्याकडे योग्य वेळी. तो तर सादर करावाच लागेल. बाकीचा नाही म्हटलं तरी सर्कमस्टॅन्शियल आहे. जयंत जरी सांगितल्याप्रमाणे जयपूरला गेला असेल आणि

परत आला असेल तरी त्यावरून त्यानं बलात्कार केल्याचं सिद्ध होत नाही. सेक्स्युअल हॅरसमेन्टसाठीही...''

"...पण काका, मी तिथं गेलोच नाही. मी इथंच होतो. अजून किती वेळा सांगू तुम्हाला?'' आपल्या जागेवरून उठत तावातावानं जयंत म्हणाला. शर्वाणीही ओरडत त्याच्या पाठोपाठ आली. सरिता आणि अनंतराव इतका वेळ शांत होते; पण तेही विचलित होत चालल्याचं कौशिकांच्या नजरेतून सुटलं नाही. आता त्यांना थोपवणं कठीण होईल याची जाणीव झाल्यानं कौशिकांनी आपला मोहरा त्यांच्याकडे वळवला.

"ऑल राइट! जयंत, आता तुझं काय म्हणणं आहे ते सांग.''

"काय म्हणणं असायचंय. मी जयपूरला गेलोच नव्हतो. इथंच होतो. हे सगळं धादांत खोटं आहे.''

"तू इथंच होतास असं म्हणतोस, मग तसा पुरावा असायला हवा तुझ्याकडे. दहा आणि अकरा जून या दोन दिवसांत तू ऑफिसमध्येच असल्याचं तिथली मंडळी शपथेवर सांगायला तयार होतीलच ना!''

यावर ताडकन "हो हो नक्कीच,'' असं जयंत म्हणेल अशी कौशिकांची अपेक्षा होती; पण तो नुसताच जागच्या जागी चुळबुळत राहिला.

"काय रे काय झालं? मिळतील ना अशा साक्षी आपल्याला?''

"नाही काका, कारण मी इथंच होतो; पण ऑफिसात नव्हतो गेलो. मला बरं नव्हतं म्हणून ऑफिसात फोन करून मी माझ्या सगळ्या अपॉइन्टमेन्ट्स कॅन्सल करायला लावल्या होत्या. मी घरीच होतो.''

"ठीक आहे; पण तू ऑफिसात फोन केला असशील.''

"हो, मीच केला. शर्वाणी मला करू देत नव्हती; पण मीच केला.''

"आय सी. फोन लॅन्डलाइनवरून केलास की...''

"नाही, माझ्या मोबाइलवरूनच केला. त्या फोनमध्ये ऑफिससाठी स्पीड डायलिंग आहे.''

हा एक उपयोगी दुवा ठरू शकतो हे तेवढ्यातही कौशिकांच्या लक्षात आल्यावाचून राहिलं नाही. खरंतर मोबाइलवरून कोणीही आणि कुठूनही फोन करू शकतो. तरीही जयंतच्या मोबाइलचं त्या वेळचं लोकेशन शोधून काढता येईल. आणि तो फोन जर इथंच होता हे सिद्ध झालं तर काही बळकटी येऊ शकेल असं त्यांना वाटलं.

"बरं तुझं आधार कार्ड आणि डेबिट कार्ड ते कसं जयपूरला पोहोचलं?''

"तेच तर कळत नाही. माझी कार्डं माझ्याजवळच होती. मी इथंच होतो. माझ्या डेबिट कार्डवरून जयपूरला पैसे काढल्याचा मेसेज मला आला होता. मी ताबडतोब

कंपनीला हे ट्रॅन्झॅक्शन मी केलं नसल्याचं कळवलं होतं.''

तेही तो कुठूनही कळवू शकतो हे परत कौशिकांच्या ध्यानात आलं; पण जयंतला ते बोलून न दाखवता त्यांनी त्याची मनोमन नोंद केली. पुन्हा एकदा फोनच्या लोकेशनला महत्त्व आलेलं आहे हे त्यांच्या लक्षात आल्यावाचून राहिलं नाही.

ज्या एटीएममधून पैसे काढले तिथं सीसीटीव्ही असावा, अशीच त्यांनी मनोमन प्रार्थना केली.

''तू घरीच होतास असं म्हणतोस मग डॉक्टरांकडे गेला असशीलच. ते कन्फर्म करू शकतील तू इथंच असल्याचं. काय?''

''नाही काका.'' परत एकदा शर्वाणी पडेल सुरात म्हणाली. आपली बाजू लंगडी होत चालल्याचं तिच्याही ध्यानात येऊ लागलं होतं. ''जयंतचं डोकं भयंकर दुखत होतं. मीच मग डॉक्टरांना फोन केला. डॉक्टर फारच बिझी होते त्या दिवशी. त्यांनी फोनवरच मला दोन गोळ्या सांगितल्या. संध्याकाळपर्यंत जर डोकेदुखी थांबली नाही तर मग क्लिनिकमध्ये यायला सांगितलं. मी त्या गोळ्या ताबडतोब आणल्या. जयंतला दिल्या. त्याची डोकेदुखी उतरायला लागली. संध्याकाळपर्यंत तो बरा झाला. मी मग परत डॉक्टरांना फोन केला, तेव्हा ते म्हणाले ठीक आहे; पण आणखी एक दिवस त्याला विश्रांती घेऊ दे. त्यानंतर मग त्यानं ऑफिसात जावं की नाही हे आपण ठरवू या. तिसऱ्या दिवशी मग जयंतने स्वतःच फोन करून डॉक्टरांना विचारलं. त्यांनी 'ग्रीन सिग्नल' दिल्यावर तो ऑफिसमध्ये गेला.''

हाही सगळा सर्कमस्टॅन्शियल पुरावा होता. त्यावरून जयंत इथं असल्याचं सिद्ध होत नव्हतं. शर्वाणीचं तसं सांगणं ग्राह्य धरलं गेलंच असतं असं नाही. या सेक्स्युअल हॅरसमेन्टच्या केसेसमध्ये पीडित स्त्रीच्याच म्हणण्याला अधिक महत्त्व दिलं जातं याची कौशिकांना जाण होती.

तरीही जयंतच्या म्हणण्यावर विश्वास ठेवूनच पुढची हालचाल करण्याची गरज होती. त्याच्या वतीनं रदबदली करणं कौशिकांना तसं मान्य नव्हतं. मात्र, पोलिसांच्या पुराव्यातले कच्चे दुवे दाखवून त्यांना पुनर्विचार करायला लावता आला असता, अधिक भक्कम पुरावा गोळा करता आला असता. त्या उद्देशानंच कौशिक अमृतरावांकडे गेले. सीनिअर इन्स्पेक्टर भोळ्यांकडे जाऊन फायदा नाही. ते आपली पूर्वीपेक्षाही अधिक जोरदार संभावना करतील याविषयी त्यांच्या मनात शंका नव्हती.

कौशिक आपणहून आपल्याकडे आले आहेत म्हणजे त्यांना काहीतरी हवंय याची खूणगाठ अमृतरावांनी बांधलीच होती.

''अरे वा! आज इकडं कसं काय येणं केलंत?''

अमृतरावांच्या त्या सलामीनं कौशिक सावध झाले. वास्तविक यापूर्वीही ते

असेच न सांगता अकस्मात अमृतरावांच्या ऑफिसात आले होते; त्यामुळे अमृतरावांनी असा सवाल करावा हे अनपेक्षित होतं.

"आय शॅल कम स्ट्रेट टू द पॉइन्ट."

गुड! असं म्हणणं अमृतरावांच्या ओठावर आलं होतं; पण ऐन वेळी त्यांनी ते शब्द माघारी परतवले.

"तुम्ही सरिताला ओळखता. आपण तिच्याकडे तीन-चार वेळा गेलोय. अनंतरावांचाही परिचय झाला आहे. त्यांचा मुलगा जयंत टिकेकर याला तुम्ही म्हणजे पोलिसांनी अटक केलीय. तसा तो आता बेलवर आहे; पण त्याच्यावरचा आरोप कायम आहे. मी त्याला चांगलाच ओळखतो. लहानपणापासून मी त्याला पाहिलंय. त्याच्यावरचं..."

"...आरोपपत्र मागे घ्यावं अशी विनंती करायला आला असाल तर कौशिक माफ करा. मी अशा रिक्वेस्ट्स मानत नाही हे तुम्ही जाणताच. माझ्याकडे ती केस आलेली नाही. येण्याची शक्यताही दिसत नाही, तेव्हा मी उगीचच ढवळाढवळ करणार नाही, हे तुम्हालाही चांगलंच ठाऊक आहे, कौशिक. म्हणूनच मला आश्चर्य वाटतंय."

"आश्चर्य वाटण्याचं कारण नाही, अमृतराव. मी जयंतच्या वतीनं रदबदली करायला आलोय असं तुम्ही गृहीत धरलंय म्हणून तुम्हाला आश्चर्य वाटतंय; पण मी उलट तुमची केस बळकट व्हावी म्हणून काही सूचना करायला आलोय. मी जयंतविरुद्धचा पुरावा पाहिलाय."

"म्हणजे तिथल्या इन्स्पेक्टरनं तो तुम्हाला दाखवला?"

"मुळीच नाही. वास्तविक इन्स्पेक्टर भोळे मला चांगलंच ओळखतात. या पूर्वी एका केसमध्ये माझी त्यांना चांगलीच मदत झाली होती; पण या वेळी त्यांनी मला ओळख दाखवायलाही नकार दिला. इतर कोणा सर्वसामान्य नागरिकाप्रमाणेच त्यांनी माझ्याशी आपली वर्तणूक ठेवली. पुरावे दाखवायला चक्क नकार दिला; पण मग जयंतला बेल मिळवून देण्यासाठी मी टेंभुर्णीकर वकिलांना घेऊन गेलो. त्यांना काही पुरावे दाखवणं नियमाप्रमाणे भाग होतं. तेवढेच मी टेंभुर्णीकरांकडे पाहिले. त्यातच मला काही फटी दिसून आल्या, डिस्टिन्क्ट गॅप्स! म्हणून तर मी तुमच्याकडे आलो आहे. जर मला चार दिवसांची सवड दिलीत तर मी त्या कशा नाहीशा कराव्यात हे सांगू शकेन तुम्हाला, तेव्हा चार दिवस जयंतवरची कामगिरी लांबवलीत तर पोलीस तोंडघशी पडणार नाहीत आणि टेंभुर्णीकर वकिलांची ख्याती मी तुम्हाला काय सांगावी!"

असं करण्यातही कौशिकांचा काहीतरी डाव असावा ही शंका अमृतरावांच्या मनाला कुरतडत होतीच; पण त्यांची सूचना तडकाफडकी उडवून लावायलाही

त्यांचं मन तयार होत नव्हतं. शिवाय आपण नकार दिला तर कौशिक थेट कमिशनरांकडे जाऊ शकतात आणि वरून आदेश आल्यावर त्याचं पालन करणं अनिवार्य ठरलं असतं. तशी संधी कौशिकांना मिळू नये म्हणून मग काही आढेवेढे घेत अमृतरावांनी त्यांची विनंती मान्य केली.

"खरंतर तसं करायलाही माझं मन राजी होत नाहीय; पण तुमचा पोलीस खात्यावर किती लोभ आहे, याची माहिती असल्यामुळेच मी तयार होतोय; पण चार दिवस जरा जास्तच होतात. मी फार फार तर दोन दिवसांची मुदत देऊ शकतो. परवा या वेळेला तुम्ही तुमच्या सूचना घेऊन या. मग काय ते ठरवू."

असं म्हणत अमृतराव उठले. ही आपण निघावं अशी सूचना आहे हे कौशिकांनी लगेच ताडलं. तेही उठून उभे राहिले. अमृतरावांची भूमिकाही भोळ्यांपेक्षा वेगळी नाही हे तोवर त्यांच्या लक्षात आलंच होतं. ती शक्यता त्यांनी मनाशी बाळगलीही होती. कौशिकांच्या मदतीविना आपण काही केसेस सॉल्व्ह करू शकतो हे दाखवून देण्याची अमृतरावांची नेहमीच धडपड राहिली होती. या केसची खरंतर त्यांना फारशी माहिती नव्हती; पण कौशिक स्वतःहून रदबदली करायला आलेले असताना आपण त्यांच्या आधीच केस क्लोज करून टाकली हे दाखवून देण्याची संधी आली आहे हे त्यांनी ओळखलं. आपल्या सेक्रेटरीला भोळ्यांना केसची फाइल घेऊन हजर व्हायला सांगण्याची ऑर्डर त्यांनी दिली.

कौशिक तिथून जे गायब झाले, ते पुढचे तीन दिवस कोणालाच भेटले नाहीत. अमृतरावांना त्यांच्या अशा अचानक नाहीसं होण्याच्या सवयीची माहिती होती. इतर सगळ्यांना अधांतरी लोंबकळत ठेवून ते कुठंतरी बेपत्ता होत. त्यांना त्या केसची आठवण तरी आहे की नाही, काळजी आहे की नाही, असा संभ्रम पडावा अशीच परिस्थिती निर्माण करत. या वेळी अमृतरावांबरोबर जयंतच्या घरची मंडळीही चिंताग्रस्त झाली होती. त्यांनाही कौशिकांनी दोन दिवसांचं आश्वासन दिलं होतं. आणि आता तीन दिवस उलटल्यावरही त्यांचा पत्ता नव्हता. धोंडिबाला सगळ्यांनीच विचारून विचारून सतावून सोडलं होतं. त्याला बिचाऱ्याला काहीही कल्पना नव्हती. पण त्यांच्या अशा अज्ञातवासात जाण्याची त्याला सवय होती. म्हणूनच तो विचलित झाला नव्हता.

अमृतराव मात्र वैतागले होते. ते वरिष्ठ असल्यामुळे भोळे जरी काही बोलले नव्हते तरी ते आपल्याकडे अविश्वासानंच पाहताहेत हे अमृतरावांच्या तीक्ष्ण नजरेला जाणवलं होतंच. अजून किती काळ आपण त्यांना थोपवून धरू शकू हे त्यांनाच कळत नव्हतं.

मात्र, कौशिक जसे अकस्मात नाहीसे झाले तसे चौथ्या दिवशी सकाळी अचानक हजरही झाले. आपण येत असल्याची काही खबरबात न देता ते आल्याचं

पाहून सुरुवातीला अमृतराव गोंधळूनच गेले आणि मग त्यांनी इतका वेळ दाबून ठेवलेला राग उफाळून आला.

"होतात कुठं तुम्ही इतके दिवस? इकडे आमच्या गळ्याला तात लागायची पाळी आली आणि तुम्ही..." रागानं अमृतरावांच्या तोंडून शब्द फुटेना.

कौशिक मात्र शांतपणे समोरच्या खुर्चीत बसले होते. ते आपला पाइप पेटवण्याची खटपट करत होते.

ते पाहून अमृतराव आणखी चिडले.

"तुम्ही दोन दिवसांत यायचं कबूल केलं होतंत. आज चार दिवस झाले. आता मी आणखी थांबणार नाही. भोळेंना मी पुढची कारवाई करण्याची ऑर्डर देतोय. आता तुमची कसलीही तक्रार ऐकून घेणार नाही मी."

"अरेच्च्या, चार दिवस झाले का! मला भानच नाही राहिलं. अहो, मी गेलो होतो पिलानीला. तिथं सेन्ट्रल इलेक्ट्रॉनिक इंजिनिअरिंग रिसर्च इन्स्टिट्यूट आहे. काय एकेक भन्नाट संशोधन होतं आहे तिथं. तुम्हीही यायला हवं होतं. मी त्यात रमून गेलो; त्यामुळे वेळेचं भानच नाही राहिलं बघा. हे पाहा, हे इन्स्ट्रुमेन्ट मी तिथूनच घेऊन आलोय. त्याची करामत बघायचीय तुम्हाला?"

"इकडे आमच्या जिवाला घोर लागला होता आणि तुम्ही तिकडे मजा मारत बसला होतात! मला नाही तुमच्या त्या उपकरणामध्ये इंटरेस्ट. मला खूप कामं आहेत."

"सॉरी, सॉरी! माफी मागतो तुमची. पाया पडतो हवं तर."

असं म्हणत कौशिक उठले आणि खरोखरच अमृतरावांचे पाय धरायला पुढं झाले. ओशाळवाणे होत अमृतराव मागे सरकले. कौशिकांना उठवत म्हणाले,

"हे काय करताय कौशिक, तुमची चूक तुमच्या लक्षात आली हे महत्त्वाचं. चला, झालं गेलं विसरून जाऊ या; पण तुम्ही आमच्याकडल्या पुराव्यातल्या फटी बुजवणार होतात त्याचं काय?"

"अरे हो. बघा, या धांदलीमध्ये ते विसरतच होतो. आणखी माहिती मिळवलीय मी. तीच सांगण्यासाठी आलो होतो; पण इथं नको. चला, जरा बाहेर जाऊ या. कॉफी घेऊ या की घरीच येताय धोंडिबाच्या हातचे पॅटीस खायला."

क्षणभर अमृतरावांना मोह झाला ते पॅटीस खाण्याचा; पण तो आवरत ते म्हणाले,

"नाही, घरी नको. पॅटीस नंतर कधीतरी. आता पाहिजे तर कॉफी घ्यायला जाऊ या."

दोघेही बरोबरच बाहेर पडले. जवळच्याच बॅरिस्टामध्ये कॉफी घ्यायला गेले. कॉफी येईपर्यंत कोणीच काही बोललं नाही; पण अमृतराव अस्वस्थ होत होते.

शेवटी न राहवून त्यांनी कौशिकांना विचारलंच,

"कोणता नवा पुरावा मिळवलात तुम्ही?"

"आहे, नवा पुरावा आहे; पण तो काय हे नुसतंच सांगण्याऐवजी त्याचा डेमोच देईन म्हणतो. त्यासाठी मला थोडी तयारी करावी लागेल. संध्याकाळी चार वाजता तुमच्या ऑफिसात भेटू या आपण. इन्स्पेक्टर भोळेंनाही बोलवा आणि हो राजेशचीही गरज लागेल कदाचित; त्यालाही बोलवा. आता तो असिस्टंट कमिशनर झालाय असं ऐकतो. त्याचं अभिनंदनही करता येईल."

वास्तविक संध्याकाळपर्यंत थांबण्याची अमृतरावांची तयारी नव्हती; पण खरोखरच कौशिकांनी काही नवीन पुरावा मिळवण्याची धडपड केली असणार असं त्यांना वाटून गेलं. ते पिलानीच्या त्या कोणत्यातरी इन्स्टिट्यूटमध्ये गेले होते ते निव्वळ फेरफटका मारण्यासाठी नाही हे अमृतरावांनी ओळखलं होतं, कारण यापूर्वीही ते असे जेव्हा अकस्मात गायब होत, कोणत्या तरी संस्थेत जात तेव्हा तिथून काहीतरी कळीची माहिती मिळवूनच येत, याचा अनुभव त्यांनी घेतला होता. अशा वेळी जरा कौशिकांच्या कलानं घेण्यातच फायदा असतो, हेही ते शिकले होते. थोड्याफार नाइलाजानंच त्यांनी कौशिकांची ती मागणी मान्य केली.

बिल देण्यासाठी अमृतरावांनी आपलं वॉलेट बाहेर काढलं, तेव्हा त्यांना थोपवत कौशिक म्हणाले,

"नो, नो, अमृतराव, पुट दॅट अवे. मी तुम्हाला बोलावलंय, तेव्हा बिल मीच देणार. तुम्ही तुमचं क्रेडिट कार्ड बाहेर काढण्याचा विचारही करू नका. क्रेडिट कार्डनंच बिल पे करणार होतात ना तुम्ही?"

"हो, पण, पण..."

"...नाही. माझ्याकडे कॅश आहे. मी देतो बिल." आणि उठता उठता त्यांनी परत अमृतरावांना संध्याकाळची आठवण करून दिली.

संध्याकाळी चार वाजता सगळेजण अमृतरावांच्या केबिनमध्ये जमले; पण अमृतराव काहीतरी कारणामुळे विचलित झाले होते. त्यांचं कौशिकांकडे किंवा इतरांकडे लक्षच नव्हतं. ते स्वतःच्याच कसल्यातरी चिंतेत गढून गेल्यासारखे दिसत होते.

भोळ्यांनी जयंतविरुद्ध गोळा केलेल्या पुराव्याचं निवेदन कौशिकांनी केलं होतं आणि त्यात कोणत्या त्रुटी आहेत हे सांगण्यासाठी ते तयार होणार तोच अमृतरावांच्या या अस्वस्थतेकडे त्यांचं पुन्हा एकदा लक्ष गेलं.

"लक्ष कुठं आहे तुमचं, अमृतराव? काय झालंय? तुम्ही अस्वस्थ आहात. बघतोय मी मघापासून."

"काही नाही. ऐकतोय मी. तुमचं चालू द्या."

“नाही, नाही, अमृतराव, तुमच्या मनामध्ये वेगळेच विचार चालू आहेत. तुम्हाला थोड्या वेळापूर्वी तुमच्या बँकेकडून आलेल्या मेसेजमुळे तर तुम्ही डिस्टर्ब नाही ना झालात?”

चमकून अमृतरावांनी कौशिकांकडे पाहिलं. चोरी पकडली गेल्यावर होतो तसा त्यांचा चेहरा झाला होता. क्षणभर ते अवाक झाले; त्यामुळे मग इतरांचंही लक्ष त्यांच्याकडे वेधलं गेलं.

“मी म्हणतोय ते खरं आहे ना?” कौशिकांनी त्यांचा पिच्छाच पुरवला.

“तुम्हाला कसं कळलं?” त्यांच्या नकळत अमृतरावांच्या तोंडून कौशिकांना प्रश्न विचारला गेला. तसं केल्यानं आपण कौशिकांचं म्हणणं मान्य करतो आहोत याची जाणीव त्यांना झाली होती की काय याविषयी शंकाच होती.

“म्हणजे माझा होरा खराच ठरला तर! तुम्ही दहिसरच्या एका हॉटेलात लंच घेतलंत. तुमच्याबरोबर कोणीतरी होतं, कारण बिलात दोन लस्सींचा उल्लेख आहे. त्याचं पेमेन्ट पाचशे त्रेचाळीस रुपये तुम्ही तुमच्या डेबिट कार्डनं केलंत. त्याचाच मेसेज तुम्हाला बँकेकडून आलाय. खरं ना?”

“हो, पण तेच मला कळेनासं झालंय. आपण कॉफी घेतल्यानंतर मी जो परत ऑफिसात आलो तो तेव्हापासून इथंच आहे. मी दहिसरला गेलोच नव्हतो.”

“असं तुम्ही म्हणताय; पण तुम्ही त्या हॉटेलमध्ये एक रूमही बुक केली आहे. तुमचं आधार कार्ड आयडेन्टिटीसाठी वापरलंत. त्या हॉटेलकडे त्याची झेरॉक्स कॉपी आहे.”

““कसं शक्य आहे? मी तर तिथं गेलोच नव्हतो. शिवाय मी कशाला खोली बुक करेन? मला तिथं राहायला जाण्याचं काहीच कारण नाही.”

“ते काही मला माहिती नाही; पण त्या हॉटेलजवळच्याच एटीम सेंटरमधून तुम्ही तुमचं कार्ड वापरत सात हजार चारशे तेवीस रुपये विथड्रॉ केलेत. त्याचाही मेसेज आलाय तुम्हाला.”

“हो. त्याचमुळे मी डिस्टर्ब झालोय. मी तिथं गेलो नव्हतो. मी माझ्या खात्यातून पैसे काढलेले नाहीत.”

“तुमची कार्डं तर काही वेगळंच सांगताहेत.”

“पण हे खरं नाही. मी इथंच होतो. इथला सगळा स्टाफ साक्षी आहे.”

“पण त्यांची साक्ष खरी मानली जाईल? तुमच्याच हाताखालची माणसं. त्यांचे ॲन्युअल रिपोर्ट्स तुम्हीच लिहिणार. तुमच्या विरोधात जायची त्यांची तयारी असेल?”

“पण मी सांगतोय ना की, मी दहिसरच्या आसपासही फिरकलेलो नाही. कोणताही व्यवहार मी करण्याचा प्रश्नच उद्भवत नाही.”

''पण सर्कमस्टॅन्शियल पुरावा का होईना तुमच्या विरोधात आहे. हं, तुम्ही कोणताही गुन्हा केलेला नाही हे कबूल; पण हा पैशाचा व्यवहार तर तुम्हीच केल्याचा कागदोपत्री पुरावा आहे. तसेच तुम्ही एटीममधून पैसे काढल्याची ट्रॅन्झॅक्शन स्लिप आहे.''

''तुम्हाला कशी माहिती आहे या स्लिपबद्दल, डॉक्टर कौशिक?''

अमृतरावांनी काही विचारण्यापूर्वी या वेळी इन्स्पेक्टर भोळ्यांनीच विचारलं.

''मला माहिती आहे, कारण ती स्लिपच माझ्याकडे आहे. ही बघा.'' असं म्हणत कौशिकांनी खिशातून ती स्लिप काढत टेबलावर ठेवली. घाईघाईनं पुढं होत अमृतरावांनी ती पाहिली. रक्कम, तारीख, वेळ अकाउन्ट नंबर, खात्यातली उरलेली शिल्लक सगळ्याचीच माहिती त्यावर होती. कार्ड नंबरही होता. तो ताडून पाहता आला असता.

आता कोणीच काही बोललं नाही. इतका वेळ अस्वस्थपणे येरझारा घालणाऱ्या अमृतरावांनी आपल्या खुर्चीत बसकणच मारली.

''एवढाच पुरावा नाहीय. त्या हॉटेलमध्ये रूम बुक केल्याची पावती आहे. त्या वेळची तुमच्या आधार कार्डची कॉपी आहे. रेस्टॉरन्टमधलं बिल आहे. त्याचं पेमेन्ट तुमच्या डेबिट कार्डनं केल्याची स्लिप आहे.''

जादूगारानं आपल्या पोतडीतून एकेक अनोख्या चीजा बाहेर काढाव्यात तसे कौशिक एकेक कागद काढून टेबलावर ठेवत होते. मंत्रमुग्ध झाल्यासारखे सर्वजण तिकडे पाहत होते.

''झालंच तर त्या एटीममधून मिळालेल्या या सात हजार चारशे तेवीस रुपयांच्या नोटा आहेत.'' त्या टेबलावर ठेवत चेहऱ्यावर एक मिश्कील हास्य खेळवत कौशिक म्हणाले.

आता तिथं अवघडलेली शांतता पसरली. या साऱ्याचा अर्थ काय हे कोणालाच कळेना. कोणीतरी अमृतरावांना अडकवू पाहत होतं असंच वाटत होतं; पण कोणाच्याही नकळत ऑफिसातून निघून ते दहिसरला गेले असावेत असंही काहीजणांना वाटून गेलं; पण तसं असतं तर मग या नोटा कौशिकांकडे कशा आल्या? अमृतरावांच्या मनामध्ये हा विचार आला आणि चमकून कौशिकांकडे पाहत ते म्हणाले,

''म्हणजे कौशिक तुम्ही?''

''येस युअर ऑनर, प्लीडिंग गिल्टी.'' चेहऱ्यावरचं हसू ढळू न देता कौशिक म्हणाले.

''म्हणजे माझ्या खात्यातून तुम्ही हे पैसे काढलेत. माझ्या नावानं ती रूम बुक केलीत, रेस्टॉरन्टमध्ये लंच घेऊन बिल भरलंत. हा फ्रॉड आहे, गुन्हा आहे. आणि

तुम्ही सरळ सरळ कबूल करताय!''

''हो; पण माझा उद्देश चोरी करण्याचा किंवा तुम्हाला ठकवण्याचा नव्हता. तसं असतं तर हे पैसे मी परत केले नसते. आपणहून येऊन तुम्हाला हे सगळं सांगितलं नसतं. झालंच तर हे पाचशे त्रेचाळीस रुपये; त्या लंचच्या बिलापोटी तुमच्या खात्यातून डेबिट झालेले. हॉटेल रूमचं बुकिंग खरोखरच झालेलं नाही. ते तसं झालंय असं सकृतदर्शनी दाखवणाऱ्या या स्लिप्स आहेत.''

''तरीही तुम्ही साहेबांची कार्ड्स चोरण्याचा गुन्हा केलेलाच आहे. त्याचं काय?'' भोळे म्हणाले.

''एक्झॅक्ट्ली!'' आता अमृतरावांनाही जोर चढला. ''माझी कार्डं तुम्ही चोरल्याशिवाय हे व्यवहार करूच शकला नसता.''

''तुमचे खिसे तपासून तुमची कार्डं तुमच्याकडे आहेत की नाही हे जरा बघा, अमृतराव.''

आपलं वॉलेट बाहेर काढत अमृतरावांनी आतली कार्डं बाहेर काढली. आधार आणि एटीम-कम-डेबिट कार्ड दोन्हीही जागेवर होती. दिङ्मूढ झाल्यासारखे ते कार्डं हातात धरून कौशिकांकडे पाहतच राहिले.

''पाहिलंत. तुमची कार्डं तुमच्याकडेच आहेत. मी त्यांना हातही लावलेला नाही.''

''पण, पण मग तुम्ही ही ट्रॅन्झॅक्शन्स केलीतच कशी?'' आता अमृतरावांबरोबर भोळ्यांनीही विचारलं.

''माझ्याकडे असलेली कार्डं वापरून.'' बोलता बोलता कौशिकांनी कार्डंही काढून टेबलावर ठेवली होती. अमृतरावांनी एक उचललं. ते डेबिट कार्ड होतं. आपल्याकडच्या कार्डबरोबर त्यांनी ते ताडून पाहिलं. तंतोतंत तसंच होतं. अगदी त्याच्यावरच्या आरएफआयडी चिपसह.

तिकडे भोळ्यांनी दुसरं म्हणजे आधार कार्ड उचललं होतं. तेही सारखंच होतं. त्यात बायोमेट्रिक डेटाचा सिम्बॉलही होता.

स्वतःच्या डोळ्यांवर कसा विश्वास ठेवावा हेच कोणालाही कळत नव्हतं.

''ही कार्डं तुमच्याकडे कशी आली?''

''तुमच्या, कोणाच्याही कार्डला हातही न लावता त्याच्यावरची सगळी माहिती, अगदी त्याच्यावरच्या आरएफआयडी चिपसहित, कॉपी करण्याचं एक नवीन तंत्र विकसित झालं आहे. वायरलेस क्लोनिंग टेक्नॉलॉजी. मी पिलानीला त्यासाठीच गेलो होतो. माझ्या तिथल्या सायन्टिस्ट मित्रांनी ते कसं करतात याची माहिती तर दिलीच; पण ते करण्यासाठी वापरण्यात येणारं एक पोर्टेबल इन्स्ट्रुमेन्टही मला दिलं. ते अद्याप एक्स्पेरिमेन्टल स्टेजवर आहे. तेच तुम्हाला दाखवायला मी सकाळी

आलो होतो; पण तुम्ही मला उडवूनच लावलंत. म्हणून मग त्याचा डेमोच देण्याचं मी ठरवलं. आपण कॉफी प्यायला गेलो होतो, आठवतं?''

''हो पण तिथं काही मी माझी कार्डं बाहेर काढली नाहीत.''

''यू आर राइट! ती कार्डं तुम्ही बाहेर नाही काढलीत; पण कॉफीचं बिल देण्यासाठी तुम्ही तुमचं वॉलेट बाहेर काढलं होतंत. उघडलंही होतंत, तेव्हा मी तुम्हाला ते देण्यापासून परावृत्त करण्यासाठी तुमचा हात बाजूला केला. त्या वेळी माझ्या हातात ते इन्स्टुमेन्ट होतं. सहजगत्या मी ते हातात धरलंय अशी तुमचीही भावना झाली. त्या वेळी ते ऑन होतं. ते आपलं काम करत होतं. त्यात तुमच्या दोन्ही कार्डांच्या कॉपीज तयार झाल्या. त्यावरून मग ती नकली कार्डं बनवली गेली. तुमचा पासवर्ड तुम्ही फारच सोपा ठेवला आहे अमृतराव. तुमच्या विवाहाची तारीख. बदला तो आता आणि जरा गुंतागुंतीचा ठेवा. मला तो ओळखून काढायला दोन मिनिटंही लागली नाहीत.'

''म्हणजे तुम्ही फोर्ज्ड कार्ड वापरलंत. हाही गुन्हा आहे कौशिक.''

''टेक्निकली कदाचित हा गुन्हा होईलही; पण अमृतराव आणि इन्स्पेक्टर भोळे, तुम्ही एथिकल हॅकिंग हा शब्दप्रयोग ऐकला असेल.''

''हा त्याचाच एक नमुना आहे हे आपल्याला ॲक्सेप्ट करावं लागेल सर.'' राजेश साठेनं प्रथमच आपलं तोंड उघडलं होतं.

''आहे काय हा प्रकार?''

''आजकाल जवळजवळ सारेच व्यवहार कॉम्प्युटरच्या साहाय्यानं, ऑनलाइन होत आहेत.'' कौशिक काही बोलणार तो राजेशच सांगू लागला. ''तुमचे आमचे व्यवहार त्या मानानं सामान्य आहेत; पण मोठमोठ्या कंपन्यांचे व्यवहार अवाढव्य असतात. कोटीकोटींचा मामला असतो. शिवाय सगळीच माहिती काही आर्थिक स्वरूपाची नसते. कंपन्यांविषयीची इतर सारी माहिती, त्यांनी केलेले करारमदार, त्यांच्या उत्पादनप्रक्रिया, कच्च्या मालाचा पुरवठा, कायदेशीर बाबी, आपल्या कर्मचाऱ्यांची वैयक्तिक माहिती, सगळीच माहिती व त्यांची रीतसर कायदेशीर देवाणघेवाण संगणकामध्ये साठवलेली असते. ती गुप्त राहावी यासाठी प्रत्येक कंपनी त्याबाबत जास्तीतजास्त खबरदारी घेत असते. कोणीही उठावं आणि त्या माहितीवर डल्ला मारावा हे अर्थातच कोणालाही पसंत नसतं. ज्यांना ती माहिती मिळवण्याचा रास्त अधिकार आहे अशांनाच ती मिळावी अशी व्यवस्था केलेली असते. कडेकोट बंदोबस्त केलेला असतो. फायरवॉल्स असतात. झालंच तर व्हायरसची लागण होऊन सगळाच डेटा विपर्यस्त होणार नाही याचीही तजवीज केलेली असते; पण या तटबंदीला कुठं फट तर राहिलेली नाही ना, कोणी घुसखोरी तर करणार नाही ना, अशी भीती सतत वाटत राहते. त्यासाठी ही तटबंदी किती

भक्कम आहे याच्या चाचण्याही वारंवार घेतल्या जातात. त्यासाठी अशी घुसखोरी करण्याचं, हॅकिंगचं तंत्रज्ञान ज्यांना अवगत आहे, त्यात जे माहीर आहेत अशांना कंपनीच आपल्या रोस्टरवर घेते. त्यांना रीतसर नोकरी दिली जाते. त्यांनी हॅकिंग करावं हाच त्यांना दिलेला आदेश असतो. मात्र, हा हॅकिंगचा हल्ला त्यांनी आपल्याच कंपनीच्या सर्व्हरवर करावा अशी अपेक्षा असते. हॅकिंग हा गुन्हा आहे; पण त्या तंत्राचा आपल्या सुरक्षिततेची चाचणी घेण्यासाठी वापर करणं याला एथिकल हॅकिंग म्हणतात. तो गुन्हा असला तरी त्याविषयीची तक्रार नोंदवली जात नाही. मालकच आपल्या तिजोरीवर दरोडा घालण्याची परवानगी देतो. तो प्रयत्न यशस्वी झाला नाही तर आनंदच आहे; पण कोणी एखादा दरोडा घालू शकला तर त्या दरोड्याच्या कार्यपद्धतीचा चांगला अभ्यास करून, तसा प्रयत्न हाणून पाडण्यासाठी मग सुरक्षेची नवीन व्यवस्था करण्यात येते. अर्थात एक प्रकारचं क्वालिटी कन्ट्रोलच असतं ते.''

''तेव्हा मी केलेला हा तथाकथित गुन्हा या एथिकल हॅकिंग स्वरूपाचाच होता. जयंत टिकेकरविरुद्ध तुम्ही गोळा केलेल्या पुराव्यात कुठं आणि किती फटी आहेत हे दाखवून देऊन तुमची केस फुलप्रूफ करण्याचा तो प्रयत्न आहे. तुम्ही इथं असताना, आपल्या ऑफिसातून कुठंही गेलेले नसताना, तुमच्या कार्डाचा वापर करून तुम्ही कुठंतरी दुसरीकडेच होता हे मी सिद्ध करू शकलो.

जयंतविरुद्धचा पुरावा अशाच प्रकारचा नसेल कशावरून? किंबहुना तो तसाच आहे, कारण ज्या वेळी आपल्यावर जयपूरमध्ये बलात्कार केला असं त्या मल्लिकाचं म्हणणं आहे त्या वेळी भयानक डोकेदुखीनं जयंत आपल्या घरीच विव्हळत पडला होता. त्यानं आपल्या ऑफिसात फोन करून तसं कळवलंदेखील होतं. आपल्या डॉक्टरांशीही त्यानं फोनवरून संपर्क साधला होता. त्याच्या फोनचं त्या वेळचं लोकेशन आपण शोधून काढू शकतो. शिवाय त्याची सेक्रेटरी, बायको आणि डॉक्टर यांच्या साक्षीही घेऊ शकतो. ज्या जयपूरच्या हॉटेलमध्ये तो राहिला होता, असा दावा केला गेला आहे तिथं सीसीटीव्ही कॅमेरा आहे; पण जयंत किंवा जो कोणी मल्लिकाबरोबर होता तो त्या कॅमेऱ्यापुढं कधी आलाच नाही; त्यामुळे तिथं मल्लिकाबरोबर कोण होतं हे कळणार नाही. शिवाय चेक इन करताना तिनं आपलं आयडी कार्ड दिलं. त्याबरोबर जयंतचं कार्डही दिलं. ती एकटीच चेक इनला गेली होती. जयंतचं ते कार्ड नकली होतं. तसंच त्याचं डेबिट कार्डही असंच क्लोन केलेलं होतं, तेव्हा केवळ त्या आधारावर तुम्ही जयंतवर ॲक्शन घ्याल तर तोंडघशी पडाल हेच मला तुम्हाला सांगायचं होतं. टेंभुर्णीकर वकील किती हुशार आहेत याची कल्पना आहेच तुम्हाला.''

''सर, म्हणजे मग त्या मल्लिकानं खोटीच तक्रार दाखल केलीय? पण का

करेल ती तसं?''

जे इन्स्पेक्टर भोळे आपल्याला त्यांच्या ऑफिसात बसूही देत नव्हते ते आता आपल्याला सर म्हणताहेत हे कौशिकांच्या लक्षात आल्यावाचून राहिलं नाही; पण त्याकडे दुर्लक्ष करत ते म्हणाले,

''ते शोधून काढायचं काम तुमचं आहे, भोळे. त्या मल्लिकाला कदाचित आपल्याला डावलल्याचा सूड घ्यायचा असेल, कदाचित ब्लॅकमेल करायचं असेल. तुम्ही तिची हिस्टरी शोधा. तसंच तिच्या जयपूरच्या वास्तव्याची जरा अधिक कसोशीनं छाननी करा. तुम्हाला धागेदोरे मिळून जातील असं मला वाटतं. बाकी या केसचा तपास कसा करावा हे दाखवून, पोलिसांची अब्रू जाऊ न देण्याची कामगिरी अमृतरावांनी नेहमीप्रमाणेच कौशल्याने पार पाडली आहे यात मात्र काही शंका नाही.''

''मी? मी काय केलं? मी तर उलट तुम्हाला घालवून द्यायलाच निघालो होतो.''

''छे, छे, छे, अमृतराव, मला तुमचं हेच आवडत नाही. कार्डं नकली खरी पण तुमचीच ना! त्या नकली कार्डांमुळेच तर असली गुन्हेगार कोण असावा हे तुम्ही सूचित केलंत. ब्राव्हो अमृतराव!''

अशा वेळी पासवर्ड हरवलेल्या कार्डासारखं गपगुमान राहावं हेच योग्य याची अमृतरावांना चांगलीच जाणीव होती.

■

धोंडिबानं तयारच ठेवलेला समोरचा ग्लास उचलून कौशिक त्यातलं पाणी गटागटा प्यायले. मॉर्निंग वॉकला जाऊन आल्यावर ग्लासभर पाणी पिण्याची सवय त्यांनी लावून घेतली होती. ग्लास खाली ठेवून ते पेपर उचलणार तोच धोंडिबा आला आणि म्हणाला.

''ताईसाहेबांचा दोन-तीन येळा फोन येऊन ग्येला. लई घाबरल्यावानी करत व्हत्या त्या. रडतबी व्हत्या असं वाटलं मस्नी.''

''सुमतीताईचा फोन आला होता? अरे, पण मग काही निरोप आहे की नाही हे विचारायचं नाहीस का?''

''इचारलं म्या. पन त्या काईच बोलल्या न्हाईत. परत परत तुमास्नीच इचारत व्हत्या.''

तसे कौशिक एकटेच होते. त्यांना सख्खे नातेवाईक कोणीच नव्हते. सुमती तशी त्यांची मावसबहीण. तीही दूरचीच; पण लहानपणी एकत्र वाढल्यामुळे सख्ख्यापेक्षाही जवळचं नातं तयार झालं होतं. सुख-दुःखाच्या प्रसंगी नेहमीच कौशिक तिच्याबरोबर राहिले होते. आताही काहीतरी अनवस्था प्रसंग आलेला असणार. समोरच्या पेपरची घडीही न मोडता त्यांनी फोन उचलला.

घरी दोन-तीन वेळा फोन करूनही कोणी उचलला नाही म्हणून त्यांनी सुमतीच्या मोबाइल फोनवर तिच्याशी कॉन्टॅक्ट करण्याचा प्रयत्न केला; पण तीही बेल वाजतच राहिली. एरवीही सुमतीचं मोबाइलशी फारसं पटलेलं नव्हतंच. तिच्याजवळ तो असला तरी तो वाजतो आहे याचं तिला कधी भानच येत नसे. आता तर तिची मनःस्थितीही सैरभैर झालेली असावी. अशा परिस्थितीत तर आपल्याकडे मोबाइल फोन आहे हेही ती विसरली असावी.

आता कौशिकांना स्वस्थ बसवेना. उठून तिच्या घरी गेल्याशिवाय काही कळलं नसतं. घाईघाईनं अंघोळ करून ते तयार झाले. धोंडिबानं तयार केलेला नाश्ता त्यांनी उभ्याउभ्याच गिळला आणि धावतपळतच ते घराबाहेर पडले.

पण सुमतीच्या घराला भलं मोठं कुलूप होतं. घरात कोणीही नाही हे उघड होतं. आता हिला कसं शोधणार, याची चिंता त्यांना सतावू लागली. त्याच तंद्रीत त्यांनी ते कुलूप दोन-तीनदा ओढूनही बघितलं. जणू त्यापायी ते उघडणार होतं आणि दारात समोर सुमती उभी राहणार होती.

पण त्यांची ती धडपड पाहून शेजारच्या कोणीतरी येऊन त्यांना हटकलं.

"काय आहे?" आवाजात जरब आणून त्यानं विचारलं.

"घरात कोणी नाहीय." कुलुपाला परत एक हिसका देत कौशिक म्हणाले.

"अर्थातच नाही. ते कुलूप आहे हे दिसलंच असेल तुम्हाला?"

"हो. पण मग सुमती..."

"आय सी. म्हणजे तुम्ही सुमतीबाईंना भेटायला आला आहात तर." तेवढ्यात त्याला काहीतरी आठवलं असावं, कारण आवाजाची पट्टी उतरवत त्यानं विचारलं, "म्हणजे तुम्ही सुमतीबाईंचे बंधू? केशव--राव?"

"कौशिक. कौशिक."

"बरोबर, कौशिक. तुमच्यासाठी त्यांचा निरोप आहे. तुम्हाला त्यांनी ताबडतोब शुश्रूत हॉस्पिटलमध्ये बोलावलंय. त्याही तिथंच आहेत."

"हॉस्पिटलमध्ये? म्हणजे तिला?"

"नाही, नाही. त्या ठीक आहेत; पण काहीतरी इमर्जन्सी आहे, असं म्हणाल्या त्या. त्या आणि नानासाहेब दोघेही घाईघाईनंच गेले तिकडे. तुम्हालाही बोलावलंय."

क्षणभर कौशिक स्तंभित होऊन त्याच्याकडे पाहतच राहिले आणि मग थँक्स असं पुटपुटत गर्रकन वळून ते धावत सुटले.

हॉस्पिटलमध्ये सुमती किंवा नानासाहेब कुठं असतील हे कसं विचारायचं हा प्रश्न वाटेत त्यांच्या मनात धुमाकूळ घालत होताच; पण सापडेल काहीतरी मार्ग असा विचार करत ते तिथं पोहोचले; पण तिथं अमृतरावांची गाडी बघून प्रथम त्यांना गाठावं आणि त्यांना सुमतीचा छडा लावायला सांगावं असा तोडगा त्यांनी शोधला. पोलीस कुठं आहेत हे रिसेप्शनिस्टला विचारणं सोपं होतं. तिनं वर न बघताच आयसीयू असं सांगितलं. कौशिकांना तेवढं पुरेसं होतं.

पण तिथं पोहोचल्यावर अमृतरावांकडे मदत मागण्याची वेळच त्यांच्यावर आली नाही, कारण त्यांनी अमृतरावांना बघण्यापूर्वी नानासाहेबांनीच त्यांना हेरलं. लगबगीनं ते त्यांच्याकडे पोहोचणार तो सुमतीच धावत येऊन त्यांना मिठी मारून रडू लागली. तिला शांत करता करताच त्यांनी नानासाहेबांकडे पाहत प्रश्नार्थक मुद्रा

केली. नानासाहेबही शलाका एवढाच शब्द उच्चारून गप्प झाले.

म्हणजे शलाकाला काही झालं होतं तर! तिला आयसीयूमध्ये दाखल केलं गेलं होतं; पण मग अमृतराव आणि पोलीस तिथं काय करताहेत हे कौशिकांना समजेना आणि शलाकालाही नेमकं काय झालंय हेही त्यांना अजून समजलेलं नव्हतं. सुमतीचा रडण्याचा उमाळा ओसरेपर्यंत थांबणं भाग होतं. कौशिकांनी तेच केलं. तेवढ्यात त्यांना पाहून अमृतरावही तिथं आले.

''तुम्ही इथं'' त्यांच्या या वाक्यापुढं प्रश्नचिन्ह होतं की उद्‌गारचिन्ह याचा निवाडा कौशिकांनाही करता आला नसता.

त्याचं काही उत्तर देण्याऐवजी त्यांनी फक्त सुमतीकडे बोट दाखवलं आणि ते तिला शांत करत राहिले. कोणीतरी अनोळखी इसम आणि तोही पोलीस ऑफिसर असल्याचं पाहून, सुमतीनं स्वतःला सावरलं. पदरानं डोळे पुसत पुसत तिनं कौशिकांना सांगितलं,

''शलाकाला इथं आणलंय.''

''पण कशासाठी? झालंय काय तिला?''

सुमतीनं काही सांगण्यापूर्वी नानासाहेबच बोलले.

''तिच्यावर हल्ला झालाय. तिला भोसकण्यात आलंय. पोटात.''

''काय?'' एरवी विचलित न होणारे कौशिक मोठ्यानं ओरडलेच. त्यांना हे सगळं अनपेक्षितच होतं; पण लगेच स्वतःला सावरत, आपला आवाज खाली आणत त्यांनी विचारलं, ''पण हे कसं झालं? कोणी केला हा हल्ला तिच्यावर? आणि कशासाठी?''

''हे कसं झालं ते मी सांगतो, कौशिक. मात्र, तुमच्या इतर प्रश्नांची उत्तरं आता तरी कोणाकडेच नाहीत.'' पुढं सरसावत अमृतराव म्हणाले. आता ते तिथं का आले याचा उलगडा कौशिकांना झाला होता. सुमतीला नानासाहेबांच्या हवाली करत ते अमृतरावांना जरा बाजूला घेऊन गेले.

''ही व्हिक्टिम म्हणजेच शलाका तुमची कोण?''

''असं काय करता अमृतराव, सुमतीची मुलगी नाही का ती. आता सुमती कोण हे विचारू नका. भेटलाहात तुम्ही तिला. माझी बहीण आहे ती. माझी एकमेव नातलग.''

''आठवलं, आठवलं; पण बरीच वर्षं झाली त्याला. त्यामुळेच आम्ही एकमेकांना ओळखलं नाही. '

''दॅट्स ओके! पण शलाकाचं सांगत होतात ते...''

''...हो तेच सांगत होतो. आज सकाळी ती आणि तिचा नवरा...''

''...हेमंत.''

"हेमंत नाव काय त्याचं? तर तो आणि शलाका मॉर्निंग वॉकला गेले होते, तेव्हा काही अज्ञात इसमांनी त्यांच्यावर हल्ला केला. सुरुवातीला ते साखळीचोर असावेत असं आम्हाला वाटलं होतं; पण त्यांच्याकडे सुरे होते. एकाकडे तर चॉपरही होता असं हेमंत म्हणाला. त्यांनी शलाकाच्या पोटातच सुरा खुपसला. दोन डीप वुंड्स आहेत. हेमंतच्याही हातावर चॉपरचा निसटता वार लागला. त्यानं झटापट करण्याचा प्रयत्न केला; पण ते तिघं होते. शिवाय सशस्त्र."

"शलाकाच्या जखमा किती गंभीर आहेत?"

"बऱ्याच गंभीर असाव्यात. तिची कंडिशन सीरियस आहे असं डॉक्टर म्हणत होते. बराच रक्तस्राव झाला आहे. सध्या तर ती बेशुद्धच आहे. ती शुद्धीवर येण्याची आम्हीही वाट पाहतो आहोत."

"आणि हेमंत? तो कुठं दिसला नाही मला."

"तोही इथंच आहे. त्यालाही ॲडमिट केलंय; पण तो आयसीयूमध्ये नाही. दुसऱ्या वॉर्डात आहे."

"पण कशापायी हा हल्ला झाला असावा? तुमचा काय अंदाज आहे?"

"तेच नीटसं कळत नाही. मी म्हटलं ना, सुरुवातीला वाटलं होतं की, साधे साखळीचोर असावेत. म्हणून मीही दुर्लक्ष करत इकडे येणारच नव्हतो. नीरालाच पाठवणार होतो; पण मग दोघांवर चॉपर वगैरे घेऊन हल्ला झालाय हे कळल्यावर आलो. सध्या जरा सतर्कतेचा इशारा आहे सर्वत्र. तरीही मोटिव्ह काय असावा काही कळत नाही, कारण शलाकाच्या अंगावर तर साधं घड्याळही नव्हतं. मंगळसूत्रही खोटं होतं."

"बरोबरच आहे. सकाळी आजकाल अजूनही अंधारच असतो. शिवाय मॉर्निंग वॉकच्या वेळी कशाला कोण नटूनथटून येईल आणि हे गुंडांनाही माहिती असतं; त्यामुळे साखळीचोरांचं हे काम असेल असं वाटत नाही. शिवाय ती मंडळी गळ्यातल्या चेन्स ओढून पसार होतात. सुरे घेऊन हल्ले नाही करत. दुसरंच काहीतरी कारण असलं पाहिजे."

"यू आर राइट! तरीही काय कारण असणार? शलाकाची कोणाशी दुश्मनी असण्याची..."

"...शक्यताच नाही. अहो, तिच्यासारख्या सॉफ्टवेअर इंजिनिअरची कोणाशी दुश्मनी असणार? शिवाय हा काही एकतर्फी प्रेमाचाही मामला असू शकत नाही. तिचं लग्न होऊन तीन-चार वर्षं तरी झाली असावीत."

"मग हेमंत? त्याचं कोणाशी वैर? करतो काय तो?"

"तोही इंजिनिअर आहे. त्याचं कसलं तरी मॅन्युफॅक्चरिंग युनिट आहे; पण त्याचंही कोणाशी वैर असेल असं वाटत नाही, कारण तो ऑर्डर्सनुसारच माल तयार

करतो आणि त्याच्या बहुतेक ऑर्डर्स परदेशातूनच येतात. मशीन्सचे काही खास कॉम्पोनन्ट्स तयार करतो तो.''

''तरीही तो अँगल चेक करायला हवा. आजकाल बिझिनेस कॉम्पिटिशन जीवघेणी झालीय.'' आपण कोणता शब्द वापरला हे समजून अमृतरावांनी तेवढ्यात जीभ चावली.

कौशिक त्यावर काहीच बोलले नाहीत. फक्त आपले ओठ चावत राहिले. घाईघाईनं घराबाहेर पडल्यामुळे त्यांनी आपला पाइप बरोबर घेतला नव्हता; पण तो जणू काही ओठात धरलाय असाच त्यांचा आविर्भाव होता. ते आपल्या विचारचक्रात गढून गेल्याचं अमृतरावांच्या ध्यानात आलं. तेवढ्यात त्यांना कोणीतरी बोलवायला आल्यामुळे तेही तिथून निघाले.

दुसऱ्या दिवशी सकाळीच सुमतीताईचा फोन आला, तो शलाका गेल्याचं सांगायलाच. कौशिक मग घाईघाईनं हॉस्पिटलात पोहोचले तो अमृतरावही तिथं हजर होते. आता गुन्हा केवळ वाटमारीचा न राहता खुनाचा बनला होता. खून कोणी आणि कशासाठी केला हे एक गूढच होतं. तरी अज्ञात इसमाविरुद्ध गुन्हा दाखल करणं भागच होतं.

कौशिकांचा बराचसा वेळ पोस्टमार्टेम लवकर उरकण्यात यावं यासाठी व्यवस्था करण्यात आणि सुमतीताई तसंच नानासाहेब यांचं सांत्वन करण्यातच गेला. अमृतरावांची आणि त्यांची तशी गाठभेट पडलीच नाही. त्यांना स्वतःचीच चीड आली होती. त्यांची भाची, एकुलती एक भाची अशा हीन कृत्याला बळी पडावी आणि आपल्याला काहीच करता येऊ नये याची वांझोटी चीड त्यांच्या मनाला खात होती.

अमृतरावांचा त्यांना विसरच पडला होता. सुमतीताईला घेऊन ते प्रथम तिच्या घरी गेले आणि संध्याकाळीच आपल्या घरी परतले. तो धोंडिबानं त्यांना दारातच सांगितलं,

''रावसायेब येऊन गेले.''

''कोण अमृतराव?''

''व्हय जी. आन् दोन डाव फोन बी क्येला होता त्यांनी.''

कौशिकांना आश्चर्य वाटलं. तसंच काही महत्त्वाचं असतं तर त्यांनी हॉस्पिटलातच गाठ घेतली असती त्यांची. घरी कशाला आले असते ते? पण दिवसभराच्या धावपळीनं कौशिक बरेच थकले होते; त्यामुळे त्यांनी अमृतरावांना कॉन्टॅक्ट करण्याचं दुसऱ्या दिवसापर्यंत पुढं ढकललं.

पण दुसऱ्या दिवशी सकाळी अमृतराव स्वतःच कौशिक यांच्या घरी हजर झाले.

"सॉरी अमृतराव, काल मी फारच थकलो होतो; त्यामुळे फोन नाही केला. आज करणार होतो, तर आता तुम्हीच आला आहात. काहीतरी तसंच कारण असल्याशिवाय तुम्ही असा पाठपुरावा केला नसतात. काय झालंय?"

"काल सकाळीच हेमंतही शुद्धीवर आला. त्याच्याशी आम्ही बोलू शकलो. तो म्हणतो की, त्या हल्ल्याच्या वेळी त्याचे वीस हजार रुपये चोरीला गेले."

"वीस हजार? पण सुमतीताई काहीच बोलली नाही."

"त्यांना माहिती नसावं. तशी शलाकाशी काही बोलण्याची संधी त्यांना मिळालीच कुठं?"

"तेही खरंच आहे. म्हणजे हा चोरीचाच प्रकार होता तर... तरीही काहीतरी विचित्र वाटतंय, अमृतराव."

"तुम्हालाही तसंच वाटतंय ना? मलाही काही शंका आली; पण तुमचा आणि त्या कुटुंबाचा इतका जवळचा संबंध असल्यामुळे पुढचं पाऊल उचलण्यापूर्वी मला तुमच्याशी बोलायचं होतं. मला सांगा, सकाळी मॉर्निंग वॉकला जाताना कोणीही वीस हजार रुपये बरोबर घेऊन कशाला निघेल?"

"हं, तुमची शंका रास्तच आहे. शलाका तर गळ्यातलं मंगळसूत्रही काढून ठेवत होती. लंकेच्या पार्वतीसारखी जात असे ती. मग हे वीस हजार रुपये तिच्याकडे आलेच कुठून?"

"तिच्याकडे नव्हे, त्याच्याकडे. ते पैसे हेमंतकडे होते."

"हेमंतकडे? पण त्यानं तरी ते कशाला नेले होते?"

"मलाही हाच प्रश्न छळत होता. म्हणून मी त्याला विचारलंही."

"मग, काही लॉजिकल एक्स्प्लनेशन दिलं का त्यानं?"

"म्हटलं तर हो. म्हटलं तर नाही."

"असं कोड्यात बोलू नका अमृतराव. काय ते स्पष्ट सांगा ना."

"तो म्हणाला की, आदल्या दिवशी ऑफिसातून निघता निघता एका क्लाएन्टनं त्याला ते पैसे आणून दिले होते. ते त्याच्या पॅन्टच्या खिशात होते. दमून घरी आल्यामुळे ते काढून कपाटात ठेवायला तो विसरला. सकाळी तीच पॅन्ट घालून फिरायला गेल्यामुळे ते त्याच्या खिशात तसेच राहिले."

"शक्य नाही असं नाही." आपला पाइप पेटवण्याचा प्रयत्न करत कौशिक म्हणाले. त्यांचं विचारचक्र सुरू होण्याचं ते लक्षण होतं. पाइप धडाडून पेटून त्यातून धुराचे भपकारे बाहेर पडू लागले तसे अमृतरावही गप्प झाले. कौशिक आपल्या तंद्रीतून जागं होण्याची वाट पाहत राहिले. धोंडिबानं आणून ठेवलेल्या नाश्त्याचा समाचार घेत राहिले.

"पण त्या दिवशी त्याच्याकडे एवढे पैसे आहेत हे हल्लेखोरांना नेमकं कसं

समजलं?''

''ज्या क्लाएन्टनं ते त्याला आणून दिले असं हेमंत म्हणतो त्यानंच कदाचित ती टिप दिली असेल.''

''असेलही; पण दुसऱ्या दिवशी सकाळी हेमंत ते बरोबर घेऊनच फिरायला निघणार आहे असं स्वप्न काही त्या क्लाएन्टला पडलेलं नसणार. शिवाय ते पैसे जर त्याच्याकडे होते तर शलाकावर एवढा जीवघेणा हल्ला करण्याचं काय कारण? हेमंतवर हल्ला करणाऱ्याला अटकाव करायला तर ती गेली नव्हती. तिची बिचारीची तर भीतीनं दातखिळीच बसली असेल.''

''तेच तर मलाही समजत नाही. ते हेमंतला विचारायचा प्रयत्न मी केला; पण तो एवढंच सांगतोय की, जे काही झालं ते इतक्या झपाट्यानं झालं की, नेमकं काय आणि केव्हा झालं हे नीटसं समजलंच नाही.''

''ठीक आहे. पोस्टमॉर्टेमचा रिपोर्ट मिळेल उद्या, तेव्हा पाहू काय आहे ते.''

पोस्टमॉर्टेमच्या रिपोर्टमध्ये एक नवीनच बाब उघडकीला आली. शलाका प्रेग्नन्ट होती. वीस एक आठवडे झाले होते. कौशिकांना आश्चर्य वाटलं; कारण सुमतीताई काहीच बोलली नव्हती. कौशिकांनी तिला विचारलंच; पण ते तिलाही माहिती नव्हतं.

''नाही रे. अलीकडे दोन-तीन महिन्यांत भेटच नव्हती झाली. नाहीतर माझ्या लक्षात आल्यावाचून राहिलं नसतं. तीही काही बोलली नाही. काय नशीब आहे बघ पोरीचं. गेल्या वेळी ते तसं झालं आणि या वेळी...''

''गेल्या वेळी? गेल्या वेळी काय झालं होतं?''

''मिसकॅरेज.'' येणारा हुंदका घशातल्या घशात दाबत सुमतीताई म्हणाली. ''चार-पाच महिने झाले होते.''

''कशामुळे झालं? काही खाण्या-पिण्यात आलं होतं?''

''तसं काही बोलली नाही. ते काय ते इनकॉम्पॅटिबल की काय असंच काहीतरी म्हणाली ती.''

''इनकॉम्पॅटिबिलिटी? हं हं सर्व्हायकल इनकॉम्पिटन्स असेल.''

''असेल. मला मेलीला काय कळतंय? मीही जास्त छेडलं नव्हतं त्या वेळी. व्हायची गोष्ट होऊन गेली होती. मग तीच पुन्हा चघळत बसण्यात काय हशील होतं? नशीब म्हणायचं आणि पुढं चालत राहायचं.''

''पण डॉक्टर कोण होता तिचा? त्याला विचारता येईल.''

''काय फायदा आता विचारून? पोर गेली ती गेलीच. शिवाय तिला त्या डॉक्टरबद्दल खात्री वाटत नव्हती. त्याची चूक झाली असावी, असा संशय होता तिला. म्हणून पुढच्या वेळी डॉक्टरच बदलेन असं म्हणत होती ती. कदाचित या

वेळी दुसऱ्याच डॉक्टरकडे गेली असणार ती.''

यावर कौशिक काही न बोलता गप्पच राहिले; पण त्यांचं विचारचक्र सुरू झालं होतं. त्यानंतर ते अमृतरावांना भेटले ते त्यासंबंधीच सांगायला.

''काही कळलं का त्या वीस हजार रुपयांबद्दल?'' कौशिकांनी विचारलं.

''हो. मी हेमंतला विचारलं त्या क्लाएन्टचं नाव. त्याच्याकडे चौकशी करता आली असती. त्यानं सांगितलं ते; पण तो कालच अमेरिकेला गेला असंही तो म्हणाला.''

''म्हणून इतक्या घाईघाईनं ते पैसे द्यायला आला होता की काय? आय सी? तो पोस्टमॉर्टेमचा रिपोर्ट वाचलात अमृतराव?''

''वाचला ना. शलाका प्रेग्नन्ट होती. त्यासंबंधीही विचारलं मी हेमंतला. तर तो हमसून हमसून रडायलाच लागला. शलाकाही गेली, आमचं बाळही गेलं, असं काहीसं म्हणत होता.''

''साहजिकच आहे. गेल्या वेळीही शलाकाचं मिसकॅरेज झालं होतं.''

''पण त्याबद्दल काही बोलला नाही तो. तुम्हाला कसं कळलं?''

''सुमतीताई म्हणाली आणि या वेळच्या प्रेग्नन्सीबद्दल तिला काहीच माहिती नव्हतं.''

''आईपासून तिनं ते लपवायचं कारणच काय?''

''एक्झॅक्ट्ली! मलाही ते कळत नाही. कदाचित तिचा गायनॅकॉलॉजिस्ट सांगू शकेल आपल्याला. त्याला गाठायला हवं.''

''राइट! आधी हेमंतला विचारायला हवं.''

पण हेमंतनं सुरुवातीला ते सांगितलं नाही. आपल्यालाही ती प्रेग्नन्ट असल्याचं माहिती नव्हतं असाच पवित्रा त्यानं घेतला. त्याचं तर अमृतरावांना अधिकच आश्चर्य वाटलं. प्रत्यक्ष नवऱ्यापासून बायको हे कशाला लपवून ठेवील? आणि तेही चार महिने झालेले असताना? त्यांनी कौशिकांना विचारलंच.

''चार महिन्यांपर्यंत बायको आपली प्रेग्नन्सी नवऱ्यापासून लपवून ठेवू शकेल, कौशिक?''

''शक्य नाही असं नाही. सिंगापूरला अशी एक केस झाली होती. त्या वेळी तर डिलिव्हरी झाली तरी नवऱ्याला पत्ता नव्हता; पण ते दोघेही तसे अशिक्षितच होते.''

''इथं तर दोघेही सुशिक्षित आहेत.''

''तरीही हेमंतचं म्हणणं खोटं असेलच असं नाही. गेल्या वेळी मिसकॅरेज झाल्यामुळे या वेळी कोणालाही न सांगता स्वतःच सगळं निभावायचं शलाकानं ठरवलं असेल. आपला गायनॅकॉलॉजिस्टही ती बदलणार असल्याचं सुमतीताईला

म्हणाली होती.''

''म्हणजे त्यांच्याकडे ती बोलली होती तर? पण तुम्ही तर आता म्हणालात...''

''नाही, नाही, तिच्याकडेही काही बोलली नव्हती ती. गेल्या वेळी मिसकॅरेज झालं ते डॉक्टरच्या हलगर्जीपणामुळे, असा तिला संशय होता. म्हणून पुढच्या वेळी मी दुसऱ्याच डॉक्टरकडे जाईन, असं म्हणाली होती.''

''पण मग हा नवा डॉक्टर कोण? हेमंतला तर काही माहिती आहे असं दिसत नाही. शलाका तर आता या जगातच नाही. मग समजणार कसं?''

''अशा वेळी बायका कोणा ना कोणाकडे मन उघडं करतातच. कोणाचा ना कोणाचा सल्ला घेतातच. तिची एखादी जीवश्चकंठश्च मैत्रीण असेल. कदाचित कोणी ऑफिसमधली कलीग असेल. तिच्याकडून आपल्याला कळू शकेल.''

दोघेही मग त्याच मोहिमेवर निघाले. कौशिकांचा होराच खरा ठरला. तिच्या ऑफिसमधल्या मैत्रिणीकडून त्यांना त्या डॉक्टरचा पत्ता समजला. त्या मैत्रिणीनंच त्या डॉक्टरकडे तिला नेलं होतं.

डॉक्टर सरदेसाई पन्नाशीचे होते. अतिशय फिट होते. कुरळे केस व्यवस्थित वळवलेले, उमद्या व्यक्तिमत्त्वाचे. त्यांनी दोघांना आपल्या केबिनमध्ये नेलं.

''व्हॉट कॅन आय डू फॉर यू, जन्टलमेन?'' त्यांनी विचारलं.

''शलाका देशपांडे, तुमची पेशंट होती डॉक्टर?''

त्या प्रश्नाचं उत्तर द्यावं की देऊ नये या संभ्रमात डॉक्टर पडले. शेवटी त्याचं उत्तर न देताच त्यांनीच उलट प्रश्न केला.

''आपण?''

''मी अमृतराव मोहिते, डेप्युटी कमिशनर ऑफ पोलीस आणि हे आमचे कन्सल्टंट डॉक्टर कौशिक. शिवाय हे शलाकाचे मामाही लागतात.''

''आय सी?'' ते ऐकून डॉक्टरांना धक्का बसलाच असेल तरी त्यांनी तसं दाखवलं नाही. शांतपणे ते म्हणाले, ''हो. शी इज माय पेशंट.''

''तुम्हाला वॉज म्हणायचंय का डॉक्टर?''

''मुळीच नाही; पण वॉज म्हणजे, मी नाही समजलो.''

''शी वॉज मर्डर्ड टू डेज ॲगो. तुम्ही पेपरमध्ये वाचलंच असेल.''

''नाही. मी सहसा क्राइम स्टोरीज वाचत नाही. बट, ओऽह माय गॉड! पण का? का कोणी तिचा खून करावा? शी इज, आय मीन वॉज, ए व्हेरी प्लेझंट गर्ल!''

''त्याचाच शोध घेत आहोत आम्ही. डॉक्टर आय नो दॅट डॉक्टर-पेशंट कॉन्व्हर्सेशन इज प्रिव्हिलेज्ड; पण या केसमध्ये बाब वेगळी आहे. आम्हाला तुमचं को-ऑपरेशन हवंय.''

''बाय ऑल मीन्स; पण माझी काय मदत होईल हे मला कळत नाही.''

''डॉक्टर यापूर्वी एकदा शलाकाचं मिसकॅरेज झालं होतं हे माहिती आहे तुम्हाला?'

''हो, तिनंच सांगितलं होतं मला. सर्व्हायकल इनकॉम्पिटन्स असं कारण सांगितलं गेलं होतं तिला; पण तिला त्याबद्दल शंका होती. म्हणूनच या वेळी ती माझ्याकडे आली होती. मला तिच्यामध्ये आतापर्यंत तरी तसे कोणतेच साइन्स दिसले नाहीत. तरीही प्रिकॉशन म्हणून मी तिला जवळजवळ दर दहा दिवसांनी तपासत होतो.''

''किती महिने झाले होते डॉक्टर?''

डॉक्टरांनी उठून तिची केस फाइल काढली. तिच्यात पाहत ते म्हणाले,

''वीस ते बावीस वीक्स.''

''आणि शी वॉज पर्फेक्टली नॉर्मल?''

''ॲज नॉर्मल ॲज शी कुड बी.''

''डॉक्टर तुम्ही अल्ट्रासाउन्ड टेस्ट्स करता?'

''हो. मला वाटतं, सगळेच गायनॅकॉलॉजिस्ट्स करतात. साधारण पंधरा-सोळा वीक्स झाले की, आम्ही ही टेस्ट करतो. कधीकधी पुन्हा एकदा रिपीटही करतो. फेटल पोझिशन आणि हेल्थ समजून घेण्यासाठी मला तर ती आवश्यक वाटते.''

''या टेस्टमधून मुलाचं सेक्सही समजतं, खरं ना?''

''हो. पण मी ही टेस्ट प्रिनॅटाल सेक्स डिटरमिनेशनसाठी करत नाही. ती माहिती मी माझ्याजवळच ठेवतो. पेशंटलाही सांगत नाही.''

''कधीच नाही?''

''ज्या कारणासाठी गर्भलिंगचिकित्सा करायला कायदा परवानगी देतो त्यासाठीच केली गेली असेल तर सांगतो. एरवी नाही.''

''डॉक्टर, सॉरी बट आय मस्ट आस्क धिस, तुम्ही ॲबार्शन करता?''

''नेव्हर! मी एमटीपी म्हणजे मेडिकल टर्मिनेशन ऑफ प्रेग्नन्सी करतो.''

''म्हणजे तेच ते.''

''नाही. देअर इज ए क्लिअर डिफरन्स. कमिशनर, मला सांगा तुम्ही कधी एखाद्या गुन्हेगाराला गोळी घालून मारलंय?''

''यस! त्यानं सरेंडर न करता उलट आमच्यावरच गोळीबार सुरू केला, तेव्हा.''

''मग त्याला खून म्हणाल तुम्ही?''

''नाही. इट इज जस्टिफाइड किलिंग.''

"प्रिसाइज्ली? इथंही हाच फरक आहे. ज्या पेशंटला त्याआधीच डेबिलिटेटिंग जेनेटिक डिसऑर्डर असलेलं मूल आहे, अशाला जर पुन्हा त्याच व्याधीनं पछाडलेलं मूल होण्याची शक्यता दिसली, तर ती प्रेग्नन्सी टर्मिनेट करायला कायदाच परवानगी देतो. अशा केसेसमध्येच मी ते ऑपरेशन करतो. एरवी नाही."

डॉक्टर ठामपणे पण अजिबात विचलित न होता बोलत होते. त्यांच्या धीरोदात्त आविर्भावानं कौशिकही प्रभावित झाले.

"शलाकावर तुम्ही अल्ट्रासाउन्ड टेस्ट केली होती?"

"हो, तीन आठवड्यांपूर्वी."

"ॲन्ड?"

"ॲन्ड नथिंग. सगळं नॉर्मल होतं. मी शलाकाला तसं सांगितलंही. पण..."

"...पण काय, डॉक्टर?"

"पण त्यानंतर तीन-चार दिवसांनी, हो चार दिवसांनी" केस फाइल पाहत डॉक्टर म्हणाले, "चार दिवसांनी शलाका आणि तिचा नवरा दोघेही आले."

"नवरा? म्हणजे हेमंत? तो इथं आला होता तुमच्याकडे?"

कौशिक आणि अमृतराव दोघांनीही एकाच वेळी एकमेकांकडे पाहत भुवया उंचावल्या.

"हो. त्याचं नाव हेमंत. बरोबर." परत एकदा केस फाइल पाहत डॉक्टर म्हणाले.

"कशासाठी आले होते ते?"

"त्या रिपोर्टबद्दलच चौकशी करायला आले होते. त्यांनी पूर्वीच्या वेळची आठवण काढत परत परत मला तो रिपोर्ट चेक करायला सांगितला. मी त्यांना ठामपणे सगळं काही नॉर्मल असल्याचं सांगितलं; पण त्यांना सेकंड ओपिनियन घ्यायचं होतं."

"त्यांना? दोघांनाही?"

"वेल! त्याला. नवऱ्याला, शलाका वॉज नॉट सो इन्क्लाइन्ड."

"आय सी! मग, काय सांगितलंत तुम्ही त्याला?"

"सेकंड ओपिनियन घेणं हा पेशंटचा हक्क आहे, तेव्हा मी त्यांना नाही म्हणू शकत नव्हतो. त्यांनी जरूर घ्यावं असं मी त्यांना सांगितलं, तेव्हा त्यांनी माझा रिपोर्ट मागितला. मी तर तो आधीच दिला होता; पण नवऱ्याला ते ओरिजिनल स्कॅन्स पाहिजे होते."

"कशासाठी?"

"तो म्हणाला की, परत ती टेस्ट करून घ्यायचा खर्च कशासाठी? हे स्कॅन पाहूनच ते दुसरे डॉक्टर आपलं ओपिनियन देतील. मी रिलक्टन्ट होतो; पण त्यांचं

म्हणणं मला तसं फारसं वावगं वाटलं नाही. मी ते एक दिवसासाठी दिले आणि त्यानंतर त्यांनी ते परत आणूनही दिले. या फाइलमध्ये आहेत ते.''

आता काही फारसं विचारायचं राहिलं नव्हतं. क्षणभर कोणीच काही बोललं नाही; पण मग हळूच कौशिकांनी विचारलं,

''ते सेकंड ओपिनियन काय होतं हे तुम्ही विचारलं असेलच.''

''ऑफ कोर्स! त्यांनीही माझंच डायग्नोसिस करेक्ट असल्याचं सांगितलं असं म्हणाला तो नवरा. या वेळी तो एकटाच आला होता.''

''ते दुसरे डॉक्टर कोण हे माहिती आहे तुम्हाला?''

''नाही. प्रोफेशनल कॉन्डक्टमध्ये ते बसत नाही. मी विचारलंही नाही.''

''थँक्यू डॉक्टर, सॉरी! टू हॅव टेकन सो मच ऑफ युवर टाइम.''

''यू आर वेलकम! पण शलाकाचा खून झालाय यावर विश्वासच बसत नाही माझा. माझी काही मदत झालीच असेल तुम्हाला तर मीच उलट तुम्हाला थँक्स द्यायला हवेत.''

''मला तरी हे डॉक्टर सज्जन वाटले, कौशिक.'' बाहेर येतायेताच अमृतराव म्हणाले.

''यू आर राइट! अतिशय डिसेंट वाटली त्यांची वागणूक. आपण एवढे आडवेतिडवे प्रश्न विचारले; पण त्यांनी अतिशय शांतपणे सर्वांची उत्तरं दिली. दुसरा कोणी असता तर चिडला असता. ओरडला असता. आता परत हेमंतकडे जायला हवं. त्या दुसऱ्या डॉक्टराचा पत्ता विचारायला.''

''मला नाही वाटत त्याचा काही फायदा होईलसं. तसं असतं तर सुरुवातीला तो खोटं बोललाच नसता. शिवाय आता जर आपण त्याला छेडलं तर त्याला संशय येईल. त्याला बेसावध ठेवणंच मला वाटतं आपल्या फायद्याचं आहे.''

त्यावर कौशिक काहीच बोलले नाहीत; पण त्यांचा पाइप मात्र पेटला होता आणि त्यातून धुराची वलये बाहेर पडत होती.

''सुमतीताई?'' गर्रकन वळत आपला पाइप अमृतरावांवर रोखत कौशिक म्हणाले.

''त्यांचं काय?'

''तिच्याकडे पत्ता मिळेल कदाचित. मला वाटतं, गेल्या वेळी तिला ज्यानं ट्रीट केलं होतं तोच डॉक्टर असावा.''

''कशावरून?''

''हेमंतनं या सेकंड ओपिनियनसाठी निवडलं होतं त्या डॉक्टरला. त्याला दुसरा कोणी माहिती असण्याची शक्यता कमीच आहे, कारण तसं असतं तर सुरुवातीलाच त्यानं शलाकाला त्याच्याकडे नेलं असतं. शलाकानं गेल्या वेळचा डॉक्टर नको

असा हट्ट धरल्यामुळेच या वेळी त्यानं तिला सरदेसाईंकडे जाऊ दिलं होतं.''

''ठीक आहे. लेट अस ट्राय.''

सुमतीताईकडे तो पत्ता मिळालाही. त्या डॉक्टरला अमृतरावांनी आपली ओळख देताच तो दचकल्याचं दोघांच्याही नजरेतून सुटलं नाही; त्यामुळे अमृतरावांनी थेट मुद्द्यालाच हात घातला.

''शलाका देशपांडे. तिचा अल्ट्रासाउन्ड स्कॅन तुमच्याकडे सेकंड ओपिनियनसाठी आला होता डॉक्टर?''

''हो.'' कसंबसं डॉक्टरनं सांगितलं.

''मग तुमचं काय मत पडलं?'

''तिच्या डॉक्टरनी केलेलं डायग्नोसिस बरोबर होतं. तसं मी हेमंतला सांगितलं होतं.''

''हेमंत नाव काय त्याचं?'' आपला पाइप साफ करण्यात गुंतलेल्या कौशिकांनी विचारलं.

''हो, हो ना. हेमंत देशपांडे.''

''फार जुनी ओळख दिसतेय तुमची?''

यावर डॉक्टर गप्पच राहिला. काय बोलावं हे त्याला सुचत नव्हतं.

''गेल्या खेपेलाही तुमच्याकडेच रजिस्टर झाली होती ना शलाका?''

''अं अं ऽऽ हो हो.''

''मिसकॅरेज झालं होतं तिचं नाही का?''

''अं हो, म्हणजे काय झालं होतं...''

''काय झालं होतं?''

''नक्की काही आठवत नाही; पण झालं होतं खरं.''

''किती महिने झाले होते?''

''काही आठवत नाही. फाइल बघावी लागेल.''

''आहे ना फाइल?''

''असायला हवी.''

''असायला तर हवीच. प्रश्न आहे की तशी ती आहे की नाही याचा.'' इतका वेळ गप्प राहिलेल्या अमृतरावांनी आता विचारलं.

''डॉक्टर ॲबॉर्शन करता का तुम्ही?''

''कधीकधी करावं लागतं.''

''म्हणजे कधी? कोणत्या कारणासाठी?''

''म्हणजे ते तसं नेमकं सांगणं कठीण आहे. पण...''

''खूप खेळ झाला डॉक्टर.'' त्याला मध्येच अडवत, आवाजात जरब आणत

अमृतराव म्हणाले, "तुम्ही सेक्स डिटरमिनेशनसाठी अल्ट्रासाउन्ड टेस्ट करता आणि मुलगी असली तर अॅबॉर्शनही करता. खरं की नाही?"

"हे पाहा, तुम्ही माझ्यावर भलतेसलते आरोप करताय..." डॉक्टर कसंबसं म्हणाला; पण तोवर त्याला चांगलाच घाम फुटला होता. पुन्हा त्याला अडवत कौशिक म्हणाले,

"शलाकाचं मिसकॅरेज होण्यापूर्वी तिची टेस्ट केली गेली होती ना? खरं काय ते सांगा."

"हो. पण तशी अनेकांची..."

"...करता तुम्ही; पण शलाकाची ती बेबी मुलगी होती हे त्या टेस्टवरून समजलं होतं तुम्हाला, होय ना? आणि ते हेमंतलासुद्धा सांगितलं होतंत तुम्ही, खरं ना?"

यावर डॉक्टर चूपच बसलेला पाहून अमृतराव परत दरडावले.

"त्यांच्या प्रश्नाचं उत्तर द्या डॉक्टर. नाहीतर समन्स आणून तुमची सारी रेकॉर्ड जप्त करू आम्ही. सेक्स डिटरमिनेशनवर कायद्यानं बंदी आहे हे ठाऊकच असेल तुम्हाला. तुमच्याकडे लायसेन्स नसेलच ती टेस्ट करण्याचं."

यावरही डॉक्टरला काय बोलावं हे सुचेना. तो त - त - प - प करू लागला.

"हे पाहा, आता खरं खरं काय ते सांगितलंत तर ठीक आहे. नाहीतर शलाकाच्या मर्डरमध्ये तुम्हालाही साथीदार म्हणून अटक करू आम्ही. आता खरं काय ते सांगितलंत तर माफीचा साक्षीदार होण्याची संधी तरी मिळेल तुम्हाला. तेव्हा बोला काय झालं ते."

कपाळावरून ओघळणारा घाम पुसायचा प्रयत्नही न करता डॉक्टर बोलू लागला.

"हेमंत ते अल्ट्रासाउन्ड टेस्टचे स्कॅन्स घेऊन आला होता. त्याला फक्त बेबीचं सेक्स काय आहे हेच विचारायचं होतं. मी ते त्याला सांगितलं. मुलगी होती. त्यानं गेल्या वेळेसारखंच या वेळीही अॅबॉर्शन करायला सांगितलं. मी नकार दिला, कारण जवळजवळ बावीस वीक्स झाले होते. त्यानंतर अॅबॉर्शन करण्यानं बाईच्या जिवालाही धोका असतो. मला तेवढं रिस्क घ्यायचं नव्हतं. त्यानं पुनःपुन्हा विनवणी केली. भरपूर पैसे देण्याचं आश्वासन दिलं; पण मी नाहीच म्हणालो. त्यानंतर तो गेला."

आता आणखी काही फारसं ऐकण्यासारखं राहिलंच नव्हतं. डॉक्टरला शहर सोडून न जाण्याची ताकीद देत अमृतराव आणि कौशिक निघाले.

"सुशिक्षित माणसं अशी कशी काय वागतात तेच कळत नाही, कौशिक. पहिली बेटी धनाची पेटी म्हणतात. ते केवळ आता अशा डॉक्टरांसाठीच खरं

ठरतंय. अशा विधिनिषेधशून्य डॉक्टरांच्या दृष्टीनं ती धनाची पेटीच नाही तर घबाडच आहे.''

''खरं आहे. आता हे सुमतीताईला कसं सांगायचं हा प्रश्न मला छळतोय. शलाकाला गुंडांनी नाही तर तिच्या नवऱ्यानंच मारलं हे तिच्या पचनी कसं पडावं? बाकी आता हेमंतला अटक करण्यासाठी पुरेसा पुरावा आहेच तुमच्याकडे. त्यानं कोणाला ती वीस हजाराची सुपारी देऊन शलाकाचा खून घडवून आणला हा तपशिलाचा भाग; पण तो तुम्ही सांभाळालच.''

''ते तर करूच; पण ही साधी चोरी आणि खुनाची केस नसून हा स्त्रीभ्रूण हत्येचा प्रकार आहे हे मात्र तुमच्यामुळेच उघडकीला आलं.''

या वेळी अवाक होण्याची पाळी कौशिकांची होती. त्यांनी सुमतीताईकडे जाण्याची घाई केली पाहिजे असा बहाणा करत तिथून काढता पाय घेतला.

■

कॉफीचा फेसाळता कप टेबलावर ठेवत माधवराव जिंतूरकरांनी समोरचा पेपर उचलला. सकाळची पहिली कॉफी ते स्वतः बनवत असत. त्यासाठीच त्यांनी तो खास पर्कोलेटर आणला होता. त्यात मनाप्रमाणे बनवलेली कॉफी पिता पिता वर्तमानपत्रातील ठळक बातम्या नजरेखालून घालण्याचा त्यांचा परिपाठ होता. घडी घातलेला पेपर उघडून त्यांनी पहिल्या पानांवरून भर्रकन नजर फिरवली आणि ते उलटण्यासाठी नेहमीसारखीच त्यांनी घाई करायला सुरुवात केली. पहिलं पान खून, लुटालूट, बलात्कार, दरोडे यांसारख्या गुन्ह्याच्या वार्तांनीच भरलेलं असणार याविषयी त्यांच्या मनात जराही शंका नव्हती. उरलेल्या जागेमध्ये राजकारणातील सुंदोपसुंदी चवीनं चघळलेली असते याचीही त्यांना खात्री होती. त्यांपैकी कशातही त्यांना काडीचाही इंटरेस्ट नव्हता.

त्यामुळेच ते पान उलटता उलटता जेव्हा ते उजव्या कोपऱ्यातल्या बातमीवर अडखळले, तेव्हा त्यांचं त्यांनाच आश्चर्य वाटलं. बातमी खुनाचीच होती. आपण का अडखळलो हे बातमीकडे पुन्हा नजर टाकताच त्यांच्या ध्यानात आलं. सुप्रसिद्ध उद्योगपती रामराव चिटणीस यांच्या छायाचित्रानं त्यांचं लक्ष वेधून घेतलं होतं. रामरावांबद्दल सर्वांनाच आदर होता. आपल्या अफाट संपत्तीचा भरघोस हिस्सा त्यांनी गोरगरिबांसाठी सुजाण दानधर्म करण्यात नेहमीच खर्च केला होता आणि तोही त्याचा फारसा गाजावाजा तर सोडाच; पण फारशी वाच्यताही न करता. मात्र, तळागाळातल्या वंचितांच्या शिक्षणासाठी, त्यांना निरनिराळी कौशल्यं प्राप्त करून देऊन स्वतःच्या पायावर उभं राहण्यासाठी धडपड करणाऱ्या अनेक सामाजिक संस्थांना

त्यांच्या या दानाची फळं मिळाली होती. त्या संस्थांशी निगडित असलेल्या सर्वचजणांना त्यांनी आपलंसं केलं होतं. त्यांनी माधवरावांनाही आपलं उदयोन्मुख लेखकांना प्रोत्साहन देणाऱ्या मासिकाचं अर्थकारण सांभाळण्यासाठी आर्थिक आणि व्यवस्थापनविषयक मदत केली होती.

पण आजच्या चिटणीसांविषयीच्या बातमीनं माधवराव हादरूनच गेले. परवा रात्री केव्हातरी रामरावांचा त्यांच्या लोणावळ्याजवळील फार्महाउसवर खून झाला होता. चार वर्षांपूर्वी त्यांच्या पत्नीचं निधन झाल्यापासून ते बराच काळ त्या फार्महाउसवरच राहू लागले होते. त्यांच्या उद्योगधंद्यांचा कारभार कार्यक्षम आणि विश्वासू अधिकाऱ्यांवर सोपवून त्यांनी निसर्गाच्या सान्निध्यात थोड्याफार विजनवासात राहणं पसंत केलं होतं.

त्या फार्महाउसवरच्या आपल्या शयनकक्षामध्येच आपल्या बिछान्यात ते छातीत सुरा खुपसलेल्या अवस्थेत आढळले होते. फार्महाउसवर ते सहसा त्यांचा विश्वासू नोकर, खानसामा आणि पहारेकरी यांच्या बरोबर राहत असत. दररोज सकाळी नजीकच्या गावातून एक मध्यमवयीन विधवा झाडलोट आणि धुणीभांडी करायला तसेच बागेची निगराणी राखण्यासाठी एक माळी येत असे; पण सूर्यास्तानंतर ते आपापल्या घरी जात. त्यानंतर ते तीन नोकरच राहत. या वेळी मात्र त्यांचा एक पुतण्या, एक भाची आणि मेहुणा तिथं होते असं बातमीत म्हटलं होतं. आणखी एक इंजिनिअरिंगचा विद्यार्थीही तिथं आला होता. बहुतेक तो आपल्या प्रॉजेक्टसाठी रामरावांकडून अनुदान मिळवण्यासाठी आला असावा असा अंदाज आहे; पण त्या बाबतीत काहीही निश्चित कळलेलं नाही. शिवाय तो रात्रीच निघूनही गेल्याचं वॉचमननं सांगितलं. तो नक्की केव्हा निघून गेला याविषयी कोणीही, काहीही सांगू शकत नसल्याचंही बातमीत म्हटलं होतं.

रामरावांच्या काही खास सवयी असल्याचाही उल्लेख बातमीत होता. त्यानुसार ते रात्री झोपण्यापूर्वी त्यांच्याच एका कारखान्यात तयार होत असलेल्या सुगंधी मेणबत्त्यांपैकी एक पेटवत असत. तिचा दरवळणारा सुगंध आपल्याला एका असीम शांततेचा अनुभव देत गाढ झोपायला मदत करतो असं त्यांचं म्हणणं होतं. या मेणबत्त्यांचं आणखी एक वैशिष्ट्य होतं. त्या बरोबर आठ तास जळत असत. एक मिनिट कमी नाही की एक मिनिट जास्त नाही आणि ती मेणबत्ती विझली की रामराव जागे होत. एक प्रकारे ती मेणबत्ती अलार्मचंच काम करते असा रामरावांचा दावा होता. तो खरा असल्याची प्रचितीही अनेकांनी, खुद्द माधवरावांनीही घेतली होती. त्यांनी भेट म्हणून दिलेल्या काही मेणबत्त्यांचा तसा अनुभव माधवरावांनी घेतला होता. मेणबत्ती पेटवून रामराव आपल्या खोलीचं दार बंद करून घेत. त्यानंतर कोणीही तिथं जाऊ शकत नसे. सकाळी उठल्यानंतर रामराव स्वतःच ते दार उघडून

बाहेर येत आणि गणूकाकांना, आपल्या नोकराला हाक मारीत. खरंतर तशी हाक मारण्याची वेळ सहसा येतच नसे. कारण रामरावांच्या सवयीची आता गणूकाकांनाही सवय झाली होती. त्यांनी हाक मारण्यापूर्वीच चहा-नाश्त्याचा ट्रे घेऊन गणूकाका दारात हजर असत.

काल सकाळी नेहमीची वेळ टळून गेली तरी रामरावांनी दार न उघडलेलं पाहून आश्चर्यचकित झालेल्या गणूकाकांनी खोलीबाहेरची बेल वाजवली. एकदा नाही, दोनदा. तरीही आतून काहीच प्रतिसाद न मिळाल्यानं ते दारावर थाप मारण्यासाठी गेले असता त्यांना दार उघडंच असलेलं दिसलं. हेही विचित्र होतं. काहीशा अचंब्यानं ते दार ढकलून आत जातात तो रामराव आपल्या बिछान्यातच मृतावस्थेत असलेले त्यांना दिसले.

पोलिसांना त्या खोलीच्या सर्व खिडक्या आतून बंद असलेल्या आढळल्या. दारसुद्धा कोणी जबरदस्ती करून उघडल्याची कोणतीही खूण सापडली नाही. म्हणजेच कोणी अनोळखी किंवा अनधिकृत व्यक्ती त्यांच्या खोलीमध्ये घुसल्याची शक्यता मावळली होती. रात्री बाहेरचं कोणीही आलं नसल्याचं वॉचमनही शपथेवर सांगत होता. रामरावांच्या छातीतला सुरा त्यांच्याच स्वयंपाकघरातला होता हे खानसाम्यानं कबूल केलं; पण तो काल दुपारपासूनच सापडत नसल्याचंही त्यानं सांगितलं.

पोलीस तिथं पोहोचले, तेव्हा एअरकंडिशनर चालू होता आणि मेणबत्तीही विझायला आली असली तरी अजून जळत होती. फोरेन्सिक टीम तिथं कसून तपासणी करत असतानाच ती विझली. त्या वेळी ठीक सात वाजून त्रेपन्न मिनिटं झाली होती. रामराव स्वतःच नेहमी मेणबत्ती पेटवत असल्यामुळे त्यांनी ती रात्री अकरा वाजून त्रेपन्न मिनिटांनी पेटवली असणार हे उघड होतं. याचा अर्थ त्या वेळी रामराव जिवंत होते. त्यानंतर म्हणजे जवळजवळ रात्री बारा वाजल्यानंतर केव्हातरी त्यांचा खून झाला असावा असा तर्क पोलिसांनी केला आहे.

खोलीच्या दाराबाहेर सीसीटीव्ही लावलेला होता; त्यामुळे खोलीत कोण गेलं, कोण बाहेर आलं, केव्हा आत गेलं आणि केव्हा तिथून बाहेर पडलं याची नोंद झालेली आहे; पण त्यावरून रात्री अकरा वाजून त्रेपन्न मिनिटांनंतर कोणीही आल्यागेल्याचा पुरावा नाही. रामरावांना शेवटचं जिवंत पाहणारी व्यक्ती म्हणजे त्यांचा मेहुणा. तो रात्री पावणेनऊ वाजता खोलीत गेला होता. रामरावांबरोबर त्याचं काही संभाषण झाल्याचं त्यानं सांगितलं; पण अकरा वाजून आठ मिनिटांनी तो खोलीच्या बाहेर पडल्याचं सीसीटीव्ही चित्रणातून स्पष्ट होत होतं; त्यामुळे बंद खोलीच्या दाराआड रामरावांचा कसा खून झाला असावा यावरून पोलीस बुचकळ्यात पडले आहेत. तपास चालू आहे.

बातमी वाचून माधवराव सुन्न झाले. अशा देवमाणसाचा कोणी, कशासाठी खून करावा हेच त्यांना समजत नव्हतं. कोणाशी त्यांचं वैर असावं अशी शंकाही माधवरावांना येत नव्हती आणि कोणाला पैशांची निकड असेल तर त्यासाठी त्यांचा खून करण्याची गरज नव्हती. स्वहस्ते त्यांनी त्या व्यक्तीच्या ओंजळीत भरभक्कम रक्कम टाकली असती. तरीही रामरावांचा खून झाला होता हे वास्तव होतं आणि पोलिसांना अजून तरी कोणी संशयित सापडला नव्हता.

हाताला बसलेल्या चटक्यानं माधवराव भानावर आले. कॉफी अजूनही बऱ्यापैकी गरम होती आणि समोर न पाहता कप उचलण्यासाठी त्यांनी पुढं केलेला हात कपातल्या कॉफीत पडला होता.

अकस्मात त्यांना कसलीतरी आठवण झाली. घाईघाईनं कॉफी तिथं तशीच टाकून ते आपल्या घरातच बनवलेल्या छोट्याशा ऑफिसात गेले. त्यांनी आपला लॅपटॉप उघडला आणि जी-मेल चालू केली. आपण नेमकं काय पाहत आहोत याची कल्पना त्यांना असली तरी ती फाइल नक्की कुठं असेल हे त्यांना आठवत नव्हतं. दररोज आठ-दहा तरी लेख, कथा त्यांच्याकडे येत असत. ते सर्व डाउनलोड करून एका फोल्डरमध्ये क्रमवारीनं लावून ठेवत; पण एखादी फाइल केव्हा त्या फोल्डरमध्ये सेव्ह केली ती तारीख किंवा ती कोणाकडून आली त्याचं नाव आठवत नसेल तर ती शोधाशोध करायला तसा वेळच लागत असे.

आताही तेच झालं. कालपासून उलट्या क्रमानं जात प्रत्येक फाइल त्यांना उघडून चेक करावी लागत होती.

अर्ध्या तासाच्या झटापटीनंतर त्यांना शेवटी ते शोधत असलेली फाइल सापडली. एका लेखकानं त्यांच्याकडे प्रकाशनासाठी पाठवलेली ती एक कथा होती. मिलिंद शेलार. त्याच्या एक-दोन कथा यापूर्वीही त्यांनी प्रकाशित केल्या होत्या. दोन्ही रहस्यकथा होत्या. ते सहसा अशा कथांना आपल्या मासिकात स्थान देत नसत; पण या कथांचा ढाचाच वेगळा होता. त्यातल्या गुन्ह्याची उकल करताना बुद्धिकौशल्याचा, विज्ञानातील निरनिराळ्या सूत्रांचा कल्पक वापर केलेला असे. त्यामुळे कदाचित एका वेगळ्याच कथाप्रकाराला प्रकाशात आणण्याचं श्रेय आपल्याला मिळेल या भावनेनं माधवरावांनी त्या स्वीकारल्या होत्या. मिलिंद शेलारची आणि त्यांची प्रत्यक्ष भेट झाली नव्हती; पण ई-मेलद्वारे एक-दोनदा त्यांचा एकमेकांशी संपर्क झाला होता. एकदा मिलिंदनं त्यांना फोनही केला होता.

या वेळी त्यानं पाठवलेली कथा त्यांनी वाचली होती. तिच्या स्वीकृतीविषयी निर्णय घेण्यापूर्वी माधवरावांना काही शंकांचं निवारण करून घ्यायचं होतं. म्हणून त्यांनी आपला निर्णय राखून ठेवला होता. त्या शंका मिलिंदसमोर मांडण्यासाठी त्याला ई-मेल करायला हवी अशी त्यांनी मनोमनी नोंद करून ठेवली होती; पण

आज करू, उद्या करू असं झाल्यामुळे अजूनपर्यंत त्यांनी मिलिंदशी संपर्क साधला नव्हता आणि नेहमीच्या धबडग्यात ती काहीशी मागे पडली होती.

आताही त्यांना तिची आठवण झाली, कारण त्यातील कथानक रामरावांच्या खुनाच्या बातमीशी काहीतरी संबंध असल्यासारखं होतं असं त्यांना वाटून गेलं. त्याकरता त्यांनी ती पुन्हा एकदा सुरुवातीपासून वाचली आणि जसजसे ते ती वाचत गेले, तसतसे अधिकाधिक अस्वस्थ होत गेले. त्या कथेतील तपशील रामरावांच्या खुनाच्या घटनेशी तंतोतंत जुळत होता. अगदी बारीकसारीक बाबीसुद्धा. त्या मेणबत्तीचा उल्लेख, तिची खासियत, तिच्या जळण्या-विझण्यावरून रामरावांच्या खुनाची वेळ निश्चित करण्याचं धोरण, अगदी सगळं सगळं जसंच्या तसंच होतं. जणू काही मिलिंदला रामरावांच्या खुनाची बातमी तो खून होण्यापूर्वीच मिळाली होती.

बातमी रामरावांच्या खुनाची माहिती देतच संपली होती. कथा मात्र त्याच्या कितीतरी पुढं गेली होती. तो खून कसा झाला. कोणी केला, कशासाठी केला याचा उलगडा अर्थातच त्या कथेत होता. कोणत्याही रहस्यकथेत ते अपेक्षितच असतं. गुन्ह्याची उकलही तर्कसंगतरीत्या आणि अनोख्या सूत्रांचा आधार घेत केली होती. कथा म्हणून ती अप्रतिम उतरली आहे असंच माधवरावांमधल्या संपादकाला वाटून गेलं.

पण आता बाब त्या कथेच्या स्वीकृतीपुरतीच राहिली नव्हती किंबहुना तो प्रश्न आता गौण झाला होता. गोंधळून गेलेल्या पोलिसांना रामरावांच्या खुनाच्या तपासासाठी त्या कथेची मदत होणार होती. खुन्याला लवकरात लवकर अटक करण्यासाठी काही क्लू मिळणार होते. ती कथा घेऊन आपण पोलिसांकडे जावं की काय याचा विचार माधवरावांच्या मनात सुरू झाला; पण तसं केल्यानं पोलीस उपकृत होण्याऐवजी आपल्यावरच काही तोहमत तर आणणार नाहीत ना अशी भीतीही त्यांना वाटून गेली; पण रामरावांचे आपल्यावर किती उपकार आहेत याची जाणीव होऊन आपण त्या ऋणातून अंशतः का होईना उतराई होण्यासाठी ते करणं आवश्यक आहे असाच निर्वाळा त्यांच्या मनानं दिला.

पोलिसांकडे जाण्याची आजपर्यंत माधवरावांवर कधीच वेळ आली नव्हती; त्यामुळे आता नेमकं कोणाकडे जावं, कसं जावं, त्यासाठी अपॉइन्टमेन्ट घेण्यासाठी कोणाला फोन करावा, कसा करावा काहीकाही त्यांना माहिती नव्हतं. तेवढ्यात त्यांना डॉ. कौशिकांची आठवण झाली. कौशिक त्यांच्या मासिकाचे तहहयात वर्गणीदार होते. मिलिंदच्याच एका रहस्यकथेत गुन्ह्याची उकल करण्यासाठी वापरलेल्या एका वैज्ञानिक सूत्रावरून त्यांनी माधवरावांची भेट घेऊन त्यावर त्यांच्याशी बरीच चर्चाही केली होती. त्यांनी मिलिंदची कथा प्रकाशित केल्याबद्दल माधवरावांचं

अभिनंदन केलं होतं आणि यापुढं अशा प्रकारच्या कथेविषयी काही चर्चा करायची असेल तर निःसंकोच फोन करण्याची सूचनाही केली होती. आपलं कार्डही त्यांनी माधवरावांना दिलं होतं.

माधवराव आता तेच शोधायला लागले; सगळी कार्डं त्यांनी व्यवस्थित लावलेली होती. रामरावांनी त्यांना व्यवस्थापनविषयक जी मदत केली होती त्यातच ऑफिसातील कागदपत्रांची, पत्रव्यवहाराची नीटस आणि वेळ येताच सहजासहजी सापडावीत अशी व्यवस्था लावली गेली होती; त्यामुळे साहजिकच डॉ. कौशिक हे नाव आठवल्यावर त्यांचं कार्ड शोधून काढायलाही माधवरावांना काही अडचण आली नाही.

फोनची घंटी वाजली, तेव्हा कौशिक मेंदूवरील संशोधनविषयक पुस्तक वाचण्यात गढून गेले होते; पण हाताजवळच फोन असल्यामुळे पुस्तकातली नजर न हटवताच त्यांनी तो उचलला. त्यांनी हॅलो म्हणण्यापूर्वीच पलीकडून दबलेल्या सुरामध्ये आवाज आला.

''डॉ. कौशिक?''

''येस, स्पीकिंग.''

''मी माधव जिंतूरकर बोलतोय.''

''माधव, माधव? ओ, हो हो, संपादकसाहेब? बोला काय काम काढलंत?''

क्षणभर काहीच आवाज आला नाही. कनेक्शन तुटलं की काय या शंकेनं कौशिक फोनशी झटापट करणार तोच परत जिंतूरकरांचा आवाज आला,

''कसं सांगावं तेच कळत नाहीय.''

''कोणताही आडपडदा न ठेवता सरळ आणि स्पष्ट सांगून टाका. तेच नेहमी श्रेयस्कर असतं.'' कौशिकांनी आश्वासक शब्दांमध्ये माधवरावांची घालमेल नाहीशी करण्याचा प्रयत्न केला.

''तसं फोनवर सांगणं जरा कठीण आहे. मी तुम्हाला भेटू शकतो का? फार वेळ नाही घेणार.''

कौशिक आता जरा द्विधा मनःस्थितीमध्ये पडले. फोनवर न सांगता येण्याजोगं या संपादकाकडे आहे तरी काय हे त्यांना समजेना. तसा त्यांच्याकडे वेळ होता, नाही असं नाही. तरीही हातातल्या पुस्तकानं त्यांचं लक्ष इतकं वेधून घेतलं होतं की, इतर कोणत्याही बाबीवर काही सविस्तर बोलावं असं त्यांना वाटत नव्हतं. या संपादकाला नंतर केव्हा तरी ये असं सांगावं असं ते ठरवताहेत तोच परत त्यांचाच आवाज आला.

''जरा अर्जंट आहे डॉक्टर. आजची ती रामराव चिटणीसांबद्दलची बातमी वाचली असेलच तुम्ही.''

कौशिकांनी ती वाचली नव्हती. त्या पुस्तकात ते इतके गुंगून गेले होते की, आपला नेहमीचा सकाळी सकाळी वर्तमानपत्र वाचण्याचा परिपाठही ते विसरले होते. त्याची घडी न उलगडता तशीच पडून होती; पण रामरावांचं नाव ऐकताच त्यांनी हातातलं पुस्तक त्यात बुकमार्कची खूण न घालताच बाजूला ठेवून दिलं. समोरची वर्तमानपत्राची घडी एका हातानं उलगडण्याची धडपड करत असतानाच ते म्हणाले,

''रामराव चिटणीस? काय झालंय त्यांना. बोला, बोला.''

''परवा रात्री त्यांचा खून झाला. त्यांच्याच फार्महाउसवरच्या बेडरूममध्ये. पोलीस...''

''ओह, माय गॉड! रामरावांचा खून, इम्पॉसिबल! कसं झालं हे? कोणी केला तो खून?''

आणि उत्तेजित सुरामध्ये कौशिकांनी प्रश्नांची इतकी सरबत्ती केली की, माधवराव गोंधळूनच गेले. आता त्यांचा भडीमार कसा थोपवावा या विवंचनेत ते सापडले असतानाच कौशिक एकदम गप्प झाल्याचं त्यांना जाणवलं. ती संधी साधत ते सांगू लागले,

''ते काही अजून समजलेलं नाही; पण मी आता तुम्हाला फोन करतोय, कारण माझ्याकडे त्यांच्या खुनाच्या तपासाला मदत होईल अशी माहिती आहे.''

''आहे? मग वाट कसली पाहताय? ताबडतोब पोलिसांना द्या ती.''

''तेच करायचंय. त्यासाठीच मला तुमचा सल्ला आणि मदतही हवीय. मी पोलिसांमध्ये कोणालाच ओळखत नाही. त्यांच्यापर्यंत कसं पोहोचावं हेच माहिती नाही. शिवाय ही माहिती जराशी स्फोटक आहे; त्यामुळे ती योग्य अधिकाऱ्याकडेच सुपूर्द करावी असं वाटतंय. ती माहिती भलत्यासलत्याच्या हाती पडणं मला धोकादायक वाटतं. म्हणून तर ती प्रथम तुम्हाला दाखवावी आणि मग ती तुम्हाला योग्य वाटली तर पोलिसांपर्यंत तुम्हीच पोहोचवावी असंही वाटतंय. म्हणून तर तुमची भेट घ्यायची होती.''

''मग वेळ कशाला घालवताय? असाल तसे निघा. सगळं काही बरोबर घेऊन या. मी घरीच आहे.''

आपल्याला भेटायला कोणी येतंय हे धोंडिबाला सांगत ते तयारी करण्यासाठी उठले. ते येताच त्यांना सरळ आपल्या स्टडीत आणायचं सांगायलाही ते विसरले नाहीत.

माधवरावांनी दारावरची बेल वाजवण्यापूर्वीच ते उघडलं गेलं. धोंडिबांनं त्यांना विचारलं,

''तुमीच फोन केलावता जनु?''

"हो, हो, मीच; मीच माधव जिंतूरकर."

"असं या, सायेब वाटच बघत्यात."

खुर्चीतून उठत माधवरावांचं स्वागत करत डॉ. कौशिक पुढं झाले.

"बसा. हं आता बोला. सविस्तर, सगळं काही पहिल्यापासून सांगा."

"आपण आजच्या वर्तमानपत्रातली रामरावांसंबंधीची बातमी वाचली असेलच."

"येस, येस, वाचली ती मी. म्हणजे तुमचा फोन आला, तोपर्यंत नव्हती पाहिली; पण त्यानंतर मी ती सगळी वाचून काढली. दोन दोनदा वाचली. सगळं गूढ आहे. पोलीस गोंधळून गेले आहेत यात नवल नाही."

"त्यासाठीच त्यांना मदत होईल अशी काही माहिती माझ्याकडे आहे. ती आधी तुम्हाला दाखवायचीय. माझा लॅपटॉपच घेऊन आलो मी त्यासाठी. प्रिंट कॉपी तयार करण्यात वेळ दवडायचा नव्हता मला."

"ते ठीक आहे; पण आहे काय हे?"

"माझ्याकडे अनाहूत साहित्य बरंच येत असतं. नवनव्या लेखकांना प्रोत्साहन देण्यासाठी मी त्यांचं लेखन माझ्या मासिकातून प्रकाशित करत असतो; त्यामुळे अशा अनोळखी लेखकांच्या कथा, लेख माझ्याकडे नेहमीच येत असतात. अर्थातच मी डिजिटल स्वरूपातलं म्हणजे थेट संगणकावर केलेल्या लेखनाचाच विचार करतो. मला ते जास्त सोईचं वाटतं. ई-मेलनं माझ्याकडे ते पोहोचतं. जर स्वीकारण्याचा निर्णय मी घेतला तर थेट डीटीपीला पाठवता येतं. तर ही कथा माझ्याकडे दहा एक दिवसांपूर्वी आली होती. वरवर नजर टाकून मी ती ठेवून दिली होती; पण आजची बातमी वाचल्यावर मी अस्वस्थ झालो आणि ती परत बारकाईनं वाचून काढली; त्यामुळे माझी अस्वस्थता तर उलट वाढीसच लागली."

"बट आय डोन्ट अंडरस्टँड? या कथेचा आणि रामरावांच्या खुनाचा काय संबंध..."

"...ते मी सांगण्यापेक्षा आपणच या कथेच्या वाचनानंतर ठरवू शकाल."

नाइलाज झाल्यासारखा एक दीर्घ सुस्कारा सोडत कौशिकांनी तो लॅपटॉप उचलला आणि उघडलेली फाइल ते वाचू लागले. सुरुवातीला नाराजीनं; पण जसजसे ते वाचत गेले त्यांचं लक्ष पूर्णपणे त्या कथेत गुंतलं.

ती वाचून झाल्यावर क्षणभर ते तसेच शून्यात पाहत बसून राहिले. मग माधवरावांकडे वळून ते म्हणाले,

"विलक्षण आहे हे? पोलिसांना हे दाखवायलाच हवं. या कथेतले तपशील प्रत्यक्ष घटनेशी तंतोतंत जुळताहेत. अर्थात सगळेच तपशील पोलिसांनी प्रसारमाध्यमांकडे उघड केलेले नसणार. तरीही जे काही वर्तमानपत्रांना मिळाले आहेत ते सारे या कथेमध्ये अगदी जसेच्या तसे आहेत. कथा अर्थात पुढं जाते. तो खून कसा झाला

असावा याचा उलगडा करते. तोही तर्कसंगतरीत्या. विज्ञानातल्या एका सूत्राचा वापर करत. ते सूत्रही अचूक आहे, त्यात कोणतीही खोट नाही. प्रत्यक्षातला खुनी कदाचित कथेतल्या खुन्यापेक्षा वेगळा असू शकतो; पण त्याच्यापर्यंत पोहोचण्यासाठी कोणता मार्ग चोखाळायला हवा हे यावरून पोलिसांना नक्कीच ठरवता येईल.

"माझ्याकडे आलात ते योग्यच केलंत, कारण स्थानिक पोलिसांनी कदाचित तुम्हाला उडवून लावलं असतं. माझी आणि डेप्युटी कमिशनर अमृतराव मोहिते यांची चांगली ओळख आहे. आपण त्यांच्याकडे जाऊ या. ही केस त्यांच्या अखत्यारीतली नसणार; पण त्यांनी इंटरेस्ट घेऊन स्थानिक पोलिसांना काही सूचना केल्या तर त्यांची योग्य ती दखल घेतली जाईल. तुम्हाला तुमचं कर्तव्य निभावल्याचं समाधान मिळेल."

कौशिकांनी बाजूचा फोन उचलून अमृतरावांचा अनलिस्टेड नंबर फिरवला. फारच थोड्या मंडळींना तो माहिती होता; त्यामुळे त्याची रिंग वाजताच अमृतराव तो लगबगीनं त्याला प्रतिसाद देत असत. आताही तेच झालं.

कौशिकांनी थोडक्यात सगळी माहिती देताच अमृतरावांनी त्यांना आपल्या ऑफिसातच बोलावलं. कौशिक आणि माधवराव तिथं पोहोचतात तो तिथं अमृतरावांबरोबर राजेश साठेही हजर असल्याचं पाहून कौशिक सुखावले. राजेशनं त्यांच्याबरोबर एकदा काम केलं होतं. खुद्द अमृतरावांवर आलेल्या बालंटाचा निकाल लावण्यासाठी त्याची मदत झाली होती. त्याच वेळी त्याच्या हुशारीची आणि अत्याधुनिक तंत्रज्ञानाविषयीच्या त्याच्या ज्ञानाची प्रचितीही मिळाली होती.

कौशिकांनी माधवरावांची अमृतरावांशी आणि राजेशशी ओळख करून दिल्यावर सरळ त्यांचा लॅपटॉप उघडून ती कथा त्यांना वाचायला सांगितली. अमृतराव अचंबित झाले; पण कौशिकांनी परत सांगताच ते आणि राजेश ती कथा वाचण्यात गुंगून गेले. अधूनमधून अमृतराव आश्चर्यभरित चेहऱ्यानं कौशिकांकडे अर्थपूर्ण नजर टाकत होते. त्यावरून त्यांचीही प्रतिक्रिया आपल्यापेक्षा वेगळी होणार नाही याची ग्वाही कौशिकांना मिळत होती.

"हे हे इम्पॉसिबल आहे कौशिक. आमच्याकडच्या फाइलची कॉपीच केलीय असं मी म्हटलं असतं; पण यात त्या गुन्ह्याची उकलही केलीय आणि गुन्हेगाराचा छडाही लावलाय. ही यांच्याकडे कशी आली?"

"मिलिंद शेलार या लेखकाची ती कथा आहे. माझ्या मासिकात प्रकाशित करण्यासाठी माझ्याकडे त्यानं ती पाठवली."

"आय सी? केव्हा मिळाली ही तुम्हाला?"

"दहा दिवस झाले. ई-मेलनं ती माझ्याकडे आली. त्या मेलची तारीख आहे तिथं."

“पण रामराव तर त्या दिवशी जिवंत होते, सर. त्यांचा खून तर परवा झालाय.”

“पण मग हा जो कोणी मिलिंद शेलार आहे त्याला ही माहिती दहा दिवसांपूर्वीच कशी मिळाली?”

“टेक्निकली ही माहिती आहे असं नाही म्हणता येणार अमृतराव.”

“का? का? इतकी तंतोतंत आहे...”

“...खरंय! पण त्यात रामरावांचा उल्लेख नाही किंबहुना सगळीच पात्रं काल्पनिक आहेत; त्यामुळे त्याला रामरावांचा खून होणार आहे, अशा प्रकारे होणार आहे, त्या वेळी ही इतकी सगळी मंडळी तिथं असणार आहेत याची माहिती असणं शक्य नाही.”

“मग तो काय योगायोग समजायचा?”

“आता तरी तसंच मानायला हवं; पण या कथेतला जो मुख्य दुवा आहे तो खुनाची नक्की वेळ निश्चित करण्याचा. त्या मेणबत्तीच्या जळण्याशी त्याचा संबंध आहे, तेव्हा त्या पुराव्याची पुन्हा छाननी करा. तो जर तसा मिळाला तर मग खून कोणाचा होणार आहे याची जरी माहिती या मिलिंद शेलारला नसली तरी तो कसा करावा हे मात्र त्यानं अचूक सांगितलंय असं म्हणता येईल. त्यावरून मग त्याची जबानी घेता येईल.”

“या लेखकाची ही एकच कथा आहे तुमच्याकडे?” राजेशनं विचारलं.

“नाही. माझ्या आठवणीप्रमाणे यापूर्वी याच्या एक किंवा दोन कथा आम्ही प्रकाशित केल्या आहेत. आमच्या फाइल्स बघून नक्की सांगता येईल.”

“त्याच्या कॉपीज तर तुम्ही द्याच; पण त्यानंतरची ही एकच?”

“एक मिनिट,” आपला लॅपटॉप अमृतरावांसमोरून आपल्याकडे ओढून घेत माधवराव म्हणाले. थोडा वेळ त्यांनी त्यात कसली तरी पाहणी केली. “या काय, या आणखी दोन कथा त्यानं पाठवलेल्या आहेत. त्या अजून आम्ही प्रकाशित केलेल्या नाहीत.”

“त्यांच्याही कॉपीज द्या. सर, मला तर वाटतं की, या सगळ्या कथा आपण वाचल्या पाहिजेत. ज्या प्रकाशित झालेल्या आहेत, त्याही अशा प्रकारच्या रहस्यकथा असल्या तर त्यामध्ये रंगवलेल्या कथानकानुसार काही गुन्हे घडले आहेत की काय हे बघावं लागेल. तसं असेल तर मग कोणीतरी या कथा वाचून आपल्या गुन्ह्याची आखणी करतोय असं म्हणावं लागेल. मग त्या दिशेनं आपल्याला तपासही करता येईल.”

“तुझं म्हणणं तसं रास्तच आहे राजेश” आपल्या पाइपातून एक भला मोठा धुराचा ढग वर सोडत कौशिक म्हणाले, “पण ही कथा तर प्रकाशित झालेली नाही.

माधवराव तुम्ही कोणाला ती दाखवली होती का?''

''मुळीच नाही. एक तर अशा अनाहूत साहित्यावर मी स्वतःच निर्णय घेतो. शिवाय ही कथा मी तशी आजपर्यंत नीटशी वाचलीही नव्हती. फक्त वरवर चाळली होती; पण आजच्या त्या बातमीशी तिचं काहीतरी साधर्म्य असावं अशी शंका आल्यामुळे ती परत वाचली. दुसऱ्या दोन त्याआधी आलेल्या आहेत. त्यांचीही उडती छाननी करून मी त्या नंतर सावकाशीनं वाचण्यासाठी म्हणून बाजूला ठेवून दिलेल्या होत्या.''

''म्हणजे मग त्या तो लेखक आणि तुम्ही माधवराव यांच्याव्यतिरिक्त तिसऱ्या कोणी वाचल्या असण्याची शक्यता नाही.''

''पण त्या, कोण म्हणलात, मकरंद...''

''...मकरंद नाही, मिलिंद. मिलिंद शेलार.''

''हं तर मिलिंद शेलार. त्यानं स्वतःच ती कोणाला तरी वाचायला दिली असेल तर?''

''तर त्याला त्यासंबंधी विचारता येईल आणि तसा कोणी वाचक असेलच तर मग संशयितांच्या यादीत त्याचं नाव सर्वांत वर टाकावं लागेल.''

''स्वतः मिलिंद शेलारनंच हा खून कशावरून केला नसेल? आपल्या कथेबरहुकूम गुन्हा घडतो याचं प्रात्यक्षिक देऊन कथेचं तुम्ही काय म्हणता ते साहित्यिक मूल्य वाढवण्यासाठी त्यानं ही करामत कशावरून केली नसेल?''

''ती शक्यताही नाकारता येणार नाही. मग त्यालाही संशयित म्हटलं पाहिजे. बघा अमृतराव, रामरावांच्या खुनाचा तपास कसा करायचा आणि खुनी म्हणून संशय कोणावर घ्यायचा यासाठी तरी माधवरावांनी पुरवलेल्या या माहितीची मदत होतेय हे स्पष्ट आहे.''

''येस, येस, थँक्यू माधवराव. तेवढ्या त्या कथेच्या प्रिंट कॉपीज द्यायला विसरू नका.''

''तसं कशाला सर. मी माझ्या पेनड्राइव्हवर त्या कॉपी करून घेतो. मग इथंच प्रिन्टही काढता येईल. फक्त त्या प्रकाशित झालेल्या...''

''...त्यांच्याही डिजिटल कॉपीज इथं आहेत ना. या बघा.''

''एक्सलन्ट! मग त्या सगळ्याच कॉपी करून घेतो.''

राजेश पेनड्राइव्ह आणायला गेल्याची संधी साधून अमृतरावांनी आपल्या सेक्रेटरीला कॉफी पाठवायला सांगितली. कौशिकांचा पाइप धडाडून पेटल्याचं पाहून त्यांचं विचारचक्र चालू झाल्याचं ते उमगले. अशा वेळी काहीही न बोलता मौन धारण करणं सर्वांच्याच हिताचं असतं हे इतक्या वर्षांच्या अनुभवातून ते शिकले होते.

दोन दिवसांनी पुन्हा सगळे जमले, तेव्हा माधवरावांनाही बोलावलं होतं. सर्वांनी त्या पूर्वीच्या कथाही वाचल्या होत्या. प्रकाशित कथांबाबत काहीच प्रश्न नव्हता; पण अप्रकाशित असलेल्या आणि माधवरावांच्या दफ्तरी पडून राहिलेल्या कथा मात्र वेगळीच कहाणी सांगत होत्या.

''काही वर्तमानपत्रांच्या संपादकांशी माझी चांगलीच ओळख आहे. त्यांना विनंती करून, मी मागचे अंक चाळण्यासाठी मिळवले. त्यावरूनच कळलं की, या दोन कथांमध्ये वर्णन केलेल्या घटनांप्रमाणे गुन्हे घडलेले आहेत.''

''त्या कथा तुमच्याकडे आल्यानंतर?''

''यस सर.' माधवरावांनी उत्तर देण्यापूर्वी राजेशच बोलला. ''मी ते मुद्दामच चेक केलं. कथा आल्यानंतर आठवडाभरातच ते गुन्हे झाले आहेत. ते अजूनही कोल्ड केस म्हणून पडून आहेत.''

''प्रत्येक वेळी खूनच झालाय?''

''नाही. एका गुन्ह्यामध्ये एका इंजिनिअरिंग कंपनीत मोठ्या प्रमाणावर अफरातफर झालीय. तर दुसऱ्यामध्ये अशाच एका उद्योगातून काही गुप्त कागदपत्रं चोरीला गेलीत. त्या उद्योगाचे प्रतिस्पर्धी असलेल्या कंपन्यांना त्याचा चांगला फायदा होऊ शकतो. दोन्ही गुन्हे मोठ्या शिताफीनं केले गेले आहेत. त्या कथेतही त्या चलाखीचं उत्तम वर्णन केलं गेलं आहे; त्यामुळेच अजूनही त्या गुन्हेगारांचा शोध लागलेला नाही.''

''यावरून काही बाबी स्पष्ट होतात राजेश. आपल्या तपासाला त्याचा उपयोग होऊ शकतो. पहिली गोष्ट तिन्ही गुन्ह्यांमध्ये इंजिनिअरिंगचा संबंध आहे.''

''यू आर राइट, सर! रामरावांचा खून झाला तेव्हा इंजिनियरिंगचा एक अज्ञात विद्यार्थी तिथं हजर होता आणि दुसरे दोन्ही गुन्हे प्रत्यक्ष इंजिनिअरिंग उद्योगांमध्ये झाले आहेत.''

''प्रिसाइज्ली! म्हणजे आपला गुन्हेगार इंजिनिअरिंगशी संबंधित आहे.''

''हा लेखक, कोण म्हणालात?'' अमृतरावांनी समोरच्या फाइलीत बघत विचारलं आणि मग त्यातल्या एका ओळीवर बोट ठेवत ते म्हणाले, ''हं मिलिंद शेलार. तर हा शेलार काय करतो? तो इंजिनिअरिंगचा विद्यार्थी किंवा लेक्चरर तर नाही ना?''

''नाही सर. तो एका कंपनीत अकाउन्ट्स डिपार्टमेंटमध्ये मिडल लेव्हलचा ऑफिसर आहे. मी चेक केलंय.''

''ती कंपनी इंजिनिअरिंग कंपनी तर नाही?''

''नाही. ती केमिकल कंपनी आहे.''

''दुसरी गोष्ट.'' आपलं म्हणणं पुढं करत कौशिक म्हणाले. ''हा जो कोणी

आहे तो ॲमच्युअर असावा. पट्टीचा गुन्हेगार वाटत नाही, कारण प्रत्येक गुन्ह्यामध्ये त्यानं वापरलेली स्ट्रॅटेजी वेगवेगळी आहे.''

''पण तिन्ही गुन्हे एकाच व्यक्तीनं केलेत असं तुम्ही गृहीत धरताय, कौशिक.''

''हो. कारण या कथांप्रमाणे ते करण्यात तीन वेगवेगळ्या व्यक्ती गुंतल्या असण्याची शक्यता तशी कमीच आहे. शिवाय तुम्ही नेहमी गुन्ह्यासंबंधीची जी बेसिक प्रिन्सिपल्स सांगता त्यातला मोटिव्हही समजत नाही. म्हणजे ती कागदपत्रांची चोरी आणि अफरातफर यामधून पैसा मिळवण्याचा हेतू असू शकतो; परंतु रामरावांचा खून करून, या त्यांच्या कुटुंबाबाहेरच्या व्यक्तीला पैसा कसा काय मिळू शकणार आहे?''

''मग काय एक हौस म्हणून तो हे गुन्हे करतोय?''

''असेलही. अशी काही विकृत माणसं असतात. मला तसं म्हणायचं नव्हतं. पण पैसा, सूड, बाई यांसारखे नेहमीचे मोटिव्ह मला दिसत नाहीत. त्यापेक्षा वेगळं काहीतरी असलं पाहिजे.''

''मग मी पूर्वीच म्हटल्याप्रमाणे आपल्या कथा केवळ कपोलकल्पित नसून तसं घडू शकतं हे दाखवण्यासाठी तो शेलारच कशावरून करत नसेल हे? त्याला तर त्या गुन्ह्यातल्या सगळ्या खाचाखोचा माहिती आहेत. माझा तर त्याच्यावरच संशय वाढत चाललाय. त्याला उठवू या का? आपोआप सगळं सांगून टाकेल तो.''

''तुमचा तर्क बरोबरच आहे सर; पण निदान रामरावांच्या खुनाचा तरी त्याच्याशी संबंध लावता येणार नाही, कारण त्या वेळी तो लोणावळ्याला नव्हता. कंपनीच्या कामासाठी दिल्लीला गेला होता.''

''आ हा! म्हणजे त्या दिवशी तो कंपनीत नव्हता. दिल्लीला जातो असं सांगून तो लोणावळ्याला कशावरून गेला नसेल?''

''मलाही तशी शंका आली होती सर. म्हणून मी अधिक चौकशी केली. तो दिल्लीला गेल्याचे पुरावे आहेत. त्याचं मुंबई-दिल्ली-मुंबई विमानाचं तिकीट आहे. त्यानं खरोखरच चेक इन करून प्रवास केल्याचाही पुरावा आहे. झालंच तर तो ज्या कामासाठी दिल्लीला गेला होता, ते त्यानं खरोखरच केल्याचं, दिल्लीच्या त्या ऑफिसात तो हजर असल्याची साक्ष देणारी मंडळीही आहेत.''

क्षणभर कोणीच काही बोललं नाही.

''तुम्ही'' आपला पाइप माधवरावांवर रोखत कौशिकांनी विचारलं. त्या अकस्मात झालेल्या भडिमारानं माधवराव गडबडून गेले. त्यांच्या हातातला लॅपटॉप जवळजवळ खालीच पडणार होता; पण राजेशनं तो सावरला. ''तुम्ही या मिलिंद शेलारला पाहिलं असेलच.''

माधवरावांची बोबडीच वळली होती. त्यांच्या तोंडून शब्दच फुटेना. त्यांच्या पाठीवर थोपटत राजेशनंच त्यांना धीर दिला. कौशिकांच्या या पवित्र्याची आता त्याला सवय झाली असली तरी आपल्यावर पहिल्यांदा असा प्रसंग कोसळला होता, तेव्हा आपली कशी घाबरगुंडी उडाली होती हे त्याला आठवलं.

"नाही." कपाळावरचा घाम पुसत माधवराव म्हणाले. "मी त्याला कधीच भेटलेलो नाही. फोनवर एकदा-दोनदा बोलणं झालं होतं आमचं तेवढंच! तेही त्यानंच कथेसंबंधी चौकशी करण्यासाठी फोन केला होता, तेव्हा. बाकी संपर्क ई-मेलमधूनच झाला आहे."

"मला अजूनही त्याचाच संशय येतोय; पण रामरावांच्या खुनाशी त्याचा संबंध नसल्याचंच तू म्हणतोस राजेश, तर मग कोण? तो स्वतः नाही. त्याच्या कथा फक्त त्यानं आणि या माधवरावांनीच वाचलेल्या आहेत. तो नाही तर..." असं म्हणत अमृतरावांनी आपली नजर माधवरावांवर रोखली.

माधवरावांनी परत हाय खाल्ली. आपल्यावरच संशयाची सुई रोखली जात असल्याचं पाहून ते रडकुंडीलाच आले.

"मी? मी नाही हो. मी एक साधा पापभीरू संपादक आहे. झुरळसुद्धा चिरडण्याची छाती होत नाही माझी. एवढी प्रचंड अफरातफर मी केली असती तर अजूनही त्या जुन्या चाळीसारख्या असणाऱ्या इमारतीतच कशाला राहिलो असतो? तुमच्या या ऑफिसात येण्यासाठी धक्के खात वेस्टर्न रेल्वेच्या सेकंड क्लासमधून कशाला प्रवास केला असता?"

"आणि हो हे सगळं आपणहून आम्हाला कशाला दाखवायला आणलं असतंत?" त्यांना दिलासा देत कौशिक म्हणाले.

"मग कोण? या कथा उजेडात येण्यापूर्वीच त्या वाचून त्यानुसारच सारा कार्यक्रम आखणारा हा कोण? भुताटकीवर माझा विश्वास नाही; पण मग या मिलिंद शेलारच्या मनातलं अचूक वाचणारा हा मनकवडा कोण?"

"मनकवडा? मनकवडा?" कौशिक स्वतःशीच पुटपुटले आणि त्यांच्या पाइपातून धुराची वलयेच्या वलये बाहेर पडू लागली. अशा वेळी चूपचाप बसून राहायला हवं याची दीक्षा अमृतराव आणि राजेश दोघांनाही मिळाली होती. माधवरावांचा तर काहीही बोलण्याचा धीरच होत नव्हता.

पुढच्याच क्षणी कौशिक अकस्मात उठून तरातरा निघून गेले.

ते गेले ते दोन-तीन दिवस गायबच झाले. ते कुठं आहेत हे कोणालाच माहिती नव्हतं. अगदी धोंडिबालाही नव्हतं; पण त्याला आपल्या मालकांच्या या विचित्र वागण्याची सवय झाली होती; त्यामुळे तो विचलित झाला नव्हता. अमृतराव वैतागले असते; पण रामरावांच्या मृत्यूची अचूक वेळ निश्चित करण्यासाठी

कौशिकांबरोबरच्या बैठकीतून मिळणाऱ्या नवीन दुव्याचा उपयोग करून, त्यांना अजून बराच तपास करायचा होता. त्यात ते गुंतून गेले होते; त्यामुळे या वेळी कौशिक तिथं नसल्याची त्यांना जास्त खंत वाटली नाही. कुठंतरी खोलवर एक अनामिक हुरहूर मात्र त्यांना घेरून राहिली होती.

जसे अकस्मात नाहीसे झाले तसे कौशिक अकस्मात उगवलेही. आले ते बरोबर कोणाला तरी घेऊन थेट अमृतरावांच्या ऑफिसातच. सुदैवानं राजेशही त्या वेळी तिथंच होता.

"तूही इथंच आहेस राजेश? गुड! गुड! मग अमृतराव, आता त्या मिलिंद शेलारला इथं आणायला हरकत नाही."

"अरे वा! म्हणजे आता तुम्हालाही तोच गुन्हेगार असावा असं वाटतंय तर! मला वाटलंच होतं. माझं म्हणणं तुम्हाला पटेलच अशी खात्री होती माझी. राजेश, उठव त्या शेलारला. बेड्या घालूनच आण."

"मला वाटतं, इतकी घाई नको अमृतराव. त्याला काही प्रश्न विचारू या. त्यानं दिलेल्या उत्तरांनंतर आपल्याला निर्णय घेणं सोपं जाईल."

"असं म्हणता? तेही बरोबर आहे, कारण जर काही कच्चा दुवा राहिला असलाच तर नंतर त्याचा वकील केसच्या चिंधड्या करेल. ठीक आहे, त्याला चौकशीसाठीच बोलाव राजेश."

"हो आणि येताना आपला लॅपटॉपही घेऊन यायला सांग त्याला."

"तो कशाला? ओह, आय सी! म्हणजे त्यात काही इन्क्रिमिनेटिंग एव्हिडन्स सापडेल असा संशय आहे तर तुम्हाला?"

"तसं म्हणायला हरकत नाही. अरे हो, यांची ओळख करून द्यायची राहिलीच की? हे डॉ. सुंदरराजन. आयआयटीमध्ये कॉम्प्युटर सायन्सेसचे प्रोफेसर आहेत. तिथंच होतो मी गेले तीन दिवस. ही मंडळी त्या कॉम्प्युटरच्या काय काय करामती करताहेत ते पाहून थक्क व्हायला होतं, अमृतराव. तुम्हीही तिथं यायला हवे होतात."

"जाईन कधीतरी. नेहमीच्या धबडग्यातून वेळ मिळायला हवा."

वास्तविक त्यांचं इथं काय काम, त्यांना इथं कशाला बोलावलंय, हे विचारण्याचं अमृतरावांच्या ओठावर आलं होतं; पण त्यांनी स्वतःला आवरलं.

तेवढ्यात मिलिंद शेलार आपल्या लॅपटॉपसह हजर झाला. पोलीस आपल्याला घ्यायला आले आहेत हे पाहूनच त्याची बोबडी वळली होती. घामाच्या धारा लागल्या होत्या. तो येताच त्याच्याजवळचा लॅपटॉप घेऊन तो सुंदरराजनांकडे देत कौशिकांनी त्याला विचारलं.

"तुम्ही रहस्यकथा लिहिता असं माधवराव म्हणाले."

हो म्हणणंही मिलिंदला जमलं नाही. त्यानं मान हलवतच होकार दिला.

"तुमच्या किती कथा प्रकाशित झाल्या आहेत आजवर?"

"द.. द.. दोन." मिलिंद ओठातल्या ओठातच पुटपुटला.

"पण मिलिंद, तुम्ही अकाउन्टन्ट आहात नाही का?"

पुन्हा एकदा मुंडी हलवूनच मिलिंदनं होकार दिला.

"तर मग या विज्ञानसूत्रांवर आधारित कथा तुम्ही कशा लिहिता? विज्ञानतंत्रज्ञानाचा खास अभ्यास आहे वाटतं तुमचा?"

आपल्यावर थेट कसला तरी आरोप केला जाईल अशी मिलिंदची कल्पना होती; पण आपल्या कथालेखनाबद्दलच विचारणा होत असल्याचं पाहून त्याला थोडा धीर आला होता.

"खास अभ्यास नाही; पण न्यू सायंटिस्ट वगैरे वाचत असतो. त्यावरून काही कल्पना सुचतात."

"पण तुमच्या कल्पना भारी आहेत यात शंका नाही." अमृतराव म्हणाले. "कारण त्याबरहुकूम गुन्हेही होताहेत. नुकताच जो रामराव चिटणीसांचा खून झाला, तो तुमच्या सर्वांत अलीकडच्या कथेत वर्णन केल्याप्रमाणेच झालाय, हे तुम्हाला माहिती असेलच."

"नव्हतं माहिती; पण परवाच माधवरावांनी तसं सांगितलं. त्यानंतर मी ती वर्तमानपत्रातली बातमी बारकाईनं वाचली. मीही हादरून गेलो. माझी कथा तर अजून प्रकाशितही झालेली नाही. माझ्याशिवाय माधवरावांनीच ती वाचली आहे. मग त्या कथेप्रमाणेच कोणी कसा खून करतो हे माझ्या ध्यानातच येत नाही."

"म्हणजे मग तुम्हीच..." अमृतराव काय म्हणणार आहेत याचा अंदाज येऊन त्यांना मध्येच अडवत कौशिकांनी विचारलं.

"अलीकडे, म्हणजे तुमच्या त्या दोन कथा प्रकाशित झाल्यानंतर आणि त्यानंतरची कथा तुम्ही लिहिण्याअगोदर तुम्हाला एखादी विचित्र ई-मेल आली होती का?"

"विचित्र? म्हणजे कशी?"

कौशिक आता प्रश्नांचा सारा रोख भलतीकडेच नेत आहेत असं वाटून अमृतराव अस्वस्थ व्हायला लागले होते. मिलिंदला रामरावांच्या खुनासंबंधीच अधिक प्रश्न विचारायला हवे होते असं त्यांना वाटत होतं. हताशपणे त्यांनी राजेशकडे पाहिलं. त्याला इशाराही केला; पण तो कौशिकांच्या चौकशीत गुंतून गेल्यासारखा वाटला.

"विचित्र म्हणजे नेहमीपेक्षा वेगळी. तुमच्या ओळखीच्या वर्तुळाबाहेरच्या कोणीतरी पाठवलेली. काहीतरी वेगळीच मागणी करणारी किंवा तुम्हाला काहीतरी वेगळंच

देऊ करणारी.''

''नाही बुवा.'' आठवायचा प्रयत्न करत मिलिंद म्हणाला. कौशिक पुढचा प्रश्न विचारणार तोच काहीतरी आठवल्यासारखं करून तो परत म्हणाला, ''आता आठवलं. मला एका अनोळखी व्यक्तीकडून एक मेल आली होती. तिच्याबरोबर माझ्या लहानपणीचा माझ्या आईबरोबरचा एक फोटो पाठवला होता. माझी आई मी लहान असतानाच वारली; त्यामुळे तिचा असा जुना फोटो पाहून मी उल्हसित झालो. शिवाय त्या फोटोमध्ये मीही होतो. मी तो चटकन डाउनलोड केला आणि सेव्ह केला. आहे तो तिथं अजून.'' आपल्या लॅपटॉपकडे बोट दाखवत, तो कुठं आहे हेही मिलिंदनं सांगून टाकलं.

कौशिक आणि सुंदरराजन यांनी अर्थपूर्ण नजरेनं एकमेकांकडे पाहिल्याचं राजेशच्या नजरेतून सुटलं नाही.

''हे तर उत्तमच झालं. आमचं काम सोपं झालं. हे साहेब आता तुमच्या लॅपटॉपची कसून तपासणी करतील.''

अमृतराव पुरते गोंधळून गेले होते. हे काय चाललंय त्यांना समजत नव्हतं. या सगळ्याचा गुन्ह्याच्या तपासाशी काय संबंध आहे हे कौशिकांना आता विचारायलाच हवं असा विचार ते करताहेत तो कौशिकच सांगू लागले.

''हा सगळा कीलॉगरचा खेळ आहे अमृतराव. काय सुंदरराजन?''

''मलाही तसंच वाटतंय, डॉ. कौशिक; पण मी आधी चेक करून कन्फर्मच करतो.'' असं म्हणत त्यांनी मिलिंदचा लॅपटॉप उघडून, त्यावर काम करायला सुरुवात केली.

पुढची काही मिनिटं कोणीच काही बोललं नाही. राजेश सुंदरराजनच्या खांद्यावरून डोकावत तो काय करतोय हे समजून घेण्याचा प्रयत्न करत होता. मिलिंद तर भीतीनं थरथरतच होता. त्याच्या कपाळावरून, मानेवरून घामाचे ओघळ वाहत होते. अमृतराव काय चाललंय हे न कळून हताशपणे आढ्याकडे नजर लावून बसले होते. कौशिकांचा पाइप मात्र धडाडून पेटला होता.

दहा मिनिटांनंतर सुंदरराजननेच त्या शांततेचा भंग केला.

''सापडला.'' दबलेल्या पण उत्तेजित स्वरात तो म्हणाला.

''कोण सापडला?'' सगळ्यांनीच एका सुरात विचारलं.

''कीलॉगर.''

''मघापासून ऐकतोय, कौशिक. आहे काय हा कीलॉगर प्रकार?''

पण कौशिकांनी काही उत्तर देण्यापूर्वी सुंदरराजनच सांगायला लागला.

''हे एक साफ्टवेअर आहे. प्रोग्रॅम आहे. मालवेअर म्हणजे एक प्रकारचा व्हायरसच म्हणा ना. तो एकदा तुमच्या कॉम्प्युटरमध्ये शिरला की, तुम्ही तुमच्या

कॉम्प्युटरवर काम करत असताना जी की दाबाल त्याची दुसरीकडे नोंद होते. ज्यानं तुमच्या लॅपटॉपमध्ये तो विषाणू घुसवलेला असतो, त्याला तुम्ही काही लिहीत असतानाच ते त्याच्या लॅपटॉपवर वाचता येतं. त्याच्या स्क्रीनवर ते त्याला दिसतं. हवं असल्यास तो ते सेव्हही करू शकतो. या मिलिंदला तो जो फोटो पाठवला होता; त्यात हा प्रोग्रॅमही कोणीतरी एम्बेड केला होता; त्यामुळे तो फोटो त्यानं डाउनलोड केल्याबरोबर त्या कीलॉगरची स्थापना त्याच्या हार्डडिस्कवर झाली. त्याच्या कॉम्प्युटरला कीलॉगरची बाधा झाली.''

''म्हणूनच मग मिलिंदने कथा लिहिल्याबरोबर लगेच त्या दुसऱ्याला ती वाचता आली. त्यानं ती कथा माधवरावांकडे पाठवण्यापूर्वीच त्याला ती वाचायला मिळाली. गुन्हा करण्याचा आणि त्यातून शिताफीनं निसटण्याचा एक बेमालूम मार्ग त्याला सापडला. त्याबरहुकूम आखणी करून त्यानं ते गुन्हे केले आहेत. रामरावांकडे तो जो कोणी इंजिनिअरिंगचा विद्यार्थी बनून आला होता ना, तोच तुमचा गुन्हेगार आहे अमृतराव. आता रामरावांच्या मृत्यूची नक्की वेळ समजल्यानं सगळ्यांचीच ॲलिबी मोडीत निघाली आहे. तरीही हा आगंतुक सर्वांत शेवटी त्यांच्या खोलीतून बाहेर पडल्याचं सीसीटीव्ही दाखवतोय; पण त्यानं येता-जाता, प्रत्येक वेळी आपला चेहरा झाकून घेतल्याचंही स्पष्ट झालंय; त्यामुळे त्याची ओळख पटवणं कठीण होऊन बसलंय; पण तोच खुनी असावा आणि त्यानंच मिलिंदच्या लॅपटॉपमध्ये हा कीलॉगर घुसवला याविषयी माझ्या मनात तरी शंका नाही.''

''पण तो आता सापडायचा कसा? तो दिसतो कसा हे आपल्याला माहिती नाही. तिथं हजर असलेल्या इतरांकडून कदाचित आमचा स्केच आर्टिस्ट काही चित्र काढू शकेल; पण त्याचा कितपत फायदा होईल हे माहिती नाही. त्यानं इतर कोणताही पुरावा मागे ठेवलेला नाही. पोलिसांच्या हातावर तुरी दिल्याचा आनंद तो आता साजरा करत असणार आणि आपण मात्र हातावर हात चोळत बसून राहिलो आहोत. तो या मिलिंदच्या मनातलं वाचू शकतोय. आपल्यालाही त्याचं मन वाचता आलं असतं तर...''

''त्याचं मन? त्याचं मन? अमृतराव सापडेल तो.''

''कसा? काय जादू होणार आहे की काय?''

''तसंच म्हणा ना. आपण त्याचं अस्त्र त्याच्यावरच बुमरँगसारखं उलटवायचं; पण त्यासाठी तुम्हाला एका चांगल्या बँकेचं सहकार्य मिळवावं लागेल.''

''ते मिळेल. पोलिसांची मागणी काही ते धुडकावून लावू शकणार नाहीत. तेही मर्डर केसमध्ये.''

''माझ्या घराशेजारीच एक नवीन ब्रॅन्च उघडलीय.'' राजेश म्हणाला, ''तिथला मॅनेजरही माझ्या खास ओळखीचा झालाय.''

"कॅपिटल!"

"म्हणजे आता माझ्यावरचा संशय गेला ना?" आता मिलिंदला वाचा फुटली. "मी मोकळा झालो ना?"

"अजून नाही, कारण तुमचंही सहकार्य लागणार आहे. ते दिलंत तर मी अमृतरावांकडे तुमच्यासाठी रदबदली करू शकेन." राजेशकडे मिश्कीलपणे पाहत कौशिक म्हणाले.

"देईन, देईन, काय सांगाल ते करीन."

"तर मग राजेश, आता तुझ्या त्या मॅनेजर मित्राशी बोलून त्याला या मिलिंदच्या नावे एक अकाउन्ट उघडायला सांग. खरोखरच ते उघडले पाहिजे असं नाही; पण कागदोपत्री ते सगळं व्यवस्थित दिसलं पाहिजे. त्यासाठी मिलिंदची सही स्कॅन करून त्याची डिजिटल कॉपीही तयार केली पाहिजे. त्या अकाउन्टमध्ये चांगले आठ-दहा लाख रुपये असले पाहिजेत."

"आठ-दहा ल - ल - लाख? एवढे माझ्याकडे नाहीत हो. कुठून आणू मी?"

"घाबरू नका. तुम्हाला ते अकाउन्टमध्ये डिपॉझिट करावे लागणार नाहीत. मात्र, ते तसे झाल्याची एक ई-मेल बँकेकडून मिलिंदला यायला हवी. त्यानं दिलेले चेक वटून ते क्रेडिट झाल्याचं त्याला सांगणारी ई-मेल.

"ती मिळाली की, मिलिंद तुम्ही परत मेल पाठवून ती मिळाल्याची पावती द्यायची. बँकेकडून आलेल्या मेलमध्ये आणि तुमच्या उत्तरात तुमचा अकाउन्ट नंबर आणि त्यातली शिल्लक रक्कम यांचा स्पष्ट उल्लेख हवा. त्यानंतर मध्ये एक-दोन दिवस जाऊ द्या. ते उलटले की, तुम्ही परत एक मेल पाठवून तुम्हाला त्यातून साडेपाच लाख विथड्रॉ करायचे आहेत आणि त्याची तजवीज बँकेनं करावी अशी मेल पाठवा. या रिक्वेस्टवर तुमची डिजिटल सही असायला हवी; पण हो, तुमची नेहमीची सही नका करू. दुसरी कोणतीतरी करा.

"त्याला मॅनेजरचं उत्तर येईल की, सरकारच्या नवीन आदेशानुसार तुम्हाला इतकी रक्कम विड्रॉ करता येणार नाही. फक्त चोवीस हजारच काढता येतील; पण तुम्ही आरटीजीएसचा पर्याय निवडून, तेवढी रक्कम कोणाला द्यायची असेल तर त्याच्या अकाउन्टमध्ये थेट डिपॉझिट करू शकता. त्यासाठी तुम्हाला बँकेत येऊन एका फॉर्मवर सही करावी लागेल."

"तशी सूचना आली की, तुम्ही परत मॅनेजरला पुढच्या एक-दोन दिवसांत आपण येत आहोत असं कळवा."

"झालं?" कौशिक गप्प झालेले पाहून अमृतरावांनी विचारलं. "हे सगळं मिलिंद आणि ती बँक करणार; पण मग आपण काय करायचं? स्वस्थ बसून राहायचं? तो तुमचा कोण कीलॉगर सरळ आपल्याकडे चालत येईल याची वाट

पाहत राहायचं?''

''हं थोडंफार तसंच म्हणा ना. फक्त तो कीलॉगर किंवा तुमचा गुन्हेगार आपल्याकडे यायचा नाही. मात्र, तो बँकेत जाईल. माझ्या अंदाजाप्रमाणे तो मिलिंदची ती मेल गेल्याच्या दुसऱ्याच दिवशी तिथं जाईल. राजेश, तू त्या मॅनेजरला याची खबर देऊन, सावध राहायला सांग. तिथल्या आरटीजीएसचा काउन्टर सांभाळणाऱ्या ऑफिसरलाही योग्य त्या सूचना देऊन, जागरूक राहायला सांग. त्या विशिष्ट अकाउन्टवरची आरटीजीएसची रिक्वेस्ट घेऊन कोणी बँकेमध्ये आला की, काहीतरी कारण सांगून, त्याला थोडा वेळ तिथंच थांबवून ठेवता येईल अशी व्यवस्था करायला सांग आणि त्याच वेळी मोबाइलवरून एक मेसेज म्हण, मिस्ड कॉल म्हण देऊन तुला ती माहिती कळवायला सांग. तू आणि तुझी टीम त्या बँकेच्या जवळच कुठंतरी दबा धरून बसा. जमलंच तर तुझ्या टीममधल्या काहीजणांना बँकेचे कर्मचारी असल्यासारखं तिथं वावरता येईल अशीही व्यवस्था कर.''

''राइट सर. म्हणजे ती रिक्वेस्ट घेऊन तो तिथं आला की, त्याला ताबडतोब आमच्या ताब्यात घेता येईल.''

''एक्झॅक्ट्‌ली! त्यानंतर त्याच्याकडून गुन्ह्यांची कबुली कशी मिळवायची हे मी तुम्हाला काय सांगणार अमृतराव?''

''ते झालं की, माझ्यावरचं बालंट निघेल ना? मी त्या कोणाला ओळखतही नाही हो. त्याचा चेहराही मी कधी पाहिलेला नाही. त्याच्याकडून ते वदवून घेता येईल सर तुम्हाला.'' मिलिंद घायकुतीला येऊन म्हणाला.

''भीती वाटायचं काही कारण नाही मिलिंद. मी सांगितलेलं काम मात्र चोख पार पाडा म्हणजे झालं. त्यानंतर हे साहेब तुमच्या लॅपटॉपची साफसफाई करून देतील. मग मात्र सावध राहा म्हणजे झालं.''

''तुमचे उपकार जन्मभर विसरणार नाही साहेब. थँक्यू. थँक्यू व्हेरी मच!'' मिलिंद पुढं होऊन कौशिकांचे पाय धरायला लागला.

त्याला आवरत कौशिक म्हणाले, ''अहो, माझे कसले आभार मानताय? आभार मानायचेच असतील तर ते या अमृतरावांचे माना; त्यांच्यामुळेच तर तुमची सुटका होतेय.''

''माझ्यामुळे? अहो, मी तर त्यालाच गुन्हेगार ठरवून बेड्या ठोकायला सांगत होतो.''

''कमाल करता हं तुम्ही अमृतराव! तुम्हाला सांगतो सुंदरराजन, अमृतरावांची ही खोड कधी जाईल हेच समजत नाही. अगदी मोक्याच्या क्षणी नेमकं एखादं वाक्य बोलून ते सगळा उलगडा करतात आणि नंतर आपण त्या गावचेच नाहीत

असा आव आणतात. आताच हेच बघा ना, तुम्हीच तर म्हणालात की, भूत नाही तर मिलिंदच्या मनातले विचार जाणणारा कोणी मनकवडा आहे की काय? तुमचं म्हणणं बरोबरच होतं. मी फक्त तो मनकवडा कसं काम करतो आणि तो कोण आहे हे शोधून काढायला मदत केली. तुम्ही तुमच्या मना सज्जनाशी जरी बोलत होतात तरी ते बोलणं आमच्यापर्यंत पोहोचवण्याचीही व्यवस्था केली होतीत. अमृतराव हे कसं करतात हे तुम्ही जाणून घ्यायला हवं सुंदरराजन. तुमच्या रिसर्चला एक नवी दिशा मिळून जाईल. ब्राव्हो! अमृतराव.''

यावर अमृतराव काय बोलणार होते? उघडपणे तर नाहीच; पण मनातल्या मनातही नाही.

■

माणसाची भाषा

सुरेश भटांच्या हृदयाच्या तारा छेडणाऱ्या गज़लांची सीडी ऐकण्यात कौशिकांची समाधी लागली होती. आशा भोसलेंच्या आवाजातील 'केव्हा तरी पहाटे---'चे सूर त्यांच्या कानांना गोंजारत होते. वास्तविक अशा वेळी त्यांना डिस्टर्ब केलेलं आवडत नाही हे धोंडिबा जाणून होता; पण आता त्याचाही नाइलाज झाला होता. अमृतरावांचा फोन त्यानंच घेतला होता. त्याच्या घंटेच्या आवाजानं त्यांची तंद्री भंग पावू नये म्हणून ते बसले होते तिथलं कनेक्शनच तात्पुरतं काढून टाकलं होतं. म्हणूनच दिवाणखान्यातला फोन वाजू लागताच हातातलं काम तसंच बाजूला ठेवून धावत जाऊन धोंडिबानं रिसीव्हर उचलला होता.

अमृतरावांना कौशिकांशीच बोलायचं होतं; पण ते कुठं आहेत आणि कशात गुंतले आहेत हे धोंडिबानं सांगताच त्याच्याचकडे निरोप देऊन अमृतरावांनी मांजराच्या गळ्यात घंटा बांधण्याचं काम अंगाबाहेर टाकत, धोंडिबाचीच पंचाईत करून टाकली होती.

निरोप साधाच असता तर धोंडिबानंही कौशिक मोकळे होईपर्यंत वाट पाहिली असती; पण निरोप तातडीचा होता. अमृतराव आणखीही काहीजणांना घेऊन त्यांच्याचकडे यायला निघाले होते आणि हे सारं कौशिकांना ताबडतोब सांगण्याची सूचनाही त्यांनी केली होती. आपल्या बरोबर येणारी मंडळी प्रतिष्ठित आहेत आणि त्यांचं कामही महत्त्वाचं आहे हेही त्यांना सांगायला सांगितलं होतं.

आता आपल्यावर आगपाखड होणार हे गृहीत धरूनच धोंडिबा कौशिकांच्या जवळ जाऊन उभा राहिला होता; काहीही न बोलता. तो बोलता तर आग आणखी भडकली असता;

पण त्याच्या नुसत्या उभं राहण्यानंही कौशिकांची एकाग्रता भंग पावली होती.

"काय आहे?" ते जवळजवळ खेकसलेच, "किती वेळा ताकीद द्यायची-?"

"अमृतरावसाहेबांचा अर्जंट निरोप आला होता. तो सांगायला..."

"अमृतरावांचा निरोप? अर्जंट? कसला?"

"ते इकडे यायला निघालेत."

"मग येऊ द्यायचं होतंस त्यांना. मला आताच डिस्टर्ब करण्याचं काय कारण होतं? बसले असते तेही. त्यांच्यासाठी बटाटेवडे करायचेस फार फार तर." कौशिक रागानं लालबुंद झाले होते.

"पण त्यांनी ताबडतोब तुम्हाला सांगायला सांगितलं आणि ते एकटेच नाहीत. त्यांच्याबरोबर इतरही काही मोठी मंडळी येताहेत."

"कोण? कोण येतंय?" आता त्यांचा राग कुठच्या कुठं पळाला होता. त्याची जागा उत्सुकतेनं घेतली होती. इतर काहीजणांना घेऊन येताहेत म्हणजे मामला तसाच गंभीर असला पाहिजे. भलताच पेच उद्‌भवला असला पाहिजे. शिवशिवणारे हात एकमेकांवर चोळत त्यांनी विचारलं.

"ते काही बोलले नाहीत; पण मंडळी मोठी आहेत आणि हो त्यांचं कामही तसंच महत्त्वाचं आहे असं म्हणत होते साहेब."

"बरं, बरं, तू तयारी करायला लाग. येतीलच मंडळी इतक्यात. काम आहे म्हणजे तसा काही वेळ काढतीलच, तेव्हा तुझीही तेवढी धांदल उडेल. आताच तयारी केलीस तर बरं; पण तू पळ. मी बघतो दिवाणखान्यातली व्यवस्था."

तेवढ्यात सीडी प्लेअर तसाच चालू आहे हे कौशिकांच्या लक्षात आलं होतं. तो बंद करून ते हॉलमध्ये जाण्यासाठी वळले.

बऱ्याच दिवसांत त्यांना तसं काही खाद्य मिळालं नव्हतं. पोलीस डिपार्टमेंटचंही तसं आधुनिकीकरण होतच होतं. नव्याने येणारे आयपीएस ऑफिसर्सही तसे उच्चशिक्षित असत. काही इंजिनिअर्स, डॉक्टर्सही आता या सेवेकडे आकर्षित होत होते; त्यामुळे डीएनए फिंगरप्रिंटिंग, मास स्पेक्ट्रोस्कोपी वगैरे तंत्रं हाताळणंही त्यांना सहज जमत होतं. त्यासाठी ऊठसूठ कौशिकांकडे धाव घेण्याची गरज अमृतरावांना भासेनाशी झाली होती. तरीही काही वेळा त्या तंत्रांच्या वापरातून मिळालेल्या माहितीचाही गुंता होत असे आणि मग तो सोडवण्यासाठी कौशिकांना बोलावण्यावाचून गत्यंतर उरत नसे.

पण गेल्या काही महिन्यांमध्ये तशी परिस्थिती उद्‌भवलेली नव्हती; त्यामुळे कामानिमित्त अमृतरावांनी कौशिकांकडे फेरी मारली नव्हती. अधूनमधून विरंगुळा म्हणून बुद्धिबळाचे एक-दोन डाव टाकण्यासाठी किंवा धोंडिबाच्या हातचे बटाटेवडे खाण्यासाठी ते येत असत; पण त्या वेळी होत त्या केवळ शिळोप्याच्या गप्पा.

कौशिकांना उत्तेजित करणारी काही चर्चा त्या वेळी झडत नसे.

पण आज असा आगाऊ निरोप देऊन, अमृतराव येताहेत म्हणजे तशीच काहीतरी नेहमीपेक्षा वेगळी केस असली पाहिजे. शिवाय बरोबर इतर काही प्रतिष्ठित मंडळी आहेत म्हणजे तशीच काही खास, कदाचित अतिशय गुप्तता बाळगावी लागणारी संवेदनशील कामगिरी असली पाहिजे. चंद्रगुप्ताच्या अंगठीची केस, तसेच ती वेबसाइटवरच्या लेखाची केस. त्यांची आठवण कौशिकांना झाली. झालंच तर खुद्द अमृतरावांवर बालंट आलं होतं, तेव्हा तर कमिशनर साहेबांनी त्यांनाच गळ घातली होती. आजही तसंच काहीतरी असावं का?

वेगवेगळे तर्कवितर्क करण्यात कौशिक स्वतःला गुंतवू पाहत होते. अमृतराव येईपर्यंत आता त्यांना स्वस्थ बसवणार नव्हतं.

दारावरची बेल वाजली, तसे ते धावतपळतच तिकडे निघाले होते; पण मग आपल्याला वाटत असलेल्या उत्सुकतेची कल्पना अमृतरावांना येता कामा नये याची आठवण होऊन त्यांनी ती तशीच वाजू दिली होती. धोंडिबानं येऊन दार उघडेपर्यंत ते तसेच बसून राहिले.

"या, या, अमृतराव, आज अगदी ॲडव्हान्स्ड नोटीस देऊन..."

अमृतरावांबरोबर आणखी तीन-चार लोक आहेत हे पाहिल्यावर मात्र ते एकदम गप्प झाले. मुक्यानंच सर्वांचं स्वागत करत, ते आपल्या आवडत्या खुर्चीत येऊन बसले.

"हे माधव लिमये आणि हे सुधीर कदम." दोघांची ओळख करून देत अमृतराव म्हणाले. "दोघेही वकील आहेत आणि एका केसमध्ये एकमेकांविरुद्ध लढताहेत."

'मग मी काय त्यांच्या केसचा निवाडा करणारा जज्ज आहे की काय?' अमृतराव एकटेच असते तर कौशिकांनी त्यांना विचारलंच असतं; पण आज मात्र त्यांच्या बरोबर इतरही काही मंडळी होती. म्हणून अमृतराव पुढं काय सांगतात याची वाट पाहत ते गप्पच राहिले.

"लिमये डॉक्टर शहांचे वकील आहेत." लिमयांच्या शेजारीच बसलेल्या टक्कल पडलेल्या आणि सोनेरी काड्यांचा चश्मा लावणाऱ्या मध्यमवयीन व्यक्तीकडे निर्देश करत अमृतराव म्हणाले. डॉक्टर शहांचं व्यक्तिमत्त्व कौशिकांना प्रसन्न वाटलं. काही व्यक्ती प्रथमदर्शनीच त्यांच्याविषयी अनुकूल मत बनवितात. डॉक्टर शहा त्यांपैकीच एक असल्याची कौशिकांची भावना झाली. त्यांनी स्वतः मात्र त्यांच्याविषयी काहीही मत बनवण्याचं सध्यातरी टाळलं. ते पुढं ऐकू लागले.

"आणि या कदमांचे अशील आहेत हे दोघे, मिस्टर ॲन्ड मिसेस रणनवरे." त्या दोघांनी कौशिकांना नमस्कार केला. कौशिकांनीही त्याला प्रतिसाद देत आता

सगळ्यांची ओळख झाली आहे अशा अर्थी एक स्मित केलं.

"आता मी या सगळ्यांना घेऊन, तुमच्याकडे का आलो आहे असा प्रश्न तुम्हाला पडला असेल." नेमक्या त्याच प्रश्नाचं उत्तर मिळण्याची कौशिक वाट पाहत होते; पण त्यांनी तसं काहीही न दाखवता निर्विकार चेहऱ्यानं अमृतरावांकडे पाहिलं. "खरंतर मी आलोय, असं म्हणण्याऐवजी मला तसा आदेश मिळालाय असं म्हणू या."

आता मात्र कौशिकांची उत्सुकता चांगलीच ताणली गेली. अमृतरावांना तसा आदेश मिळालाय म्हणजे कमिशनरांनी तर त्यांना तसं सांगितलं नसेल? दुसरं कोण त्यांना तसा आदेश देणार? म्हणजे मंत्रीमहोदयांनी तशी ऑर्डर काढली असण्याची शक्यता नाकारता येत नाही; पण तसं असतं तर तीही थ्रू प्रॉपर चॅनेल म्हणजे कमिशनरांमार्फतच आली असती; पण कमिशनरांनी तरी एकमेकांविरुद्ध कोर्टात उभ्या ठाकलेल्या वादी-प्रतिवादींना त्यांच्या वकिलांसह माझ्याकडे पाठवण्याचं का ठरवलं असेल? त्यांना काहीच कळेना. त्यांना असे बुचकळ्यात पडलेले पाहून अमृतरावांच्या चेहऱ्यावर मात्र एक मिस्कील हास्य चमकून गेलं. पुढच्याच क्षणी आपला चेहरा परत गंभीर करत ते सांगू लागले.

"तो आदेश मला कसा मिळाला, का दिला गेला, हे सांगण्यापूर्वी मला या केसची थोडी माहिती द्यायला हवी."

"मी बोलू का? मे आय?" त्यांना मध्येच अडवत लिमये म्हणाले. अमृतरावांनीही आपली सुटका झाल्याचा निःश्वास टाकत त्यांना बोलू दिलं.

पण लिमयांनी तोंड उघडण्यापूर्वीच आपला हात उंचावत, त्यांना थोपवून धरत कदमांनी आपलं घोडं पुढं दामटलं.

"खरंतर मी आधी बोलायला हवं. म्हणजे कसं सविस्तर, संगतवार त्यांना समजेल."

एखाद्या नाठाळ मुलाचा हट्ट पुरवावा तसा आविर्भाव करत लिमयांनी कदमांना बोलायला सांगितलं. आपण जणू कोर्टातच युक्तिवाद करण्यासाठी उभे आहोत अशा थाटात पोझ घेऊन, कदमांनी घसा खाकरत सुरुवात केली. आता ते 'युवर ऑनर' म्हणतात की काय असं वाटून कौशिकांनीही गमतीनं त्यांच्याकडे पाहायला सुरुवात केली.

"माझे अशील मिस्टर ॲन्ड मिसेस रणनवरे यांचा मोहन हा एकुलता एक मुलगा आहे. आज तो पंधरा वर्षांचा आहे. यंदा तो दहावीच्या परीक्षेला बसला असता; पण डॉक्टर शहांनी त्याच्यावर ऑपरेशन केलं; त्यामुळे त्याची परीक्षा हुकली."

यावर डॉक्टरांनी तोंड उघडलं. बोलण्यासाठी ते खुर्चीमध्ये पुढं सरसावून

बसले; पण त्यांच्या हातावर थोपटत, लिमयांनी त्यांना बोलण्यापासून परावृत्त केलं. आपल्याला योग्य वेळी बोलायची संधी मिळेल हेच जणू त्यांनी त्या आश्वासक स्पर्शातून सुचवलं.

'म्हणजे त्याची परीक्षा हुकावी म्हणून डॉक्टर शहांनी ऑपरेशन केलं की काय?' असा सवाल कौशिकांच्या जिभेच्या टोकावर आला होता; पण ऐन वेळी त्यांनी तो परतवला. अर्थात त्याची जाणीव अमृतराव सोडून इतर कोणालाही झाली नाही.

"यंदाची परीक्षा हुकल्याची फारशी फिकीर त्याच्या आई-वडिलांना नाही; पण मोहन अतिशय हुशार मुलांपैकी एक आहे. यंदा तो परीक्षेला बसला असता तर कदाचित मेरिट लिस्टमध्येही त्याचं नाव झळकलं असतं."

आता मात्र कौशिकांना राहवलं नाही. कदमांना कुठंतरी लगाम घालायलाच हवा. नाहीतर ते कितीतरी तास आपलं भाषण करतच राहतील हे त्यांना आता समजून चुकलं होतं.

"गेली कित्येक वर्षं मेरिट लिस्ट जाहीर करणं बंद केलंय याची तुम्हाला माहिती नाही असं मी कसं म्हणू?" ते म्हणाले.

यावर कदम थोडे गडबडले. कौशिक असे मध्येच काही टिप्पणी करतील याची त्यांना कल्पना नव्हती. कोर्टामध्ये भाषण करताना मध्येच असा व्यत्यय येत नाही. घेतलंच तर विरोधी वकीलच त्यावर ऑब्जेक्शन घेतात. त्याची त्यांना सवय होती; पण कौशिक त्यांची उडालेली धांदल पाहत स्वस्थ बसले आहेत हे पाहून ते जास्तच गडबडले; पण लगेच सावरत त्यांनी पुढं सुरुवात केली.

"पण सहा महिन्यांपूर्वी या डॉक्टरांनी त्याच्यावर एक शस्त्रक्रिया केली; तेव्हापासून मोहन वेगळाच वागायला लागलाय. त्याचं वागणं, बोलणं यंत्रासारखं झालंय. आपल्याच आई-वडिलांशी तो तुटक तुटक बोलतो."

"बरं मग?"

"या डॉक्टरांनी ऑपरेशन करताना त्याच्या डोक्यात एक यंत्र बसवलंय. आणि त्यामुळे त्याचा काय म्हणतात तो रॉबर्ट झालाय..."

"रोबो म्हणायचंय का तुम्हाला?" येणारं हसू कसंबसं आवरत कौशिकांनी विचारलं.

"तेच ते. रॉबर्ट. म्हणजे काय तो यंत्रमानव आणि त्या यंत्रावर हे डॉक्टर आपला कन्ट्रोल ठेवून आहेत. आपल्या आई-वडिलांपासून ते त्याला तोडताहेत असं आमचं म्हणणं आहे."

"तसं त्यांनी का करावं? तसं करण्यामागे त्यांचा काय उद्देश असावा? तसं केल्यानं त्यांचा कोणता फायदा होणार आहे?"

कोर्टात ते जज्ज विचारत होते तसेच प्रश्न कौशिक विचारतील याची कदमांना कल्पना नव्हती, तेव्हाही ते न्यायमूर्तींनी विचारलेल्या प्रश्नांची समाधानकारक उत्तरं देऊ शकले नव्हते. म्हणून तर त्यांनी हा आगळावेगळा मार्ग काढत अमृतरावांना म्हणजे पोलिसांना त्याचा तपास करायला सांगितलं होतं. त्यातूनच हे प्रकरण कौशिकांकडे पोहोचलं होतं.

"माझे अशील तसे बरेच श्रीमंत आहेत. त्यांच्या संपत्तीवर, इस्टेटीवर डोळा ठेवून डॉक्टरांनी हे केलं आहे."

"तुम्ही एक गंभीर आरोप करत आहात याची जाणीव तुम्हाला नाही असं मी कसं म्हणू? आणि त्या आरोपाची पुष्टी करणारा भक्कम पुरावा तुमच्याकडे आहे काय असा सवाल तरी कसा करू? ते काम तुम्हा वकिलांचं आणि न्यायमूर्तींचं आहे. आमचे अमृतरावही त्याची चौकशी करतील; पण या सगळ्यात माझी भूमिका नेमकी काय आहे हे मला अजूनही समजलेलं नाही."

"तेच तर आमचं म्हणणं आहे. न्यायमूर्तींनी आदेश दिले त्याचा विपर्यास करून पोलिसांनी निष्कारण आमची वरात तुमच्याकडे आणली. आमच्या वेळेचा चुथडा नुसता!"

"मी बेकारच आहे, तेव्हा यामध्ये माझा वेळ वाया गेला तरी त्याला कोणाचीच हरकत नसावी, काय?"

या वेळी मात्र कौशिकांना राहावलं नाही. इतका कसा आत्ममग्न गृहस्थ हा? याच्या या अशा वागण्यानं तो आपल्या अशिलाचंही नुकसान करतोय हे कसं याच्या लक्षात येत नाही? की याच्या अशिलांचाही असाच स्वभाव आहे?

"हो, हो म्हणजे तेही मी सांगणारच होतो. म्हणूनच म्हणतो तुमचा आणखी वेळ घेण्यापेक्षा" तिथून निघण्याच्या तयारीत उठत कदम म्हणाले. मिस्टर आणि मिसेस रणनवरेही उठू पाहत होते; पण अमृतरावांनी हाताच्या इशाऱ्यानंच त्यांना अडवलं. आवाजात थोडीफार जरब आणत ते म्हणाले,

"इथून केव्हा निघायचं ते मी ठरवणार आहे. डॉक्टर कौशिकांचा वेळ किती महत्त्वाचा आहे हे माझ्याइतकं तुम्ही कोणीच जाणत नाही. तुम्हीच पाल्हाळ लावत त्यांना मूळ मुद्द्यापासून दूर ठेवलंय. खरंतर मीच त्यांना तुम्हा सर्वांना इथं का आणलंय ते सांगायला हवं होतं; पण तुम्हाला मी बोलू दिलं, तेव्हा थोडा वेळ लिमयांनाही द्यायला हवा; पण तुम्ही थोडक्यात आटोपा लिमये."

"येस सर, दीड वर्षापूर्वी मोहनला, यांच्या मुलाला असह्य डोकेदुखी होऊ लागली. अनेक टेस्ट्स केल्यानंतर त्याला डॉक्टर शहांकडे आणण्यात आलं. डॉक्टर न्यूरोसर्जन आहेत. मोहनच्या मेंदूत ट्यूमर झाल्याचं निदान त्यांनी केलं. सुदैवानं ती गाठ कर्करोगाची नव्हती; त्यामुळे तातडीनं ऑपरेशन केल्यावरच ती

डोकेदुखी थांबेल असं त्यांनी सांगितलं. त्याशिवाय त्या ऑपरेशनचे इतर कोणते परिणाम होतील याचीही इत्थंभूत माहिती त्यांनी दिली होती.''

त्यावर काही बोलण्यासाठी कदम उठू पाहत होते; पण अमृतरावांनी नजरेनंच आणि कौशिकांनी हाताच्या इशाऱ्यानं त्यांना गप्प केलं. चडफडतच ते बसले.

''त्या ऑपरेशनसंबंधी मला काही माहिती हवी आहे; पण मला वाटतं, मी ती प्रत्यक्ष डॉक्टरांनाच विचारलेली बरी. डॉक्टर...'' त्यांना आवाहन करत कौशिक म्हणाले.

''ट्यूमर बिनाइन होता; पण अवघड जागी होता. साहजिकपणे तो कापून काढताना काही निरोगी भागही काढून टाकावा लागणार होता. त्या निरोगी भागामध्ये माणसाच्या भावविश्वाची काही केंद्रं असतात; त्यामुळे त्याच्या स्वभावामध्ये, वागणुकीमध्ये काही फरक पडेल, कदाचित त्याच्या वागण्यातला ओलावा निघून जाईल, याची कल्पना मी आधीच त्यांना दिली होती. तसंच त्या भागातल्या रक्तवाहिन्यांची कोंडी होऊ नये, तिथं पाणी साचून राहू नये, त्याचा लगोलग निचरा व्हावा यासाठी तिथं एक शन्ट म्हणजे पर्यायी नलिका घालावी लागेल हेही मी सांगितलं होतं. तशी मी ती घातली आहे. आज जर मेंदूचा सीटी स्कॅन घेतला तर तिथं ती दिसेल. त्यालाच ही मंडळी यंत्र म्हणताहेत. त्या नलिकेवर बाहेरून कसलंही नियंत्रण ठेवता येत नाही. मी हे यांना...''

''समजलं मला डॉक्टर. काय समस्या आहे याचा मला वाटतं उलगडा झालाय.''

''कसा काय झाला? मोहनच्या मेंदूत हे डॉक्टर म्हणतात तो कसलासा शन्ट बसवलाय हे तर डॉक्टर मान्य करतातच आहेत. त्याच्यावर बाहेरून नियंत्रण ठेवता येत नाही हे केवळ त्यांचंच म्हणणं आहे. त्यावर तुम्ही कसा विश्वास ठेवता?'' उत्तेजित होत कदमांनी विचारलं. त्यांच्या त्या बोलण्यानं अमृतराव विचलित झाले. कौशिकांना असं उलट बोललेलं त्यांना आवडलं नाही. त्यांच्या चेहऱ्यावरची चलबिचल टिपणाऱ्या लिमयांनी मौन बाळगणंच पसंत केलं.

''आय गेट युवर पॉइंट कदम; पण मी उलगडा झालाय एवढंच म्हटलं. विश्वास ठेवलाय असं कुठं म्हटलं? आणि विश्वासाचाच सवाल असेल तर तुमच्या म्हणण्यावर तरी मी कुठं विश्वास ठेवलाय? मेंदूत शन्ट बसवलाय या डॉक्टरांच्या म्हणण्यावर तुम्ही विश्वास ठेवता; पण त्याच्यावर बाहेरून कसलंही नियंत्रण ठेवता येत नाही या त्यांच्याच म्हणण्यावर मात्र अविश्वास दाखवता. ही केस माझ्याकडे आणण्यात माझा वेळ वाया जातोय असं मी सुचवतो त्यावर तुम्ही विश्वास ठेवता; पण तशी ती आणण्यात अमृतरावांचा काही निश्चित उद्देश असावा यावर मात्र अविश्वास दर्शवता. मी असा दुटप्पी व्यवहार करत नसतो, कदम. मी

तुम्हा दोघांवरही संपूर्ण विश्वास ठेवत नाही. खरा प्रकार काय आहे याची मी स्वतंत्र शहानिशा करणार आहे. माझ्या पद्धतीनं.''

''आणि मीही त्याच उद्देशानं या सर्वांना तुमच्याकडे घेऊन आलोय. न्यायमूर्तींना जेव्हा मी माझा विचार बोलून दाखवला, तेव्हा त्यांनीही तातडीनं त्याला संमती दिली. त्यातल्या तांत्रिक बाजूची उकल तुम्हीच करू शकाल असं त्यांचं म्हणणं होतं. तुमचीच साक्ष त्यांना काढायची आहे.''

''माझी साक्ष? कशाबद्दल?''

कौशिक मुद्दाम वेड पांघरून, पेडगावला जाताहेत हे अमृतराव समजले. आता आपला जुनाच खेळ परत सुरू झाल्याची त्यांना कल्पना आली. समाधानाने आपला चिरुट शिलगावत ते म्हणाले,

''खरंतर ते न्यायमूर्तींनाच विचारायला हवं; पण मला वाटतं, यांचा हा मुलगा - मोहन, कदमांच्या म्हणण्याप्रमाणे यंत्रमानव झालाय. लिमयांना ते मान्य नाही. ऑपरेशनपोटी त्याच्या वागणुकीत थोडा फरक पडलाय; पण तो माणूसच आहे हे त्यांचं म्हणणं आहे. आता यातला खरा कोण हे कोण सांगणार?''

''तेच तर म्हणतोय आम्ही, कोण सांगणार? त्याच्या अतिशय जवळच्या अशा आई-वडिलांशिवाय याची शाश्वती कोण देणार?'' कदम परत आपलं तुणतुणं वाजवत म्हणाले.

एखाद्या मठ्ठ माणसाकडे पाहावं तसं त्यांच्याकडे पाहत अमृतरावांनी एक सुस्कारा सोडला. डोळे वरच्या बाजूला फिरवत आणि खांदे उडवत अमृतरावांनी चिरुटाचा एक दमदार झुरका घेतला. ते पाहताच आपल्या चेहऱ्यावर एक खोडकर हसू खेळवत कौशिक म्हणाले,

''आई-वडिलांना आपल्या मुलांची नेहमीच संपूर्ण ओळख पटत असती ना कदम तर वाईट मार्गाला लागलेली मुलं कधी दिसलीच नसती. चांगल्या चांगल्या घरातून ड्रग्ज घेणारी किंवा आपलंच अपहरण झाल्याचं भासवून आई-वडिलांकडून खंडणी उकळण्याचा प्रयत्न करणारी मुलं तुमच्या पाहण्यात आलीच नसतील असं म्हणण्याचं धारिष्ट्य मी कसं करू?''

यावर काहीतरी बोलावं असं कदमांना वाटत राहिलं; पण काय बोलावं हे त्यांना सुचेना. कौशिक त्यांची उडत असलेली धांदल गमतीनं पाहत स्वस्थ राहिले होते. अमृतरावांच्या नजरेत जरब होती. तर लिमये परस्पर कदमांची भंबेरी उडत असल्याचं पाहत गप्पच होते. एकूण सगळ्यांवरून नजर फिरवून मग कदमांनीही मौनच बाळगण्याचा निर्णय घेतला.

''तेव्हा या तिढ्यातून मार्ग काढायचा असला आणि विशेषतः मला साक्ष द्यावी लागणार असेल तर मला मोहनशी बोलावं लागेल. त्याच्याशी एकट्याशीच. तुम्ही

मंडळी मी काय बोलतोय आणि त्यावर त्याची काय प्रतिक्रिया होतेय हे फार तर पाहू शकता, ऐकू शकता; पण त्या खोलीत मी आणि तो असे दोघेच असायला हवेत.''

''पण मग आम्ही तुम्हाला पाहणार कसे? तुमचं काय बोलणं होतंय हे ऐकणार कसे?''

''मला वाटतं, त्याची सोय अमृतराव करू शकतील. काय अमृतराव?''

''का नाही? आमच्या ऑफिसमध्ये अशा अनेक खोल्या आहेत. संशयितांची तपासणी करताना किंवा त्यांची जबानी घेताना आम्ही त्याच खोल्यांचा वापर करतो.''

''पण आमचा मोहन काही कोणता गुन्हेगारही नाही किंवा संशयितही नाही, तेव्हा त्यांनी तिथं पोलिसांकडे कशाला यायला हवं?'' मिस्टर रणनवऱ्यांनी प्रथमच आपलं तोंड उघडलं.

''नका ना पोलिसांकडे येऊ; पण मग मी त्याच्याशी बोलताना तुम्हाला पाहताही येणार नाही की ऐकताही येणार नाही.''

''हे आम्हाला मान्य नाही. आम्ही मोहनला आणणार नाही. एका डॉक्टरनं त्याला तपासलं त्यातून हे सारं रामायण घडलंय. आता या दुसऱ्या डॉक्टरांना आम्ही त्याची तपासणी करू देणार नाही.'' जणू आपल्याच इशाऱ्यावर सगळा मामला चालणार आहे अशा थाटात रणनवरे म्हणाले.

''तुमची मर्जी!'' अमृतराव म्हणाले, ''पण मग तुम्हाला तसं लेखी द्यावं लागेल. इथल्या इथं. इथून निघण्यापूर्वी तुमचं तसं पत्र मला मिळायला हवं.''

''ही जबरदस्तीच झाली. का म्हणून द्यायचं आम्ही तसं पत्र?''

''म्हणजे मग तुम्ही मला योग्य तो तपास करून दिला नाहीत असं मी कोर्टाला सांगू शकेन. तुम्ही केलेल्या आरोपाला पुष्टी देणारा पुरावा मिळवण्याची संधी तुम्हीच वाया दवडलीत हेही मी न्यायमूर्तींना सांगू शकेन. मग तुमची केस वीक झाली असा दावा तुम्हाला करता येणार नाही. वाटलंच तर तुम्ही कदमांशी बोलून नंतर मला तुमचा निर्णय मला सांगू शकता; पण तोही इथंच झाला पाहिजे. कौशिकांना आपली साक्ष देण्यासाठी मदत करण्याऐवजी तुम्ही त्यात खोडा घातलात असं मी कोर्टाला सांगू शकेन. कौशिकांनाही आताच कळलं पाहिजे की, हे काम त्यांनी करायचं आहे की नाही. ते रिकामटेकडे नाहीत. केवळ कोर्टानं सांगितलं आणि मीदेखील त्यांना विनंती केली म्हणूनच हे काम करायला ते तयार झाले आहेत.''

कदमांनी रणनवऱ्यांना बाजूला घेतलं आणि थोडा वेळ त्यांची एकमेकांशी कुजबुजीच्या स्वरात काही खलबतं झाली.

"पण तुमची साक्ष कशासाठी हवीय कोर्टाला?" कदमांनी विचारलं.

"हा प्रश्न तुम्ही न्यायमूर्तींनाच विचारायला हवा होतात; त्यांनी तसा आदेश दिला तेव्हाच." कौशिकांनी संथ सुरात उत्तर दिलं.

"एक्झॅक्ट्ली!" आपला चिरूट नाचवत अमृतराव म्हणाले, "पण मी सांगतो. तुम्ही डॉक्टर कौशिकांना ओळखत नसाल; पण ते एक ख्यातनाम सायंटिस्ट तर आहेतच; पण विज्ञानाच्या मदतीनं अनेक गुंतागुंतीच्या केसेस सॉल्व्ह करायला त्यांनी पोलिसांना मदत केली आहे. आमचे कमिशनर, मुख्यमंत्री एवढंच काय पण खुद्द पंतप्रधानांनीही काही अतिशय संवेदनशील केसेसमध्ये त्यांची मदत घेतलेली आहे. न्यायमूर्ती त्यांचं एक्सपर्टाइज ओळखून आहेत. तुमचा मोहन खरोखरच रोबो झालाय की काय याची शहानिशा करण्याची जबाबदारी त्यांनी कौशिकांवर सोपवलेली आहे. तीच करायला तुमचा विरोध असेल तर... तर मग तुमची मर्जी! पण तुम्ही आपल्याच पायावर कुऱ्हाड मारून घेत आहात हे मला तुमच्या निदर्शनाला आणलंच पाहिजे."

आता काय करावं हे न कळून रणनवरे आणि कदमही थोडा वेळ दिङ्मूढ झाल्यासारखे बसून राहिले. मग आपापसांत थोडा वेळ चर्चा करून, नाइलाजानं आणि आपली नाराजी लपवण्याचा कोणताही प्रयत्न न करता त्यांनी मोहनबरोबर कौशिकांना बोलायला संमती असल्याचं जाहीर केलं.

"आता तेही तुम्हाला लिहून द्यावं लागेल." अमृतरावांनी त्यांना बजावलं. "नाहीतर उद्या आम्ही तुमच्या विरोधाला न जुमानता जबरदस्तीनं त्याला ओढून नेलं आणि त्याच्यावर अमुक काही सांगण्यासाठी दबाव आणला, असं तुम्ही कोर्टाला सांगाल."

"छे, छे, माझे अशील असं काही करणाऱ्यांतले नाहीत." कदमांनी सांगायचा प्रयत्न केला.

"नाही? मग ऑपरेशनला संमती देण्याच्या फॉर्मवर सही केलेली असतानाही डॉक्टर शहांनी आम्हाला न विचारता ऑपरेशन केलं असा कांगावा त्यांनी सुरुवातीला केला होताच ना?" अमृतरावांनी त्यांना पेचात पकडत विचारलं.

आता आपली सुटका नाही हे लक्षात येताच रणनवऱ्यांनी अमृतरावांच्या म्हणण्यानुसार संमतिपत्र लिहून दिलं. ते हातात पडताच त्यांना समजावण्याचा प्रयत्न करत अमृतराव म्हणाले,

"तुम्ही विनाकारण कौशिकांबद्दल गैरसमज करून घेतला आहे. तुमच्या मुलाची खरी परिस्थिती काय आहे, त्याच्या मेंदूत तुम्ही म्हणता त्याप्रमाणे खरोखरच संगणकाची चीप बसवलेली आहे की काय, याची खातरजमा त्यांच्याइतक्या अचूकपणे त्यांच्याशिवाय दुसरं कोणी करणं शक्यच नाही. म्हणून तर मी तुम्हा

सगळ्यांना इथं घेऊन आलो. आता आपलं इथलं काम संपलं. उद्या सकाळी अकरा वाजता तुम्ही मोहनला घेऊन, माझ्या ऑफिसमध्ये या. डॉक्टर कौशिकही त्या वेळी तिथं येतील.''

नेहमीच्या शिरस्त्याप्रमाणे कौशिक सकाळी साडेदहालाच अमृतरावांच्या ऑफिसात हजर झाले. ज्या खोलीमध्ये मोहनबरोबर त्यांची मुलाखत व्हायची होती, ती त्यांनी नजरेखालून घातली. त्या खोलीला वन वे मिरर म्हणतात तशी काच लावलेली होती. म्हणजे त्या खोलीच्या बाहेर असलेल्या व्यक्तीला आत काय चाललं आहे हे व्यवस्थित दिसत होतं; पण आत असलेल्या व्यक्तीला मात्र बाहेरचं काहीच दिसत नव्हतं. उलट तिथं एक आरसाच आहे असंच त्याला वाटत होतं, कारण त्या आरशात आपलं प्रतिबिंब त्याला स्वच्छ दिसत होतं. खोलीत अतिशय संवेदनशील शक्तिशाली मायक्रोफोन सहजासहजी नजरेला पडणार नाहीत अशा तऱ्हेनं ठेवलेले होते. त्या खोलीत कोणी कोणाच्या कानात काही सांगितलं तरच ते बाहेरच्या मंडळींना ऐकू येण्याची शक्यता नव्हती. एरवी तिथली कुजबूजही स्पष्ट ऐकू येण्याची व्यवस्था केली होती. ते सर्व पाहून आपलं समाधान झाल्याची पावती देत कौशिक शांतपणे रणनवरे पती-पत्नी, कदम, डॉक्टर शहा, लिमये आणि मुख्य म्हणजे मोहन यांची वाट पाहत स्वस्थ बसले. त्यांचा पाइप मात्र पेटला होता आणि त्यातून धुराचे लोटच्या लोट बाहेर पडत होते. त्यांचं विचारचक्र चालू झाल्याचं ते चिन्ह पाहून, त्यांना डिस्टर्ब न करता अमृतराव तिथून बाहेर निघून गेले.

मोहन आल्याची वर्दी देत अमृतरावांची सेक्रेटरी सुनीता तिथं पोहोचताच आपला पाइप बंद करून समोरच्या टेबलावर ठेवत कौशिक सावरून बसले. तितक्यात मोहनला घेऊन अमृतरावच तिथं आले. एक किडकिडीतसा, थोडासा बुजरा, पंधरा-सोळा वर्षांचा मुलगा कौशिकांना दिसला. ओठांवर नुकतीच मिसरूड फुटू लागल्याचं त्यांना दिसत होतं. केसांचा व्यवस्थित भांग पाडलेला होता. अंगावरचे कपडे उंची होते; पण कोणीतरी ते त्याच्या अंगावर चढवले असावेत, आपल्या मर्जीनं त्यानं ते घातले नसावेत, असंच कौशिकांना वाटून गेलं.

आपल्या जागेवरून उठत, त्या कुमारवयातल्या मुलाचं स्वागत करत कौशिक म्हणाले,

''ओऽह, कम इन, कम इन यंग मॅन. प्लीज, टेक अ चेअर.''

दबकत्या पावलांनी पुढं येत मोहन कौशिकांसमोरच्या खुर्चीवर बसला. अमृतराव त्याला आत सोडून केव्हाच बाहेर सटकले होते. इतरांबरोबर बाहेरूनच ते आत काय चाललंय यावर नजर ठेवून होते. कौशिकांनी सांगताच मोहन काहीही न बोलता खुर्चीत व्यवस्थित बसल्याचं त्यांनी पाहिलं.

''नाव काय म्हणालास तुझं?''

"मोहन, मोहन रणनवरे."

"गुड, गुड! काय करतोस तू?"

"दहावीत आहे. यंदाची परीक्षा हुकली; पण आता पुढच्या वर्षी बसेन."

"मग पुढं काय करायचा विचार आहे? अकरावीला काय घेणार आहेस?"

"सायन्स."

"आय सी, सायन्स. छान, छान! पुढं कुठं जायचा विचार आहे तुझा? मेडिसिनला?"

"नाही, इंजिनिअरिंग. एन्व्हायरन्मेन्टल इंजिनिअरिंग."

"दॅट इज इन्डीड ए गुड चॉइस. फार चांगला विषय निवडला आहेस तू. अरे, पण असा अवघडल्यासारखा का बसलाहेस. अगदी मोकळा होऊन बस. मी काही तुझी परीक्षा घ्यायला आलेलो नाही. थोड्या गप्पा माराव्यात म्हणतोय तुझ्याशी. हरकत नाही ना तुझी?"

यावर मोहन काहीच बोलला नाही; पण तो थोडासा रिलॅक्स झाल्यासारखा मात्र वाटला.

"मग मी काय सांगतो ते कान देऊन ऐक. काय? कान देऊन ऐक. समजलं?"

"हो, माझं लक्ष आहे तुमच्याकडे."

"गुड! आपल्या पर्यावरणाचा सध्या बट्ट्याबोळ होत चाललाय नुसता. प्रदूषण असह्य होत चाललंय. आपल्या धरतीच्या सहनशीलतेची मर्यादा आपण ओलांडतो आहोत आणि आजवर आपण करत असलेले अत्याचार मुकाट्यानं सहन करणाऱ्या धरित्रीनं आता तक्रार करायला सुरुवात केली आहे. आज आपल्या हवामानामध्ये जे बदल होत चाललेले आपण अनुभवतो आहोत ते यामुळेच होताहेत. अल गोरचा चित्रपट..."

मोहनची तपासणी करण्याऐवजी कौशिक कुठंतरी भरकटत चालले आहेत हे पाहून बाहेरची मंडळी विचलित झाली होती. मोहन हा यंत्रमानवासारखा वागतो आहे की नाही याचा निर्णय देणारी साक्ष कौशिक देणार होते; पण त्याविषयी काहीच न बोलता हे बदलत्या हवामानाचं भारुड त्यांनी कुठून लावलं हे रणनवरे आणि कदमच काय पण लिमये आणि डॉक्टर शहांनाही कळेना. ते चुळबुळत अमृतरावांकडे पाहू लागले होते. अमृतराव मात्र स्वस्थ होते. कौशिकांची ही जुनीच खोड त्यांच्या परिचयाची होती. गुन्ह्याचा तपास करता करता त्यांना असा कोणता तरी वैज्ञानिक मुद्दा सापडे आणि मग त्यांची गाडी अशीच घरंगळत दुसऱ्याच रुळावरून धावायला लागे. निदान इतरांना तसं वाटे. मात्र, त्यांच्या या इतरांना वाटणाऱ्या भरकटण्यातही एक वेगळीच तर्कसंगती असते, हे आता इतक्या वर्षांच्या सहवासानंतर अमृतरावांना

समजलं होतं; त्यामुळेच ते मजेत आपला चिरूट ओढत, आतल्या खोलीमध्ये काय चाललंय हे पाहत होते.

मोहन कौशिकांच्या त्या लेक्चरनं बोअर होत चालला होता. त्याच्या चेहऱ्यावर आता तो कंटाळा स्पष्ट दिसायला लागला होता. येणारी जांभई त्यानं मोठ्या मुश्किलीनं आवरली. ते पाहून समाधानानं हसत कौशिक एकदम बोलायचे थांबले. मोहनला ते अनपेक्षित होतं. तो परत गोंधळल्यासारखा झाला.

"माझं हे लेक्चर तुला कंटाळवाणं वाटलेलं दिसतंय." ते म्हणाले.

"नाही, नाही; तसं काही नाही. मी आपला म्हणजे काय आहे..."ओशाळवाणं हसत मोहननं स्वतःला सावरण्याचा प्रयत्न केला.

"अरे, तुझं काहीच चुकलं नाही. माझीच ही सवय आहे. मलाच काही वेळा भान नाही राहत. उलट तू जागं केलंस मला माझ्याच तंद्रीतून. थँक्यू! अरे, हो एक राहिलंच, जरा हात दे पाहू तुझा."

कौशिकांनी आपला मोहरा असा एकदम दुसरीकडे वळवल्यामुळे मोहन पुन्हा गोंधळल्यासारखा झाला. तो फक्त त्यांच्याकडे पाहतच राहिला.

"अरे, असा घाबरू नकोस. मी काहीही करणार नाही. फक्त तुझा हात दे मला. अरे, मला आर्थ्रायटिसचा त्रास आहे जरा. बराच वेळ एकाच जागी बसून राहिलं की, एकदम उठताच येत नाही. म्हणून तुझा हात हवा आहे मला."

"ओह आय सी!" असं म्हणत तो लगबगीनं उठला. कौशिकांना हात देऊन त्यानं उठवलं. त्याच्या मदतीशिवाय आपण उठूच शकलो नसतो असं दाखवत कौशिकही उठले उभे राहिले आणि त्यांनी आपलं काम संपल्याची खूण अमृतरावांना केली.

बाहेरची मंडळी परत बुचकळ्यात पडली. मोहनची कसलीही तपासणी न करता, त्याला काहीही प्रश्न न विचारता, त्याच्याशी इकडच्या तिकडच्या गप्पा मारून कौशिकांनी आपलं काम कसं संपवलं, तेच त्यांना कळेना आणि त्या इंटरॲक्शनच्या जोरावर उद्या ते कोर्टात साक्ष कशी काय देणार हेही त्यांना उमजेना. डॉक्टर कौशिकांवरचा सगळ्यांचाच विश्वास उडाला होता. त्यांनी मोहनबद्दल आधीच काही मत बनवलं असलं पाहिजे आणि आता निव्वळ या तपासाचा फार्सच त्यांनी केलाय याबद्दल कधी नव्हे ते कदम आणि रणनवरे, लिमये आणि डॉक्टर शहा यांचं एकमत झालं होतं.

कोर्टामध्ये मात्र सगळेजण हजर झाले होते. कौशिकांना न्यायमूर्तींनी पाचारण केल्याबरोबर आपला निषेध नोंदवायचा आणि त्यांची साक्ष मानायला नकार द्यायचा यावर दोन्ही वकिलांचं एकमत झालं होतं किंबहुना दोघांनी मिळूनच तशी विनंती कोर्टाला करायची असंच ठरलं होतं; पण न्यायमूर्तींनी सुरुवातीलाच त्यांना ऑब्जेक्शन

घेण्याचा हक्कच नसल्याचं बजावलं. कौशिकांना न्यायमूर्तींनी एक्सपर्ट म्हणून बोलावलं होतं. ते कोणत्याही एका पक्षाचे साक्षीदार नव्हते. कोर्टाच्या मदतीसाठी खास पाचारण केलेले तज्ज्ञ होते याची जाणीव त्यांनी दोघांनाही करून दिली आणि तरीही त्यांना जर काही शंका असतील तर त्यांनी त्या नंतर विचाराव्यात असं सांगितलं.

शपथ घेऊन कौशिक आपल्या जागेवर बसताच न्यायमूर्तींनी त्यांना विचारायला सुरुवात केली.

"डॉक्टर कौशिक, मिस्टर आणि मिसेस रणनवरे यांचा मुलगा मोहन याच्यावर डॉक्टर शहांनी एक शस्त्रक्रिया केली, तेव्हापासून तो वेगळा वागतो आहे आणि त्याचं कारण म्हणजे डॉक्टरांनी ऑपरेशनच्या वेळी त्याच्या मेंदूत संगणकाची एक चीप बसवून त्याचा यंत्रमानव - एक रोबो - केला आहे असा रणनवरे यांचा दावा आहे. तो खरा आहे की नाही यावर या खटल्याचा निवाडा अवलंबून आहे. या विषयातले आपण तज्ज्ञ आहात, तेव्हा या दाव्याची शहानिशा आपण करावी आणि त्यासाठी मोहनची परीक्षा घ्यावी, अशी माझी विनंती होती. तो निरोप तुम्हाला मिळाला असेलच."

"येस युवर ऑनर, तो निरोप डेप्युटी कमिशनर अमृतराव मोहिते यांनी मला दिला आणि या खटल्यातले वादी, प्रतिवादी, दोघांचे वकील यांची गाठही घालून दिली."

"मग तुम्ही मोहनची परीक्षा घेतली असेलच."

"घेतली."

"हे खोटं आहे. धादांत खोटं बोलताहेत हे." मिस्टर रणनवरे आपल्या जागेवरून उठत मोठ्यानं ओरडले.

"ऑर्डर, ऑर्डर!" हातातला लाकडी हातोडा समोरच्या टेबलावर आपटत न्यायमूर्ती म्हणाले, "मिस्टर कदम, तुम्ही तुमच्या अशिलाला आवरा. नाहीतर मला तुम्हा सर्वांनाच कोर्टाबाहेर काढावं लागेल."

"वुई आर सॉरी युवर ऑनर; पण ते म्हणताहेत---"

"---त्याची शहानिशा करण्यासाठीच माझी आपल्याला एक विनंती आहे, युवर ऑनर." त्यांना अडवत कौशिक म्हणाले. "मोहनशी माझी जी काही बातचीत झाली तिचं संपूर्ण व्हिडिओ रेकॉर्डिंग केलेलं आहे. तोच व्हिडिओ मी इथं दाखवू इच्छितो. म्हणजे मग मी त्याची तपासणी केली की नाही आणि जी काही केली तिच्यावरून मी माझे निष्कर्ष कसे काढले हे सांगणं सोपं होईल, तेव्हा तो व्हिडिओ दाखवण्याची परवानगी असावी."

न्यायमूर्तींनाही ते पटलं आणि मग तो सगळा व्हिडिओ दाखवण्याची व्यवस्था

केली गेली. जसजसा तो दाखवला जात होता तसतसे रणनवऱ्यांचे हातवारे वाढत चालले होते. 'बघा, मी नव्हतो सांगत.' असंही ते पुटपुटत होते. व्हिडिओ प्लेअर बंद केल्यावर न्यायमूर्तींनीही शंकास्पद सुरात विचारलं,

"पार्डन मी, डॉक्टर कौशिक; पण तुम्ही मोहनची तपासणी केलीत, परीक्षा घेतलीत असं म्हणत होतात. त्याचाच हा व्हिडिओ तुम्ही दाखवलात; पण मला तर तुम्ही त्याच्याशी बातचीत केल्याचं, गप्पा मारल्याचंच दिसलं."

"दॅट इज द पॉइंट युवर ऑनर. परीक्षा घ्यायची म्हणजे कोणत्या तरी यंत्रात त्याचं डोकं घालून तपासायचं किंवा हातानं चाचपून पाहायचं असं नाही. परीक्षा घेण्याच्या इतरही पद्धती असतात. ज्या प्रश्नाचं उत्तर मला शोधून काढायचं होतं त्यासाठी तर अशा वेगळ्या पद्धतीचीच आवश्यकता होती. शिवाय कोणत्याही तपासणीत समोरची व्यक्ती सहकार्य करेल याची तजवीज करावी लागते. साधं ब्लडप्रेशर मोजायचं म्हटलं तरी पेशंट दडपणाखाली असणार नाही, टेन्शन घेणार नाही याची व्यवस्था करावी लागते, कारण तो जर रिलॅक्स्ड नसेल तर ब्लडप्रेशर वाढलेलंच दिसेल. मला करावयाच्या परीक्षेत तर अशा सहकार्याची नितांत गरज होती; त्यामुळे आपली परीक्षा घेतली जातेय याची शंकासुद्धा मोहनला येणार नाही अशी व्यवस्था मला करावी लागली. आपण नेहमीसारख्या शिळोप्याच्या गप्पाच मारतो आहोत अशी त्याची समजूत होईल हे मला बघावं लागत होतं.

"पण या गप्पांमधून मला हवी ती माहिती मिळत होती, कारण मानव आणि यंत्रमानव यांच्यातला एक महत्त्वाचा फरक असतो तो भाषेचा. भाषेच्या वापराचा. यंत्रमानवाला फक्त दिलेल्या शिकवणीनुसारच वागता येतं. केलेल्या चुकांमधून किंवा आलेल्या अनुभवांमधून शिकत तो स्वतःच्या वागणुकीमध्ये फरक करू शकत नाही. आपण भाषा वापरतो, तेव्हा शब्दांचे केवळ शब्दार्थच वापरत नाही. ध्वन्यर्थ, भावार्थ यांचाही वापर करतो किंबहुना त्यांचाच जास्त वापर करतो. परिस्थितीनुसार, संदर्भानुसार एकाच शब्दाचे वेगवेगळे अर्थ लावतो. यंत्रमानवाला हे जमत नाही. त्याच्या स्मरणकोशात एकदा भरलेला अर्थच तो सगळीकडे लावतो. साधा 'थाप मारणं' हा शब्दप्रयोग घ्या. आपण दारावर थाप मारतो, ढोलकीवर थाप मारतो, खरं सांगायचं नसलं की थाप मारतो आणि शाबासकी देण्यासाठी पाठीवरही थापच मारतो. प्रत्येक वेळी थापच मारतो; पण त्याचा अर्थ निरनिराळा होतो. यंत्रमानवाला हे समजत नाही. त्याला जर मी सांगितलं की, तुम्ही विचारलेल्या प्रश्नावर काहीतरी थाप मार तर तो प्रश्न विचारल्याबरोबर तो येऊन तुमच्या पाठीवर जोरात थाप मारेल; त्यामुळे अशा नेहमीच्या बोलण्यावर समोरच्या व्यक्तीची कोणती प्रतिक्रिया होते, नेहमीच्या शब्दांचा तो कोणता अर्थ लावतो, यावरून तो मानव आहे की यंत्रमानव याचा निवाडा करता येतो.

"मी हेच केलं आहे. तुम्हाला त्या निव्वळ शिळोप्याच्या गप्पा वाटल्या; पण त्यातून मी अशा चाचण्याच घेत होतो. आता बघा, सुरुवातीला मोहन खोलीत आल्यावर त्याचं स्वागत करून मी म्हणालो, 'प्लीज, टेक अ चेअर.' याचा शब्दशः अर्थ झाला एक खुर्ची घे. मोहन यंत्रमानव असता तर त्यानं खरोखरच समोरची एक खुर्ची उचलून घेतली असती आणि तो तसाच उभा राहिला असता; पण मोहननं तसं केलं नाही. तो जाऊन समोरच्या खुर्चीवर बसला. जरा अवघडून बसला; पण बसला. त्यानंतर मी त्याला म्हटलं, 'नाव काय म्हणालास तुझं?' यावर मोहननं आपलं नाव आणि नंतर नाव तसंच आडनावही सांगितलं. ही मानवाचीच प्रतिक्रिया आहे. तोच जर यंत्रमानव असता तर त्यानं आपण काहीच म्हणालो नाही असंच सांगितलं असतं किंवा नाव 'काय नाही तर मोहन आहे' असं सांगितलं असतं. त्यानंतर मी त्याला म्हणालो 'कान देऊन ऐक.' यावर मोहनची प्रतिक्रिया झाली की, मी लक्ष देऊन ऐकेन. यंत्रमानवानं आपला कान उपटून माझ्या हातात दिला असता आणि मग तो ऐकण्यासाठी सज्ज झाला असता. अशा वरवर साध्या वाटणाऱ्या गोष्टींमधून, माणसाच्या भाषेतून त्याच्याशी बोलत, मी त्याची परीक्षा घेत होतो.

"यावर कडी झाली ती मी माझं कंटाळवाणं लेक्चर सुरू केलं तेव्हा. तुम्हा सर्वांना, कदाचित आमच्या अमृतरावांनाही मी कंटाळवाणं लेक्चर सुरू केलं आहे, असं वाटलं असेल; पण माझं सारं लक्ष त्यावर मोहनची काय प्रतिक्रिया होतेय याकडे होतं. तो जर यंत्रमानव असता तर ते लेक्चर कितीही बोअरिंग असतं तरी शेवटपर्यंत कंटाळा न करता त्यानं ऐकून घेतलं असतं; पण मोहन बोअर होत गेला. त्याच्या चेहऱ्यावर ते स्पष्ट दिसू लागलं. त्याला जांभईही आली; पण ती लपवण्याचा प्रयत्न त्यानं केला. हा मानवी संस्कारांचाच एक भाग आहे. यंत्रमानवाला जांभई आलीच असती तर त्यानं ती लपवण्याचा यत्किंचितही प्रयत्न न करता मोठ्यानं देऊन टाकली असती. मला त्याचं काय वाटेल याची पर्वा त्यानं केली नसती. मोहननं तसं केलं नाही.

"आणि शेवटी मी 'मला जरा हात दे' असं म्हणताच सुरुवातीला तो जरासा गोंधळला; पण मी जेव्हा मला खुर्चीतून उठण्यासाठी हात दे असं सुचवलं, तेव्हा लगबगीनं पुढं होत त्यानं मला खुर्चीतून उठायला मदत केली. हेच जर यंत्रमानव असता तर त्यानं आपला हात शरीरापासून वेगळा करून माझ्या हातात दिला असता आणि तो स्वस्थ बसला असता. मला आर्थ्रायटिसचा अजिबात त्रास होत नाही. मी खुर्चीतून कोणाच्याही मदतीशिवाय उठू शकतो. आपण आता जेव्हा मला इथून जाण्याची परवानगी द्याल, तेव्हा याची प्रचिती आपल्याला येईलच. मी केवळ मोहनची परीक्षा घेण्यासाठी ते एक नाटक केलं. या सर्व परीक्षांमधून माझी खात्री

झाली आहे की, मोहन हा हाडामांसाचाच माणूस आहे. यंत्रमानव नाही. त्याच्या मेंदूत कोणतीही चीप वगैरे नाही. हवं असेल तर आपल्याला एमआरआय स्कॅन करून त्याची खातरजमा करून घेता येईल. तो वेगळा वागतो आहे, याचं कारण त्याच्यावरच्या शस्त्रक्रियेनंतर त्याला थोडी मानसोपचारांची गरज आहे. एरवी जशी शरीरावरील शस्त्रक्रियेनंतर फिजिओथेरपीची गरज असते तशी. शिवाय तो पौगंडावस्थेत पोहोचला आहे. या वेळी मुलांची सर्वसाधारण वृत्ती बंड करण्याची असते. ज्या प्रकारे त्याचे आई-वडील त्याच्याशी वागतात असं मला दिसून आलं आहे, त्यावरून तर तो बंड करायला का प्रवृत्त होतो, हे समजण्यासारखं आहे. तेव्हा माझा निष्कर्ष विचाराल तर तो हाच आहे की, मोहन हा एक हाडामांसाचा नॉर्मल मुलगा आहे; यंत्रमानव नाही.''

''थँक्यू डॉक्टर, कौशिक. तुमच्या या निष्कर्षामुळे मलाच काय; पण यात गुंतलेल्या सर्वांनाच या केसचा निवाडा करणं सोपं होणार आहे. त्याबद्दल तर तुम्हाला धन्यवाद द्यायलाच हवेत; पण हा सगळा तांत्रिक तपशील आम्हाला समजेल अशा माणसाच्या भाषेत सांगितल्याबद्दल तर तुमचे खास आभार मानायला हवेत. थँक्यू अगेन! आपण जाऊ शकता.''

यावर उठण्याचा प्रयत्न करत कौशिक परत खुर्चीत बसले. त्याकडे न्यायमूर्तींसह सगळेच साशंकतेनं बघत असल्याचं पाहून ते ताडकन उठून उभे राहिले. आणि बाहेर जाऊ लागले. ते खुशीत आल्याचं त्यांनी खिशातून बाहेर काढून दातात धरलेल्या पाइपवरून अमृतरावांना कळून चुकलं.

■